அகிலம் போற்றும் அறிஞர் அண்ணா!

கடமை, கண்ணியம், கட்டுப்பாடு

புத்தக சேவையில் **30** ஆண்டுகள்

பதிப்பாசிரியர்
எம். சாதிக் பாஷா

தொகுப்பாசிரியர்
சிவரஞ்சன் (வ.இளங்கோ)

கிளாசிக் பப்ளிகேஷன்ஸ்

பிளாட் எண்.21/A இந்திரா நகர், கிஸ்கிந்தா மெயின் ரோடு,
மேற்கு தாம்பரம், சென்னை – 600 045
செல்:9791006360 Email:classicpublications786@gmail.com

Agilam Potrum Aringar Anna!

Author:
Sivaranjan
(V.Elango)

Publisher:
M. Sathik Basha

First Edition:
2022

Pages: 480
448 + 32 Photos

Price: 366/-

Address
CLASSIC PUBLICATIONS
Plot No. 21/A, Indra Nagar,
Kishkinta Main Road,
West Tambaram,
Chennai - 600 045.
Cell : 9791006360.
Email:
classicpublications786@gmail.com

Wrapper Designed:
yeSKay Designs

DTP: Hanif Graphics

Press:

அகிலம் போற்றும் அறிஞர் அண்ணா!

ஆசிரியர்
சிவரஞ்சன்
(வ.இளங்கோ)

பதிப்பாசிரியர் : **எம் சாதிக் பாஷா**

முதற்பதிப்பு : 2022

பக்கங்கள் : 480
448 + 32 படங்கள்

விலை : 366/-

முகவரி :
கிளாசிக் பப்ளிகேஷன்ஸ்
பிளாட் எண் : 21/A, இந்திரா நகர்,
கிஷ்கிந்தா மெயின் ரோடு,
மேற்கு தாம்பரம், சென்னை – 600 045.
செல் : 97910 06360
மின்னஞ்சல்:
classicpublications786@gmail.com

வடிவமைப்பு: ஹனீப் கிராபிக்ஸ்

அட்டை வடிவமைப்பு: எஸ்கெ டிசைன்ஸ்

அச்சகம்:

பதிப்புரை

உலக புகழ்பெற்ற அறிவுலக மேதைகளாக சாக்ரடீஸ், பிளேட்டோ, அரிஸ்டாட்டில், பெட்ரண்ட்ரசல், இங்கர்சால், சார்லஸ் பிராட்லா, இந்தியாவில் ராஜாராம் மோகன்ராய், அம்பேத்கர் என சொல்லிக் கொண்டே போகலாம். தமிழகத்தில் சீர்திருத்தச் செம்மல்கள் என பலர் சொல்லப் பட்டாலும்... என்றென்றும் மக்கள் மனதில் வாழ்ந்திருக்கும், ஜாதி, மத, பேதங்கள், மூட நம்பிக்கைகள், பால்ய விவாகம் போன்ற அநியாயச் செயல்களை சமூகத்தைவிட்டு விரட்ட பாடுபட்டவர்கள் இருவர் - தந்தை பெரியார், அறிஞர் அண்ணா.

இவர்கள் இருவரையும் விட்டு விட்டு தமிழக வரலாற்றை எழுதவே முடியாது.

தனது தலைவராக தந்தை பெரியாரை ஏற்றுக் கொண்ட அண்ணா, தன் வாழ்நாளை தமிழக மக்களின் முன்னேற்றத் திற்காகவே அர்ப்பணித்தார் என்பதை உலகமே அறியும்.

அவரைப் போன்ற பல்துறை அறிவாளர்களை உலகில் தேடினாலும் கிடைப்பது அரிதிலும் அரிது.

உலக அறிவாளிகளில் ஒரு துறையில் சாதனைப் படைத்தவர், இன்னொரு துறையில் சாதிக்க மாட்டார்கள். ஆனால் அண்ணா சகல துறையிலும் மன்னாதி மன்னராக திகழ்ந்தார்.

சிறந்த பேச்சாளர், சிறந்த பத்திரிகையாளர், சிறந்த படிப்பாளர், சிறந்த கட்டுரையாளர், சிறந்த சிறுகதையாளர், சிறந்த நாவலாசிரியர், சிறந்த திரைக்கதையாளர், சிறந்த முதலமைச்சர், சிறந்த மனிதாபிமானி... என பல சிறந்தவற்றை தன்னுள் கொண்ட மேதை அவர்.

அகத்தியரை குள்ளமுனி, குறுமுனி என்பர். அதுபோல குள்ளமான உருவம். ‘உருவுகண்டு எள்ளாமை வேண்டும்! இவர் உருவத்திற்கும், உள்ளத்திற்கும் மகுடிக்கும் மலைக்கும் போன்ற வித்தியாசம் உள்ளது.

நிதானமானவர், தீர்க்கமாகச் சிந்தித்து, திறமையாகச் செயல்படுபவர்.

‘நயத்தக்க நாகரிகம்’ காட்டும் நல்லறிஞர். அன்புத் தம்பிகளுக்கு பாசமிக்க அண்ணனாய், அறிவுலகம் போற்றும் அறிஞராய் தன்னிகரற்ற தலைவனாய் விளங்கிய மாமனிதரின் வாழ்க்கை வரலாற்றின் காவியததை நம உள்ளமெல்லாம் கவரும் வகையில் தொகுத்துள்ள நூலாசிரியரின் திறனை எண்ணி வியக்கிறேன்.

வள்ளல் திலகம் எம்.ஜி.ஆரின் ரசிகரான நான், அவரின் இதய தெய்வமான அறிஞர் அண்ணாவைப் பற்றி முழுமை யாக ஒரு நூலை வெளியிட ஆவல் கொண்டேன்.

எங்கள் கிளாசிக் பப்ளிகேஷன்ஸ் நிறுவனத்திற்கு காலம் போற்றும் கலாம், வள்ளல் திலகம் எம்.ஜி.ஆர், புரட்சித் தலைவி அம்மா... என சிறந்த வரலாற்று நூல்களை அளித்த எழுத்தாளர் திரு.வ.இளங்கோ (எ) சிவரஞ்சன் அவர்களைக் கொண்டு அகிலம் போற்றும் அறிஞர் அண்ணா என்ற நூலை வாசக பெருமக்களுக்கு பெருமையுடன் வழங்குவதில் மகிழ்கிறேன்.

தமிழ்நாடு, தமிழக அரசு தலைமைச் செயலகம், தமிழ்நாடு அரசு... என தமிழுக்காகவும் தமிழ் மக்களுக்கா கவும் வாழ்ந்து மறைந்த அண்ணாவின் களஞ்சியத்தை வாசக பெருமக்கள் வாங்கி பயனடைய வேண்டுகிறேன்.

நன்றி... வணக்கம்...

புகழனைத்தும் இறைவனுக்கே,

எம். சாதிக் பாஷா

கிளாசிக் பப்ளிகேஷன்ஸ்

என்னுரை

1969ஆம் ஆண்டு எனக்கு பத்து வயது. ஐந்தாம் வகுப்பு மாணவன். விவரம் தெரியாத விடலைப் பருவம்.

மேற்கண்ட வருடம் பிப்ரவரி 3ஆம் தேதி எனது அப்பா அ.வைரவன் அவர்கள் தனது மர இருக்கையில் அமர்ந்து குமுறி குமுறி அழுதுக் கொண்டேயிருந்தார்.

அப்பா ஏன் அழுகிறார்? எதற்காக அழுகிறார்? என்ன காரணத்திற்காக அழுகிறார் என்றே புரியவில்லை.

ஆம்பூர் ஈஸ்வர ஆச்சாரி தெருவில் நாட்டு ஓடு வேய்ந்த வீட்டில் வசித்து வந்தோம் அப்போது.

அம்மா (ருக்குமணி)விடம், "அப்பா ஏம்மா அழுகிறார்?" என்று கேட்டேன்.

"அண்ணாதுரை இறந்துட்டாராம்ப்பா."

"யாரும்மா அவர்?"

"தமிழ்நாட்டோட முதலமைச்சராம்" அம்மா கூற, அவர் இறந்தால், இவர் ஏன் அழுகிறார், புரியாத வயது.

தெருவிற்கு வந்தேன். வெறுமனே இருந்தது. தெருவே சோகமாய் இருந்தது... அங்கங்கு அழுகை ஒலிகள். எங்கள் வீட்டு எதிர் வீட்டு வானொலியில் அழுகை சப்தங்கள்...

இடுகாட்டிற்குள் இருக்கிறோமா என்ற பிரமை.

பள்ளிக்கூடம் அவர் மறைவுக்கு விடுமுறை விட்டிருப்பார்கள். முதல்வர் இறந்ததால் இன்று விடுமுறை என்று சொன்னார்களா என்று தெரியவில்லை.

வயது ஏற ஏற... புத்தகங்கள் படிக்க துவங்கிய போதே அறிஞர் அண்ணா பற்றி படித்து வியந்தேன். எப்பேர்ப்பட்ட மேதை! உலக மேதைகளில் ஒருவராய் போற்றப்பட வேண்டியவர். சாக்ரடீஸ், பிளாட்டோ, அரிஸ்டாட்டில், ருசோ, வால்டேர், இங்கர்சால், எமர்சன், பெர்ட்ராண்ட் ரசல் சார்லஸ் பிராட்லா போன்றவர்களின் வரிசையில் போற்றத்தக்கவர் அவர் என்பதில் ஐயமில்லை.

இங்கே என் தந்தையை பற்றி சொல்லத்தான் வேண்டும். மதுரை மைந்தரான அவர் மாணவ பருவத்தில் அறிஞர் அண்ணாவின் பேச்சு, எழுத்தால் ஈர்க்கப்பட்டு, தி.மு.கழகத்தில் இணைந்தவர்.

சாதி, மத, மூடநம்பிக்கைகளை தமிழக மக்களிடமிருந்து விரட்ட பாடுபட்ட அண்ணாவின் பெயரில் அப்பாவுக்கு உயிர். படிப்பே இல்லாத பல தலைமுறைகளை கண்ட தன் குடும்பத்தில் முதன்முதலில் பள்ளிக்கூடம் போக தூண்டி விட்டவர் அண்ணா என்பதில் அவருக்கு பெருமிதம். அவர் கல்லூரி மாணவராக இருந்த காலகட்டத்தில் (1947-1948-1949) கிராமப்புறங்களில் தன் நண்பர்களோடு கட்சியை வளர்க்க பாடுபட்டிருக்கிறார்.

எனது அப்பாவின் சொந்த ஊர் மதுரைக்கு அருகே.... வண்டியூர் மாரியம்மன் தெப்பகுளத்திலிருந்து ஐந்து கிலோ மீட்டர் தூரத்திலுள்ள கிராமம் சிலைமான்.

சிலைமான் முதல் பேருந்து நிலையத்தில் அண்ணா மன்றம் இருக்கும். அது 1952-ல் திறக்கப்பட்டது; அதை திறக்க காரணமாக இருந்தவர்களில் என் தந்தையும் ஒருவர் என்பதில் எனக்கு பெருமை உண்டு.

என் தந்தை வாங்கி படித்த அண்ணாவின் திராவிட நாடு, காஞ்சி, ஹோம்லேண்ட் போன்ற இதழ்களை இன்றும் பொக்கிஷமாக பாதுகாத்து வருகின்றேன்.

என் தந்தையின் மூலம் அண்ணாவின் எழுத்துக்களை படித்து வளர்ந்தேன். ஓர் இரவு, நீதி தேவன் மயக்கம்,

குமரிக்கோட்டம், 'தீ' பரவட்டும், வேலைக்காரி, அண்ணா நடத்திய இதழ்களில், அவர் எழுதிய கடிதங்கள் போன்றவை படித்து அவருடைய அறிவின் ஆற்றலை வியந்திருக்கிறேன்... இன்றும் வியக்கிறேன். நாளைய உலகமும் வியக்கும்.

அண்ணா பொது வாழ்க்கையில் நுழைந்தபோது அவரின் வயது 24, 25... அவ்வயதிலிருந்து தான் மரித்த 60 வயது வரையில்... சுமார் 35 ஆண்டுகள் ஓய்வே அறியாமல் கடுமையாக உழைத்திருக்கிறார். ஒருபுறம் மலைமலையாய் புத்தகங்களைப் படித்தார். மறுபுறம் மலைமலையாய் எழுதி குவித்தார்... சொற்பொழிவாற்றினார்... மக்களிடையே சாதி, மத, கொடூரத்தை எதிர்த்துப் பேசினார்... தனது தானைத் தலைவர் தந்தை பெரியாரின் கொள்கைகளை நாடு முழுக்க பரப்பினார். அவர் எழுதி, பேசியவைகளை பார்த்தால் 'அண்ணா' அரை மணி நேரமாவது தினமும் தூங்கி இருப்பாரா! சந்தேகம்.

அண்ணாவை போல சிறுகதை, நாவல், நாடகம், நடிப்பு, பத்திரிகை, சொற்பொழிவு, திரைப்படம் என உழைத்தவர்களை உலக அளவில் விரல் விட்டு எண்ணி விடலாம்.

தனக்கென வாழாமல் பிறர்க்கென வாழ்ந்த எளிமை யான தலைவர். ஏழை எளிய மக்களை முன்னேற்றுவதே தனது வாழ்க்கையின் கொள்கையென வாழ்ந்தவர். தமிழக முதல்வராய் பதவி ஏற்ற பின்னரும், மிக எளிய வாழ்க்கையே வாழ்ந்தவர்.

முதலமைச்சராய் பதவி ஏற்றதும் சமூக சேவை செய்யும் நாம் சம்பளம் பெறலாமா என்று அமைச்சர்களின் சம்பளத்தை பாதியாக குறைத்த காந்தியவாதி.

அரசியல் ரீதியாக, கொள்கை ரீதியாக எதிர்த்தாலும், தனிப்பட்ட எவரையும் புண்படுத்தி ஒரு வார்த்தையும் பேசாத நாகரிக மாமனிதர்.

கடமை, கண்ணியம், கட்டுப்பாடு

என்ற மூன்று ஒப்பற்ற வார்த்தைகளுக்கு இணங்க வாழ்ந்தவர்.

மக்கள் சேவையே மகேசன் சேவை என வாழ்ந்த உயர்ந்த மாமனிதர் அறிஞர் அண்ணாதுரையின் வாழ்க்கை வரலாறான 'அகிலம் போற்றும் அறிஞர் அண்ணா' என்ற நூலை எழுத வாய்ப்பளித்த கிளாசிக் பப்ளிகேஷன்ஸ் அதிபர் எம்.சாதிக் பாஷா அவர்களுக்கு எத்தனை முறை நன்றி சொன்னாலும் தகும்!

என்னால் இயன்ற அளவில் என் அறிவுக்கு எட்டிய அளவில் அறிஞர், பேரறிஞர் அண்ணாவைப் பற்றி தொகுத்து வழங்கியிருக்கிறேன்.

எனது எழுத்து வாழ்க்கைக்கு தடை சொல்லாத எனது குடும்பத்தார் மற்றும் எனது எழுத்துக்கு ஊக்கமளிக்கும் சகோதரர்கள், உறவினர்கள், நண்பர் அனைவருக்கும் எனது நன்றி அறிதலை தெரிவித்துக் கொள்கிறேன்.

'அகிலம் போற்றும் அறிஞர் அண்ணா' என்ற இந்நூல் தமிழர் ஒவ்வொருவரின் இல்லங்களையும் அலங்கரிக்கும் சிறுகளஞ்சியம்.

நன்றி!

என்றென்றும்
வ.இளங்கோ (எ) சிவரஞ்சன்

பொருளடக்கம்

1. அகிலம் போற்றும் அறிஞர் அண்ணா! 11
2. அண்ணாவின் வைரமுத்துக்கள் 99
3. அண்ணாவின் வாழ்க்கையிலே 123
4. அண்ணா 'அறிஞர்' ஆன வரலாறு 168
5. விடுதலை வீரனை காத்த நல்நெஞ்சர் 171
6. அண்ணாவின் படைப்பாளுமை 175
7. "அண்ணா"வின் கட்டுரைகள் 200
8. 'சொல்' மன்னர் 222
9. நாடக மேதை 'அண்ணா' 257
10. 'அண்ணாவின்' ஆற்றல்மிகு கடிதங்கள் 285
11. அண்ணாவின் குட்டிக் கதைகள் 309
12. அண்ணா உவமைநயம் 321
13. சொற்போரில் அண்ணா 343
14. அண்ணாவின் கவிமழை 358
15. அமெரிக்க பல்கலைக் கழகத்தில் அண்ணா! 371
16. அண்ணாவின் சிறை வாழ்க்கை! 386
17. காஞ்சித் தலைவனுக்கு கலைஞரின் கவிதாஞ்சலி!.. 387
18. அண்ணாவை போற்றிய பெருமக்கள்! 402
19. அறிவுப் பெருங்கடல் அண்ணாவின்
    வாழ்க்கை நிகழ்வுகள் 436

சிவரஞ்சன் (வ.இளங்கோ) — கிளாசிக் 10

பேரறிஞர் அண்ணா!

பிறப்பு : 15 செப்டம்பர், 1909
இறப்பு : 3 பிப்ரவரி, 1969

அகிலம் போற்றும் அறிஞர் அண்ணா!
(வரலாற்று சுருக்கம்)

காஞ்சியின் பெருமையும்,
அண்ணாவின் பிறப்பும் :

ஒரு காலத்தில் பாலும் தேனுமாய், நீர் ஓடிய பாலாற்றங்கரை நகரம், முக்தி தரும் ஏழு ஆன்மிக நகரங்களில் ஒன்று. 'ஆயிரம் கோயில்களின் நகரம்' என போற்றப்படும் நகரம். 2500 ஆண்டுகளுக்கு முன்னர் தொண்டைமான் இளந்திரையன் ஆண்டதாக கூறப்படும் (பரிபாடல்)

நகரம்.

கி.மு. 2ஆம் நூற்றாண்டில் பதஞ்சலி முனிவர் சுற்றியதாக சொல்லப்படும் அழகான நகரம்.

சீன வரலாற்று அறிஞர் யுவான் சுவாங் மெச்சிய நகரம். 10ஆம் நூற்றாண்டு முதல் 13ஆம் நூற்றாண்டு வரை சோழர்கள் ஆட்சி செலுத்திய நகரம். பல்லவர்கள் ஆண்ட நகரம். விஜயநகர பேரரசு புதுப்பித்த நகரம். உலகம் போற்றும் சிற்ப கலை களை கொண்ட கைலாசநாதர் கோயில் கொண்ட நகரம். ஆன்மிக அன்பர்கள் ஆயிரமாயிரம் செல்லும் காமாட்சி அம்மன் கோயில், வைகுண்ட பெருமாள் கோயில் என பல கோயில்களை தன்னுள் அடக்கி ஆளும் நகரம். சங்கரமடமும் அங்கு உண்டு.

திருக்குறளுக்கு உரை எழுதிய பரிமேலழகர் பிறந்த பூமியும் இதுவே! பட்டுக்கு பெயர்பெற்ற நகரமும் இதுவே.

அது காஞ்சி மாநகரம். இந்த மாநகரத்திற்கு மற்றொரு பெருமையும் உண்டு.

ஆம்!

அறிஞர், பேரறிஞர், அண்ணாதுரை பிறந்த மதிப்பில்லா நகரம்.

பல்வேறு அறிஞர்கள் போற்றிய பூமியும் இதுவே. போர்பந்தர் என்றால் காந்திஜி நினைவுக்கு வருவார்; அலகாபாத் என்றால் நேரு; ஈரோடு என்றால் தந்தை பெரியார்; காஞ்சி என்றால் அண்ணாதுரை. இன்றும் பல தலைவர்கள் பிறந்த ஊரால் பெருமையானவர்

| கிளாசிக் 13 | சிவரஞ்சன் (வ. இளங்கோ) |

அகிலம் போற்றும் அறிஞர் அண்ணா

களாக திகழ்கிறார்கள்.

நூற்றாண்டுகள் கடந்தாலும், தமிழர்கள் நெஞ்சில் என்றென்றும் வாழும் சிந்தனைச் சிற்பி, பொதுவுடைமைப் போற்றும் நாயகர், மக்களின் நல்வாழ்வுக்காக தன்னை அர்ப்பணித்துக் கொண்ட அண்ணாதுரை அவர்கள் 1909 ஆம் ஆண்டு செப்டம்பர் 15 ஆம் நாள் நடராஜன் - பங்காரு அம்மாள் தம்பதிகளுக்கு மகனாய் பிறந்தார்.

மகனுக்கு அண்ணாதுரை என்று பெயர் வைத்தனர்.

பிள்ளை தத்தி தவழ ஆரம்பித்தார். தன்னுடைய பெற்றோர்களைவிட, சிற்றன்னை இராஜாமணி அம்மையாரிடம் மிகுந்த பற்றுக் கொண்டிருந்தார். அவரை தொத்தா என்றே பாசத்துடன் அழைப்பார்.

பள்ளியில் அண்ணா!

பள்ளிப்பருவம் வந்ததும் அண்ணாவை காஞ்சிபுரத்திலுள்ள பச்சையப்பர் துவக்கப்பள்ளியில் சேர்த்தனர்.

வீட்டிலிருந்து பள்ளி சற்று தூரத்திலிருந்ததால், மாட்டு வண்டியில் சென்று படித்து வந்தார்.

பகுத்தறிவு நாயகனாக பிற்காலத்தில் திகழ்ந்த அண்ணா பள்ளிக் காலத்தில் 'பக்தி' மானாக திகழ்ந்தார். குறிப்பாக பிள்ளை

சிவரஞ்சன் (வ.இளங்கோ)

யாரை விரும்பி வணங்குவார்.

பள்ளி தோழர்களுடன் விளையாடுவதென்றால் அவருக்கு பிரியம். ஆனால் 'தொத்தா' அவரை விளையாட அனுமதிக்கமாட்டார். பாசமுள்ள பிள்ளை விளையாடும்போது கீழே விழுந்து காயம் பட்டுவிட்டால் என்ன ஆவது என்ற பயம்.

எனினும் எப்படியாவது தோழர்களுடன் விளையாட சென்றுவிடுவார் அண்ணா. குறிப்பாக கேரம் விளையாடுவது என்றால் அவருக்கு கொள்ளை பிரியம். பெரும்பாலும் அவர் தான் வெற்றி பெறுவார்.

விடுமுறை நாட்களில் பரம்பரைத் தொழிலான நெசவுத் தொழிலை பள்ளிக் காலத்திலேயே அவர் செய்து சம்பாதித்து வந்தார்.

பள்ளியில் நன்கு படித்து வந்தார்; ஆங்கிலத்தில் 100/90 மதிப்பெண் பெற்று தேறுவார்.

தான் படித்த பள்ளிப் பாடங்களை தினமும் தொத்தாவிடம் கூறுவதில் அவருக்கு மகிழ்ச்சி.

பள்ளி காலத்திலேயே தெருக்கூத்து பார்ப்பதில் ஆர்வம் அதிகம். தன் சகதோழர்களை வைத்து, தன் வீட்டு மாட்டுக் கொட்டகையில் அரிச்சந்திரன் நாடகம் போட்டிருக்கிறார்.

இதை பார்த்த பாட்டியார், படிக்கிற வயதில் 'கூத்தா' என்று அண்ணாவின் முதுகில் ஒரு அடி விழுந்தது (பிற்காலத்தில் அவர் நாடக உலகில்

கிளாசிக்	சிவரஞ்சன்
15	(வ.இளங்கோ)

சாதித்ததற்காக இதுவே அச்சாரமாக இருந்தது).

தேர்வும் பொடி டப்பியும் எஸ்.எஸ். எல்.சி. தோல்வியும் :

பள்ளி இறுதித்தேர்வு.

மாணவர்கள் எழுதிக் கொண்டிருந்தனர்.

கண்காணிப்பாளர் மாணவர்கள் எழுதுவதை பார்த்தபடி அறையில் அங்குமிங்கும் சுற்றிக் கொண்டிருந்தார்.

அண்ணா அடிக்கடி சட்டை பைக்குள் கையை விட்டு எதையோ வெளியில் எடுப்பதை கண்டுவிட்ட கண்காணிப்பாளர், (அவர் 'பிட்' அடிக்கபேப்பர்தான் எடுக்கிறார் என நினைத்துவிட்டார்) அண்ணாவை நெருங்கி,

"பைக்குள் என்ன வைத்திருக்கிறாய், உடனே எடு இல்லையெனில் உன்னை தேர்வு எழுத அனுமதிக்கமாட்டேன்" என்றார்.

அண்ணா சற்றே கூச்சத்துடன் பைக்குள் இருந்து எடுத்தது பொடி மட்டை.

(இந்த பொடி போடும் பழக்கம்தான் பிற்காலத்தில் புற்றுநோய்க்கு காரணமாய் இருந்ததோ?)

1926ஆம் ஆண்டு எஸ்.எஸ்.எல்.சி. தேர்வு எழுதினார்; தோல்வியை தழுவினார். இரண்டாம் முறையும் எழுதினார். மறுபடியும் தோல்வியையே பெற்றார்; மூன்றாம் முறை எழுதி வெற்றிப் பெற்றார்.

அடுத்து கல்லூரியில் சேர்ந்து படிக்க குடும்ப சூழ்நிலை இடம் கொடுக்கவில்லை. வேலைக்குச் செல்ல வேண்டிய நிலை.

காஞ்சிபுர நகராட்சி அலுவலகத்தில் அவருக்கு குமாஸ்தா வேலை கிடைத்தது.

சென்னை பச்சையப்பன் கல்லூரியில் அண்ணா (படிப்பு திறன்) :

பிற்பட்ட வகுப்பினருக்கு அரசு கல்வி உதவித் தொகை கொடுப்பதை பற்றி அறிந்த அண்ணா (1928) அதை பெற்று சென்னை பச்சையப்பன் கல்லூரியில் சேர்ந்தார்.

அங்கே அறிவின் திறன் பல பரிமாணங்களில் வெளிப்பட்டது.

அவர் ஒரு புத்தகத்தை ஒருமுறை தான் படிப்பார். அதிலுள்ள பாடங்கள் அப்படியே அவர் நினைவில் பதிந்துவிடும்; மேலும் ஆசிரியர்கள் சொல்வதை கூர்ந்து கேட்பார். குறிப்புகள் எழுதமாட்டார்.

ஒருமுறை ஆசிரியர் அண்ணா குறிப்புகள் எழுதாதிருப்பதை கண்டு, "ஏன் எழுதவில்லை" என்று கேட்டார்.

"தாங்கள் சொல்வதை நினைவேட்டில் பதித்து விடுகிறேன்."

அவர் சொன்னதை அச்சு பிறழாமல் அப்படியே சொல்ல, ஆசிரியர் வியப்பின் எல்லைக்கே சென்றார்.

கிளாசிக் | சிவரஞ்சன் (வ.இளங்கோ)

அண்ணா கல்லூரிப்பாடங்களை மட்டும் படிக்காமல் பொது அறிவை வளர்த்துக் கொள்ள கன்னிமாரா நூலகம், மாநகராட்சி நூலகம் என பல நூலகங்கள் சென்று பல நூலகங்களில் படித்து அறிவாற்றலை வளர்த்துக் கொண்டே இருந்தார்.

அவர் இரவு முழுக்க மண்ணெண்ணெய் விளக்கை வைத்து பல நூல்களை கற்றபடி இருப்பார்.

ஒருமுறை கல்லூரியில் கட்டுரை போட்டி நடந்தது, பல மாணவர்கள் எழுதினர்.

அண்ணாவின் கட்டுரையை படித்த பேராசிரியருக்கு பெரும் வியப்பு. இதை அண்ணா என்ற மாணவன் எழுதியிருப்பாரா சந்தேகம். கட்டுரைக்கான கருத்துகளை மிகவும் அற்புதமாக எவரும் சிந்திக்காத அளவில் எழுதியிருக்கிறாரே, மாணவருக்கு இத்தனை அறிவா? அதிசயித்தார்.

அண்ணாவை அழைத்து, 'நீதான் இக்கட்டுரையை எழுதினாயா?'

"ஆமாம் ஐயா, நான் தினமும் பல நூல்களை படிப்பவன். இதே கட்டுரையை இதைவிடச் சிறப்பாக உங்கள் முன் என்னால் எழுத முடியும்" என்றார் அண்ணா.

ஆசிரியர் அவரை மனமுவந்து பாராட்டினார்.

கல்லூரியில் படிக்கும்போதே 1930ஆம் ஆண்டு அண்ணாவிற்கு திருமணம் செய்துவைக்கப்பட்டது. மனைவி ராணி அம்மையார்.

இதே ஆண்டு இண்டர்மீடியட் வகுப்பில் முதல்

மாணவராக தேர்வு பெற்றார்.

அடுத்த பி.ஏ. படிக்க முடிவு செய்தார்.

நீதி கட்சியினரோடு தொடர்பு :

பி.ஏ. படிக்க விரும்பிய அண்ணாவை அழைத்த கல்லூரி முதல்வர் சின்னத்தம்பி பிள்ளை, "தம்பி நீ நன்கு படிக்கிறாய். பி.ஏ. வேண்டாம், பி.ஏ.ஹானர்ஸ் படி" என்றார்.

பி.ஏ. இரண்டு வருடம், ஹானர்ஸ் மூன்று வருடம், பி.ஏ. செலவு குறைவு, ஹானர்ஸ்க்கு செலவு அதிகம். அதோடு பி.ஏ. படித்தால் வேலை கிடைக்கும். குடும்பத்தை காப்பாற்றலாம் என நினைத்தார் அண்ணா.

திறமையான மாணவன் பி.ஏ. படித்து வீணாகக் கூடாது என நினைத்த கல்லூரி முதல்வர் ஹானர்ஸ் படிப்புக்கான மொத்த செலவையும் தானே ஏற்றுக் கொள்வதாக கூறினார். அண்ணாவும் ஹானர்ஸ் சேர்ந்தார். பொருளாதாரம், அரசியல் மற்றும் வரலாறு பாடங்களை எடுத்து படித்தார்.

கல்லூரி மன்றங்களில் அவர் பேச ஆரம்பித்தார்; அவரின் பேச்சை கேட்க மாணவர்கள் மட்டுமல்ல ஆசிரியர்களும் ஆர்வமோடு ஒன்று கூடினர். அவரின் பேச்சை ஆசிரியர்கள் பாராட்டி மகிழ்ந்தனர்.

அப்போதே ஜாதி, மத பேதங்களை எதிர்த்து பேசினார்; தீண்டாமை ஒழிக்கப்பட வேண்டிய

கிளாசிக் சிவரஞ்சன் (வ.இளங்கோ) 19

கொடூரம் என்றார். கலப்புத் திருமணங்களை அதிகப் படுத்த வேண்டும் என்பார்.

அவர் கல்லூரியில் எழுதிய ஆங்கில கட்டுரை **'MOSCOW MAYPARADI'** இன்னும் பாராட்டத்தக்கதாக உள்ளது; அக்கட்டுரை பலரால் பாராட்டப்பட்டது.

கல்லூரி இதழ்களில் அவரின் கட்டுரைகள் வெளிவருவதோடு அல்லாமல் தமிழகத்தின் முன்னணி பத்திரிகையில் எழுதவும் ஆரம்பித்தார் அண்ணா. 11.2.1934-ல் ஆனந்த விகடனில் 'சௌமியன்' என்ற பெயரில் சிறுகதை வெளிவந்து பலரின் பாராட்டை பெற்றது.

அப்போது அண்ணா இந்திய சுதந்திரப் போராட்டம் பற்றி அதிகமாய் சிந்தித்ததைவிட, தமிழகத்தின் ஜாதி, மத பேதம், தீண்டாமை பற்றி அதிகமாய் சிந்தித்தார்.

இந்திய சமூகத்திலிருந்து அழிக்கப்பட வேண்டிய வைகள் என்பதை உணர்ந்தார்.

தமிழகத்தில் ஜாதி, மத, தீண்டாமைகள் ஒழிக்க நீதி கட்சிபாடுபடுவதைஉணர்ந்தார்அண்ணா.அக்கட்சியின் முக்கிய தலைவர்களில் ஒருவர் திரு.பாசுதேவ். அவர் தொழிற்சங்கவாதியாகவும் இருந்தார்.

அவருக்கு ஆங்கில மொழி மட்டுமே தெரியும். எனவே தான் கலந்து கொள்ளும் கூட்டங்களில், அண்ணாவை அழைத்துச் சென்று தன்பேச்சைமொழிபெயர்க்கசெய்வார்; அண்ணாவும் அருமையாக மொழி பெயர்ப்பார். அவரின் மொழி

பெயர்ப்பில் மயங்கினார்.

பாசுதேவ் மட்டுமின்றி, வட மாநிலங்களிலிருந்து வருகின்ற முக்கிய தலைவர்களின் ஆங்கில பேச்சுக்களை அழகாக மொழி பெயர்த்து சொல்லுவார். இதனால் நீதிக்கட்சியின் முக்கிய பிரமுகர்கள் அவரை பாராட்டினர்.

சி.பாசுதேவ் அவர்கள் 'நவயுகம்' என்றொரு வார இதழை நடத்தி வந்தார். அப்பத்திரிகையில் செய்திப் பகுதிப்பொறுப்பினை ஏற்று செயல்பட்டு வந்தார் அண்ணா. அப்பத்திரிகையில் கேலிச் சித்திரங்களையும் அடிக்கடி வரைந்து பத்திரிகையை பலர் வாங்கி படிக்கும்படி செய்தார்.

இங்கு நீதிக்கட்சி பற்றி சிறு விளக்கம். 1920 காலகட்டங்களில் தமிழர்களை ஒன்று திரட்டி அவர்களுக்கு நல்வாழ்க்கை கொடுக்கவேண்டும் என்ற ஆவலில் சர்.பி.டி.தியாகராயர் என்பவர் 'தென்னிந்திய நல உரிமைச்சங்கத்தை' துவக்கினார். இதுவே பிறகு, 'நீதி கட்சியானது' இக்கட்சி 1920-ல் சென்னை மாகாணத்தை ஆண்டது. 1923, 1932 இரு ஆண்டுகளில் நடந்த பொதுத் தேர்தல்களில் நீதிக்கட்சியே பொறுப் பேற்றது. 1932ஆம் ஆண்டு நீதிக்கட்சியின் தலைவர் பொப்பிலி அரசர் சென்னை மாகாண முதல்வராக திகழ்ந்தார். இக்கால கட்டத்தில்தான் அண்ணாவிற்கு நீதிக் கட்சியோடு தொடர்பு ஏற்பட்டது.

பட்டப்படிப்பை முடித்தபிறகு அண்ணா 1932ஆம் வருடம் நீதி கட்சியோடு நெருங்கிய தொடர்பு

கிளாசிக்	சிவரஞ்சன்
21	(வ.இளங்கோ)

கொண்டு, பல கூட்டங்களில் பேசி, அக்கட்சியின் முக்கிய பேச்சாளராக திகழ்ந்தார்.

தந்தை பெரியாரோடு சந்திப்பும் - அரசியல் வாழ்க்கை திருப்புமுனையும் :

தங்கள் மகன், குறிப்பாய் தொத்தா அண்ணா, அரசியல் - கூட்டம் - எழுத்து என்று அலைவதை விரும்பவில்லை. ஏதாவது ஒரு அரசு வேலைக்கு சென்று மாதமானால் சம்பளம் வாங்கி குழந்தை குட்டியென அமைதியான வாழ்க்கை வாழ்ந்தால் போதும் என்று ஆசைப்பட்டார்.

அண்ணாவும் பெற்றோர், தொத்தாவின் பேச்சை கேட்டு, சென்னை கோவிந்தப்ப நாயக்கன் பள்ளியில் ஆசிரியர் பணி கிடைத்தது. எம்.ஏ படித்தவருக்கு இது சாதாரண வேலை என்றாலும் குடும்பத்தாரின் வார்த்தைகளை மீற விரும்பவில்லை.

அண்ணாவிற்கு சுதந்திரமாய் சமூக சேவை ஆற்ற ஆசை. நான்கு சுவருக்குள் கட்டிப் போட்டதை போல இருந்தது.

ஆறு மாதத்திற்கு பின்னர் பள்ளியை விட்டு வெளியே வந்தார். பின்னர் தொத்தா திருமணமான பிள்ளை சும்மா இருக்கக் கூடாது என்று சொல்ல செட்டி நாட்டரசர் அண்ணாமலை செட்டியாரின் மகன் குமாரராஜாவை சந்தித்தார் அண்ணா.

அண்ணாவை வரவேற்ற அவர், "என்ன வேண்டும்" என்று கேட்டார்.

“தங்கள் கல்லூரியில் டியூட்டர் வேலை போட்டுத் தரும்படி” கேட்டார் அண்ணா.

அண்ணாவின் திறனை அறிந்திருந்த ராஜா, அவரிடம் “எனக்கு உதவியாளனாக இருந்துவிடு மாதம் ரூ.120/- சம்பளம் தருகிறேன்” என்றார்.

ஒருவரின் கீழ் அடிமையாய் வேலை செய்ய விரும்பாத அண்ணா, ‘யோசித்து சொல்வதாக’ கூறிவிட்டு வந்தார்.

அண்ணாவை நீதிக்கட்சியில் இணைத்து, சமூக சேவையை தீவிரப்படுத்த வேண்டும் என்று இருவர் முனைந்தனர் ஒருவர் சன்டே அப்சர்வர் ஆங்கில இதழ் ஆசிரியர் பி.பாலசுப்பிரமணியம் மற்றொருவர் டி.ஏ.வி.நாதன் (இவர் ஜஸ்டிஸ் இதழின் பொருளாளர்).

நீதிக்கட்சி பிராமணர் அல்லாதவர்களின் குறிப்பாய் தமிழர்களின் முன்னேற்றத்திற்காக பாடுபட்டுக் கொண்டிருந்தது; அண்ணா சமூக மேம்பாட்டைப் பற்றி அங்கங்கு பேசிக் கொண்டிருந்தார்.

1935ஆம் ஆண்டு சென்னை ஒய்.எம்.சி.ஏ.வில் வார்தாக் கல்வி திட்டம் வேண்டுமா? வேண்டாமா? என்ற தலைப்பில் பட்டிமன்றம். மூதறிஞர் இராஜாஜி அவர்கள், பார்வையாளராக கலந்து கொண்டார். வேண்டும் என்ற தலைப்பில் பேசியவர்கள் நன்றாக பேசியதாக ராஜாஜி நினைத்தார்.

அண்ணா ‘வேண்டாம்’ என்ற தலைப்பில் பேசியதை கேட்ட ராஜாஜி திகைத்துவிட்டார்;

இப்படியும் ஆணித்தரமாக பேச முடியுமா? என்றாலும் அண்ணாவின் வாதத்திறமையை அவரால் பாராட்டாமல் இருக்க முடியவில்லை.

அண்ணாவின் அடுக்கு தமிழை, உவமை கொஞ்சும் தமிழை, ஆரவாரமில்லாத அழகு தமிழை கேட்க அவருக்கென்று ரசிகர் பட்டாளம் பெருகிக் கொண்டே இருந்தது.

அண்ணாவின் வாழ்க்கையில் திருப்புமுனை ஏற்படுத்திய மாநாடு.

1935ஆம் ஆண்டு திருப்பூரில் செங்குந்தர் மாநாடு நடைபெற்றது. அம்மாநாட்டில் சமூக சீர்திருத்தச் செம்மல் - புரட்சி நாயகர் தந்தை பெரியார் கலந்து கொண்டார்.

நீதிக்கட்சி பிரமுகரான பெரியாரை அண்ணா அறிந்திருந்தாலும் நெருக்கமாய் கண்டதில்லை. பெரியாரின் பேச்சும் எழுத்தும் தமிழகத்தின் எழுச்சி எரிமலைகள் என்பதை அண்ணா கணித்திருந்தார். தமிழகத்திற்கு தலைமை ஏற்கும் தகுதி படைத்தவர் தந்தை பெரியார் மட்டுமே என்பதில் அண்ணா உறுதியாக இருந்தார்.

அம்மாநாட்டில் அண்ணாவின் பேச்சைக் கேட்டு மகிழ்ந்தார் பெரியார். பெரியாரின் ஆணித்தரமான இயல்பான பேச்சை கேட்டு, தனக்கு ஏற்ற தலைவர் இவரே என்ற முடிவுக்கு வந்தார். தந்தை பெரியாரோ தனக்கு ஏற்ற சீடர் இவரே என்ற எண்ணத்தில் இருந்தார்.

அண்ணாவை அழைத்தார் பெரியார். அருகில் அடக்கமுடன் நின்றார் அண்ணா.

உன் அருமையான சீர்திருத்த கருத்துகளை, நான் என்ன பேச வேண்டும் என நினைத்தாயோ அதை பேசினாய். நீ என்ன படித்திருக்கிறாய்?

‘எம்.ஏ. படித்திருக்கிறேன்.’

‘வேலை தேடவில்லையா?’

‘எனக்கு வேலைக்கு செல்ல விருப்பமில்லை. பொது வாழ்வில் ஈடுபட விரும்புகிறேன்.’

‘உன்னைப் போன்றவர்கள் பொது வாழ்வில் ஈடுபாடு கொள்வதை வரவேற்கிறேன்’ என்றார் பெரியார்.

1936ஆம் ஆண்டு சென்னை நகர சபைக்குத் தேர்தல் வந்தது; அண்ணாவை நீதிக்கட்சிச் சார்பில் பெத்த நாயகன் பேட்டை தொகுதி கேப்டனாக போட்டி யிட வைத்தனர்.

எதிர்த்து போட்டியிட்டவர் காங்கிரஸ் கட்சி பிரமுகர் மா.பாலசுப்பிரமணியம். இவருக்கு ஆதரவாக தீரர் சத்தியமூர்த்தி, வி.சி.கோபால்ரத்தினம், திரு.வி.க. சீனிவாச ராவ் போன்றவர்கள் பிரசாரம் செய்தனர்.

தேர்தலில் அண்ணா தோல்வியே அடைந்தார்; அதற்காக அவர் வருந்தவில்லை.

இந்தி எதிர்ப்புப் போராட்டம் - அண்ணாவிற்கு சிறை :

தந்தை பெரியாரின் அழைப்பை ஏற்று ஈரோடு

| கிளாசிக் 25 | சிவரஞ்சன் (வ.இளங்கோ) |   |

சென்றார்; அங்கு அவர் 'விடுதலை' பத்திரிகையின் துணையாசிரியர் ஆனார்.

அப்பத்திரிகையில் அண்ணா எழுதிய தலையங்கங்களும், கட்டுரைகளும், கவிதைகளும் மக்கள் மத்தியில் பெரும் எழுச்சியை ஊட்டின.

பரதன் - வீரன் வாதங்களும், ஊரார் உரையாடல்களும் மக்கள் விரும்பி படித்தனர்.

விடுதலையில் அவர் எழுதிய ரிப்பன் கட்டடத்து சீமான்கள், ஓமன் கடற்கடையில், கல்கத்தா காய்ச்சல், போன்ற கட்டுரை பெரும் வரவேற்பை பெற்றன. எதிர்கட்சியினர்கூட அவரின் கட்டுரைகளை படித்து வியந்தனர்.

குறிப்பாக ரிப்பன் கட்டடத்து சீமான்கள்

கட்டுரையை தந்தை பெரியார் படித்துவிட்டு, மூன்றாவது மாடியில் இருக்கும் அண்ணாவை பாராட்ட,

“ஐயா... கட்டுரையை பாராட்ட தாங்கள் மாடி ஏறி வரலாமா?” என்று அண்ணா திடுக்கிட்டு கேட்டார்.

“பாராட்ட தோன்றியது, வந்துவிட்டேன். பாராட்ட தோன்றியவுடன் பாராட்டிவிட வேண்டும். இல்லையெனில் மனம் மாறிவிடும்” என்றார் பெரியார்.

1937 ஆம் ஆண்டு மூதறிஞர் இராஜாஜி தலைமையில் காங்கிரஸ் கட்சி சென்னை மாகாணத்தில் மந்திரி சபை அமைத்தது. இராஜாஜி முதல் மந்திரி.

அவர் இந்தியை கட்டாய பாடமாக்கும் திட்டத்தைக் கொண்டுவர, தந்தை பெரியார் கடும் எதிர்ப்பை தெரிவித்தார். தமிழறிஞர்கள் பொங்கி எழுந்தார்கள். மறைமலை அடிகள், திரு.வி.க., கி.ஆ.பெ.விசுவநாதன், சோமசுந்தர பாரதியார், ஈழத்து அடிகள் என தமிழறிஞர்கள் பெரியாருக்கு ஆதரவளித்தனர்.

அண்ணா இந்தியை எதிர்த்து கூட்டங்களில் முழங்கினார்.

‘இந்தி ஒழிக! தமிழ் வாழ்க’ என்று தமிழகமெங்கும் இக்கூக்குரல்கள் ஒலித்தன. பெருவாரியான இளைஞர்கள் இந்தி எதிர்ப்புப் போராட்டத்தில் குதித்தனர்.

“இந்தியை நீக்கும்வரை எங்கள் போராட்டம்

ஓயாது" என்று கர்ஜித்தார் பெரியார். அண்ணா ஓய்வின்றி இந்தி எதிர்ப்புப் பிரச்சாரம் செய்தார்.

அண்ணா காஞ்சியில் இந்தி எதிர்ப்பு மாநாடு நடத்தினார்; அதில் தெலுங்கர், கன்னடர், மலையாளிகள் கலந்து கொண்டனர்.

நாளுக்கு நாள் போராட்டம் வலுத்தது. ஏ.டி.பன்னீர் செல்வம், செட்டிநாட்டு அரசர் போன்ற பெரும் தலைவர்களும் போராட்டத்தில் கலந்து கொண்டனர்.

1938ஆம் ஆண்டு நீலாம்பிகை அம்மையார் தலைமையில் (மறைமலை அடிகளாரின் மகள்) 1200 பெண்கள் இந்தி எதிர்ப்புப் போராட்டத்தில் கலந்து கொள்ள அவர்களை கைது செய்தது அரசு.

இந்தி எதிர்ப்பு தளபதி தந்தை பெரியார் கைது செய்யப்பட்டார். தீவிரமாய் எதிர்ப்பு செயலில் ஈடுபட்ட அண்ணா 1938 செப்டம்பர் 26ஆம் தேதி முதன்முறையாக கைது செய்யப்பட்டு சிறை புகுந்தார்.

அண்ணா மகிழ்ந்தார். பெரியார் சிறையில் இருக்கும்போதே அவர் நீதிக் கட்சியின் தலைவராக நியமிக்கப்பட்டார்.

இந்தி எதிர்ப்புப் போரில் ஆயிரக்கணக்கான இளைஞர்கள் சிறையில் அடைக்கப்பட்டு, சித்ரவதை செய்யப்பட்டு துயரத்தை அடைந்தனர்.

இதில் 1939ஆம் ஆண்டு மார்ச் 12ஆம் தேதி சிறையிலேயே இறந்தார் தாளமுத்து நடராசன். இவர்

இறந்ததால் தமிழகம் முழுக்க இந்தி எதிர்ப்பு கொழுந்துவிட்டு எரிந்தது.

தமிழ்நாட்டின் நிலை வன்முறைக்கு தள்ளப் படுவதை விரும்பாத இராஜாஜி அரசு 1940ஆம் வருடம் பிப்ரவரி 21ஆம் தேதி இந்தி கட்டாய பாடம் இல்லை என்று ஆணைப் பிறப்பித்தது.

நீதிக்கட்சி (அண்ணாவால்) திராவிடர் கழகமானது :

தந்தை பெரியார், அண்ணா உட்பட பலர் விடுதலை ஆயினர். அண்ணா நீதிக்கட்சியின் பொதுச் செயலாளர் ஆனார். கட்சியின் கொள்கைகளை, சமூக மூடநம்பிக்கைகளை, ஜாதி, மதபேத அவலங்களை கூட்டங்கள் மூலமாகவும், பத்திரிகைகள் மூலமாகவும் தீவிரமாய் வெளிப்படுத்தி வந்தார்.

குறிப்பாக பெரியாரின் கடவுள் மறுப்பு கொள்கை களையும், அவரின் புரட்சிகரமான சிந்தனைகளையும் அண்ணா நாடு முழுக்க பரப்ப, பெரியாரின் புகழ் நாடெங்கும் பரவியது, உடன் அண்ணாவின் புகழும் பரவியது, அவரின் பேச்சைக் கேட்க, கூட்டம் கூட்டமாய் மக்கள் கூடினர். தமிழை இவருக்கு முன் இப்படி பேசவில்லையே என்று மகிழ்ச்சியோடு கேட்டனர். புதிய புதிய கருத்துகள், இந்திய பொருளா தாரம் உலகப் பொருளாதாரம், இதற்கு முன்பு பாடப்புத்தகங்களிலோ, வெளிகூட்டங்களிலோ கேட்டறியாத உலக தலைவர்கள், விஞ்ஞானிகள், முற்போக்கு சிந்தனையாளர்கள் பற்றியெல்லாம்

அள்ளி வழங்கி அறிவுப் பூர்வமான இளைஞர்களை உருவாக்கினார்.

பெரியார் மேற்கொண்ட பயணங்கள் அனைத்திலும் அண்ணாவும் உடன் சென்றார். வடமாநிலங்களிலும் சுற்றுப் பயணம் மேற்கொண்டபோது அண்ணாவும் உடன் சென்றார்.

காசியில் பெரியாரை பெரியசாமி என்றும், அண்ணாவை சின்னசாமி என்றும் வணங்கினர்.

வடமாநிலத் தலைவர்களை பெரியார் சந்தித்த போது, அண்ணா ஆங்கிலத்தை அழகான முறையில் மொழிப் பெயர்த்ததை கேட்டு, அத்தலைவர்கள் அண்ணாவைப் பாராட்டினர்.

காசியை தவிர டேராடூன், ஹரித்துவார் போன்ற நகரங்களுக்கும் தலைவரும், தொண்டரும் சென்றனர்.

1940ஆம் ஆண்டு ஆகஸ்டு மாதம் 24ஆம் தேதி திருச்சியில் நீதிக்கட்சி மாநாடு நடந்தது. பெரியார் தலைமை.

இந்தியால் தென்மாநில மொழிகளுக்கு பெரும் பாதிப்பு ஏற்படும் நிலை ஏற்படுவதால் திராவிட நாடு திராவிடருக்கே என்ற உரிமைக் குரலை மாநாடு எழுப்பியது.

நீதிக் கட்சியின் ஏடாக இருந்த விடுதலை பத்திரிகை அரசாங்கத்தின் வசம் சென்று விட்டதால் அண்ணா தனக்கென ஒரு பத்திரிகையை தொடங்க முடிவு செய்தார்.

1942ஆம் ஆண்டு மார்ச் ஏழாம் தேதி திராவிட

சிவரஞ்சன் (வ.இளங்கோ)

நாடு என்றொரு வார இதழை தொடங்கினார். இப் பத்திரிகையை தொடங்க திரு.டி.எஸ்.பொன்னப்பா, நடிப்பிசை புலவர் கே.ஆர்.ராமசாமி மற்றும் பலர் உதவி செய்தனர்.

எவருடைய கட்டுப்பாட்டுக்கும் உள்ளாகாமல் சுதந்திரமான, புரட்சிகரமான எண்ணங்களை வெளிப் படுத்த வேண்டும் என்ற எண்ணத்தோடு ஆரம்பிக் கப்பட்ட இதழ் அது.

அண்ணா பல்வேறு புனைப் பெயர்களில் எழுதிய கதை, கவிதை, கட்டுரைகள், குறிப்பாக தம்பிக்கு கடிதங்கள் தமிழின் பொக்கிஷங்கள். அவர் எழுதும் ஒவ்வொரு வரியும் படிப்பவர்களை ஈர்த்து சிந்திக்க தூண்டுபவைகளாக இருக்கும்.

பத்திரிகை உலகில் பெரும் புரட்சியை ஏற்படுத் தியது திராவிடநாடு. மேல்நாட்டு நிகழ்ச்சிகள், விஞ்ஞான மாற்றங்கள், பொருளாதார விவகாரங்கள், உலக அரசியல் நடவடிக்கைகள் என வாசகர்களுக்கு பெரும் கருத்து களஞ்சியமாக விளங்கியது அப் பத்திரிகை.

இப்பத்திரிகையை வாங்க வரும் நாளில் கடைமுன் பெரும் கூட்டம் நிற்குமாம்.

பார்வதி பி.ஏ., ரங்கூன் ராதா, குமாஸ்தாவின் பெண், கலிங்கராணி போன்ற சிறந்த நாவல்களை 'திராவிட நாடு' இதழில் தொடர்ந்து எழுதினார்.

மாணவர்கள் அரசியலுக்கு வரவேண்டும். அவர் களும் பொது வாழ்வில் பங்கேற்று சாதிக்க வேண்டும்

என்று அண்ணா விரும்பினார். அதற்காக கல்வியை தவிர்க்க வேண்டும் என்று சொல்லவில்லை. கல்விக்கு குந்தகம் விளைவிக்காமல் அரசியல் நடவடிக்கைகளில் ஈடுபட வேண்டும் என கருதினார் அண்ணா.

அதற்காக சில மாணவ நடவடிக்கைகளை உதாரணமாக முன் வைத்தார்.

மகாத்மா காந்தியடிகளின் ஒத்துழையாமை இயக்கத்தின் பெரும் தூண்களாக இருந்தவர்கள் மாணவர்களே.

இந்தோனேசியாவை குட்டிச் சுவராக்கிக் கொண்டிருந்த சுகர்னோவை பதவியிலிருந்து தூக்கி எறிந்தது மாணவர் இயக்கமே.

மாணவர்கள் நினைத்தால் நாட்டை உயர்ந்த நிலைக்கு கொண்டு செல்ல முடியும், எனவே மாணவர்கள் அரசியலுக்கு வரவேண்டும் என அறைகூவல் விடுத்தார். அவரின் அழைப்பை ஏற்று பல கல்லூரி மாணவர்கள் அண்ணாவின் பின் நின்றனர்.

அண்ணாவின் சொற்பொழிவை கேட்க பல கல்லூரிகள் வரிசை கட்டி அழைத்தன. அவருக்கு கம்பராமாயணத்தில், ஆபாச கருத்துகள் பல இருப்பதாக குற்றம் சாட்டி 'திராவிட நாடு' இதழில் 'பரதன்' என்ற பெயரில் தொடர்ந்து எழுதினார். அந்த தொகுப்பே 'கம்பரசம்'

அண்ணாவின் கருத்தை சில தமிழறிஞர்கள் எதிர்த்தனர். சொல்லின் செல்வர் ரா.பி.சேதுப்பிள்ளை, நாவலர் சோமசுந்தரபாரதியார் முக்கியமானவர்கள்.

இவர்களோடு கம்பராமாயணத்திற்கு எதிராக 4.2.1943-ல் நிகழ்த்தினார் சொற்போர். அண்ணா வாதங்களைக் கேட்டு தமிழறிஞர்கள் திகைத்தனர். கம்பராமாயணத்தை 'இப்படி' ஒரு கோணத்தில் பார்க்க முடியுமா? வியந்தனர்.

அந்த சொற்போரை நேரில் கேட்டவர்கள் இறக்கும் வரை நினைவில் சுமையாய் பதித்து வைத்திருப்பார்கள் என்பதில் ஐயமில்லை. தமிழறிஞர்களின் வாத கருத்துகள் அண்ணாவின் சொற்போர். இவை தீ பரவட்டும் என்ற தொகுப்பாக வெளி வந்துள்ளது.

அண்ணாவின் திறமைக்கோர் எடுத்துக்காட்டு நாடகம் 1943-ம் ஆண்டு பாவேந்தர் பாரதிதாசன் அவர்களின் தலைமையில் நடந்த முதல் நாடகம் 'சந்திரோதயம்'

முதல் நாடகமே புரட்சிக் கருத்துகளின் வடிவமாக இருந்தது. பகுத்தறிவு பிரச்சாரமாக அமைந்தது. நாட்டில் புரையோடிப் போயிருக்கும் 'மூடத்தனங்களை' புரட்டிப் போடுவதாக அமைந்திருந்தது. முற்போக்கு சிந்தனைகளின் ஒட்டு மொத்த அடையாளமாக இந்த நாடகம் அமைந்திருந்தது. புராண நாடகங்களையே பார்த்த மக்கள் 'சந்திரோதயத்தை' பார்த்து மகிழ்ந்ததோடு சிந்திக்கவும் செய்தனர்.

அண்ணா நாடகத்தை எழுதுவதோடு அல்லாமல் நடிக்கவும் செய்தார். அவரின் நடிப்புத்

திறனை 'அன்றைய நாடக' பிரம்மாக்களே பாராட்டி யிருக்கின்றனர்.

1944ஆம் ஆண்டு ஆகஸ்டு 19ஆம் தேதி சேலத்தில் நீதிக் கட்சியின் மாநாடு நடந்தது.

நீதிக் கட்சியின் முக்கிய தலைவர்கள் மற்றும் உறுப்பினர்கள் பெரும் பணக்காரரர்களாக இருந்தனர். எனவே அக்கட்சி வெள்ளையர்களுக்கு விசுவாசமான கட்சி என்று மக்கள் பேச ஆரம்பித்தனர். ஏழை எளிய

மக்களுக்கு உதவாத கட்சி என்றும் பேசி வந்தனர். இதை அண்ணா உணரவே செய்தார்.

அப்போது நீதிக்கட்சியின் தலைவராக இருந்த தந்தை பெரியாரை 'கட்சிக்குள் சில கருப்பு ஆடுகள்' கட்சியை விட்டு வெளியேற்ற வேண்டும் என்று விரும்பினர்; அவர்களின் சூழ்ச்சியை அண்ணா முறியடித்தார்.

இந்த நிலையில் நாடு சுதந்திர போராட்டத்தில் தீவிரமாய் செயலாற்றிக் கொண்டிருந்தது. மாநாட்டில் அண்ணா நான்கு முக்கிய தீர்மானங்களைக் கொண்டு வந்தார்.

1. ஆங்கிலேயர்களால் வழங்கப்பட்ட கௌரவப் பட்டங்களை திவான் பகதூர், ராவ் காகேட், ராவ் பகதூர், சர் போன்ற தேவையற்ற பட்டங்களை ஒதுக்கித் தள்ள வேண்டும்.

2. தங்கள் பெயர்களுக்கு பின்னால் செட்டியார், ஐயர், நாயக்கர், நாயுடு, முதலியார், பிள்ளை போன்ற 'ஜாதி' பெயர்களை இனிமேல் எவரும் பயன்படுத்தவே கூடாது.

3. வெள்ளையர்களால் கொடுக்கப்பட்ட கௌரவ மாஜிஸ்ட்ரேட் நிர்வாக தொடர்பான பதவிகள், உள்ளாட்சி மன்றத் தலைவர் பதவிகளை தூக்கி எறிந்துவிடவேண்டும்.

4. 'நீதிக்கட்சி' என்றால் பணக்காரர்களின் பகட்டான கட்சி என மக்கள் கருதுகிறார்கள். இது ஏழை எளிய மக்களை முன்னேற்ற விரும்பும் கட்சி என்பதை அவர்கள் உணர வேண்டும். திராவிடர்களான நாம் இனி இக்கட்சியை திராவிடர் கழகம் என்றே அழைக்கவேண்டும்.

அண்ணாவின் இந்த நான்கு தீர்மானங்களை

தந்தை பெரியார் வரவேற்றார். பெரும்பாலானவர்களை இத்தீர்மானங்கள் கவர்ந்ததால் அவைகளை வரவேற்றனர். இத்தீர்மானங்களுக்கு அண்ணாவின் தீர்மானம் என்றே பெரியார் அறிவித்தார்.

இத்தீர்மானங்களை ஏற்று செயல்முறைக்கு கொண்டு வரவேண்டும் என்று பெரியார் அறிவித்தார்; சிலர் தங்கள் பட்டங்களை, பெயரோடு ஒட்டிக் கிடக்கும் மரியாதை கொடுக்கும் ஜாதி பெயர்களை எப்படி தவிர்த்துவிட்டு கௌரவமாய் உலாவ முடியும் என யோசித்தனர். மெல்ல கட்சியை விட்டு விலகினர்.

கட்சியை விட்டு விலகியவர்களை சந்தர்ப்பவாதிகள் என்று பெரியார் கூறினார்.

அண்ணா திராவிடர் கழகத்தை நாடு முழுக்க பரப்ப பல்வேறு இயக்க தொண்டர்களை உருவாக்கினார். அண்ணாவின் எழுச்சிமிகு சொற்பொழிவை கேட்டும், எழுத்துக்களை படித்தும், தேனை மொய்க்கும் வண்டுகள் போல் இளைஞர் கூட்டம், குறிப்பாக மாணவர் சமுதாயம் அவரை நோக்கி வந்தனர்.

அண்ணாவின் வார்த்தைகளை கேட்க மட்டுமல்ல, அவரின் ஆணைக்கு கட்டுப்படும் பெரும் கூட்டம் அவரை பின் தொடர்ந்தது.

ஏழை எளிய மக்களின் முன்னேற்றத்திற்காகவும், சமூகத்தில் புரையோடி கிடக்கும் மூட நம்பிக்கையை, மண் மூடி போகச் செய்யவும், ஜாதி மத பேதங்களை ஒழிக்கவும், சேரி, காலனி என ஒதுக்கப்பட்ட மக்கள் கல்வி அறிவு பெற்று மேம்பாடு அடையவும், எல்லா

மக்களும் சமவாய்ப்பு பெறவும். கழகம் பாடுபட தன் தொடர் படையோடு கிளம்பினார் அண்ணா.

மக்கள் நல்வாழ்வுக்காக, கதைகள், கவிதைகள், நாவல்கள், நாடகங்கள், திரைப்படங்கள் என சகல உத்திகளையும் பயன்படுத்தினார். வெற்றியும் பெற்றார்.

உதயமானது திராவிட முன்னேற்ற கழகம் :

அண்ணாவின் பின்னால் இளைஞர் பட்டாளம் குவிந்தது. நாவலர் நெடுஞ்செழியன், கே.ஏ. மதியழகன், (கலைஞர்) மு.கருணாநிதி, க.அன்பழகன், செழியன் இன்னும் லட்சக்கணக்கானவர்கள் அவரின் சுண்டு விரல் அசைவுக்கு எதையும் செய்ய காத்திருந்தனர்.

ஆனால் அண்ணாவோ தந்தை பெரியாரின் கண்ணசைவுக்கு காத்திருந்தார்.

இந்த இருவரால் நாடே குட்டிசுவராகிறது என்று ஒரு குள்ள நரி கூட்டம் ஊளையிட்டது. அவர்களை பிரிக்கவும் திட்டமிட்டது.

பெரியாரிடம் சென்று அண்ணாவை குறை சொல்வதும், அண்ணாவிடம் சென்று பெரியாரை குறை சொல்வதுமாக ஒரு கூட்டம் அலைந்தது.

ஆனால் ஒருவரை ஒருவர் நன்கு புரிந்து கொண் டிருந்ததால் பிளவு சக்திகளை பற்றி கவலைப் படவில்லை.

1946ஆம் ஆண்டு மீண்டும் அரசு இந்தியை திணித்தது. திராவிடர் கழகம் 'பெரியார் தலைமையில்' பெரும் எதிர்ப்பு போராட்டத்தை முன்

கிளாசிக் — சிவரஞ்சன் (வ.இளங்கோ)

வைத்தது.

அண்ணாவின் தலைமையில் திராவிட கழகத்தவர்கள் இந்தியை எதிர்த்து தமிழக பள்ளிகளின் முன்னர் மறியல் செய்தனர்.

தமிழ் வாழ்க! இந்தி ஒழிக! என்ற கூச்சல் டில்லியை எட்ட மீண்டும் இந்தி நீக்கப்பட்டது.

பெரியார் திராவிட கழகத்தவர்கள் கருஞ்சட்டையை அணிய வேண்டும் என்று கூற, தலைவர்கள் முதல் தொண்டர்கள் வரை கருஞ்சட்டை அணிந்தனர்.

பெரியார் தலைமையில் கருஞ்சட்டை படை மாநாடு மதுரையில் நடந்தது; அண்ணா முதல் நாள் மாநாட்டில் பேசினார்.

கருஞ்சட்டை தொண்டர் கூட்டத்தை கண்ட எதிர்க்கட்சியினருக்கு கோபம் கொப்பளித்தது.

இரண்டாம் நாள் எதிரி கும்பல் மாநாட்டு கொட்டகையை எரித்தது; தொண்டர்களை அடித்து துரத்தியது. தமிழகம் முழுக்க கருஞ்சட்டையினரை எதிர்க்கட்சியினர் அடித்தனர்.

கருஞ்சட்டை படையினர் நாட்டை சீர் குலைக்கின்றனர். எனவே அரசு அதை தடை செய்தது.

பெரியார் பொங்கி எழுந்தார். கருஞ்சட்டை படையை தடை செய்வது அரசின் அராஜகம் என்றார். தடையை எதிர்த்து சென்னை மெமோரியல் மண்டபத்தில் மாபெரும் கூட்டம் நடந்தது. பெரியாரும் அண்ணாவும் கருஞ்சட்டை அணிந்து

அரசை எதிர்த்து முழக்கமிட்டனர்.

நாடு முழுக்க கருஞ்சட்டை படைகளை அரசால் ஒன்றும் செய்ய முடியவில்லை.

1947ஆம் ஆண்டு ஆகஸ்டு 15ஆம் தேதி இந்தியா சுதந்திரம் அடைந்தது. இதை பெரியார் துக்க நாளாக சொல்ல, அண்ணா இன்ப நாளாகக் கூறினார். பல்லாண்டு காலம் பாடுபட்டு பெற்ற சுதந்திரத்தை நாம் கொண்டாட வேண்டும், நமது நாட்டில் நமது மக்கள் ஆண்டால்தான் நமக்கான உரிமையை கேட்டு பெற முடியும் என்றார்.

அண்ணாவின் மாற்று சிந்தனை பெரியாரை சற்று அசைக்கவே செய்தது.

அடுத்து பாவேந்தர் பாரதிதாசனுக்கு 29.7.1946-ல் நாவலர் சோமசுந்தர பாரதியார் தலைமையில் ரூ.25,000/- ரூபாய் பணமுடிப்பை வழங்கினார் அண்ணா.

இதை பெரியார் விரும்பவில்லை, இரண்டு பாடல்கள் கற்பனையில் எழுதிவிட்டால் அவர் கவிஞரா? அவருக்கொரு விழா? பணமுடிப்பா? என்று கோபப்பட்டார்.

அதைப் பற்றி அண்ணா கவலைப்படவில்லை.

தனது தலைவரின் கொள்கைகளை எழுத்தாலும், பேச்சாலும் முழங்கிவந்தார் அண்ணா.

23,24.10.1948-ல் திராவிடர் கழக மாநாடு நடைபெற்றது.

அதில் கலந்து கொண்ட அண்ணா, பெரியாரின்

| கிளாசிக் 39 | சிவரஞ்சன் (வ.இளங்கோ) |  |  |

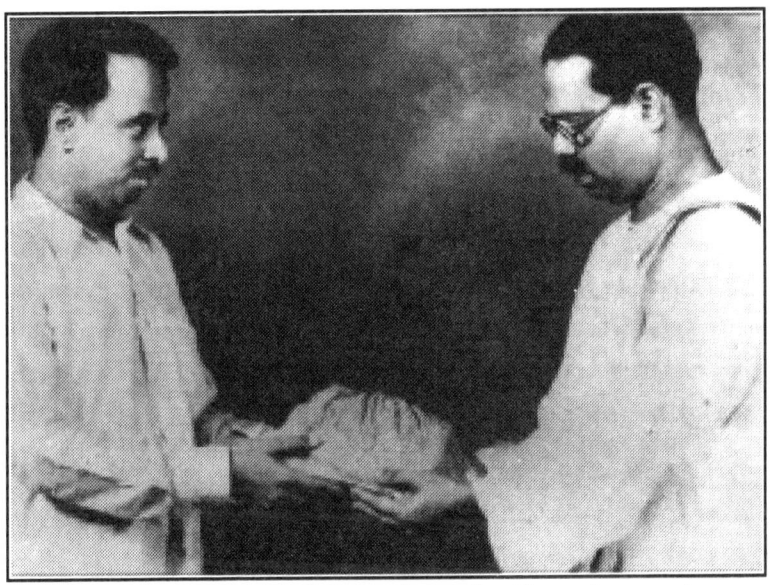

சாதனைகளைப்பற்றி வியந்து பேசினார். அண்ணா மேல் கொண்ட கோபத்தை மறந்த பெரியார், "வயதான தன் பெறுப்பை மகனிடம் ஒப்படைத்து விடுவதுதான் நியாயம். எனவே கழகத்தின் பெட்டிச் சாவியை நான் அண்ணாவிடம் கொடுத்து விடுகிறேன்" என்றார்.

பெரியாரிடமிருந்து நிரந்தர பிரிவை கொடுக்க போகும் நிகழ்வு நடக்க காத்திருந்தது. இதுதான் காலத்தின் கோலம்.

1938ஆம் ஆண்டு பெரியாரின் முதல் மனைவி நாகம்மையார் மறைவுக்கு பிறகு, அவருக்கு பணி விடைகள் செய்ய எவரும் இல்லாத நிலை. கழக தொண்டர்கள்தான் அவருக்கு தேவையானதை செய்து வந்தார்கள். பெரியாருக்கு அப்போது வயது

64. அவருக்கு உதவியாளராக வேலூர் கனகசபை முதலியாரின் மகள் மணியம்மை 1943-ல் தந்தை பெரியாரிடம் வந்து சேர்ந்தார்.

இவரின் அன்றாடப்பணிகள் பெரியாருக்கு உணவு தயாரித்தல், நேரத்தோடு உண்ண வைத்தல், உடை மாற்றுதல், வீட்டுக் கணக்கு பார்த்தல், குடியரசு பதிப்பக வெளியீட்டு நூல்களை, அவர் கலந்து கொள்ளும் கூட்டங்களில் விற்பனை செய்தல். இவைகளை அமைதியான முறையில் செய்து வந்தார் மணியம்மை.

அண்ணா உட்பட கழகத் தொண்டர்களை அன்புடன் கவனித்து வந்தார். தொண்டர்களும் தலைவரின் உதவியாளர் என்பதால் அவரை மதிப்புடன் பார்த்து வந்தனர்.

அண்ணாவின் வேலைக்காரி (1944), ஓர் இரவு (1944), சந்திரமோகன், சிவாஜி கண்ட இந்து சாம்ராஜ்யம் (1945) போன்ற சிறந்த நாடகங்களும், பார்வதி பி.ஏ. (1945), தசாவதாரம் (1945), ரங்கோன் ராதா (1947) போன்ற நாவல்களும் வெளிவந்து இளைஞர்களின் சிந்தனைகளை கிளறிக்கொண்டிருந்தன.

திராவிட நாடு மட்டுமின்றி காஞ்சி என்ற இதழையும் துவக்கினார் அண்ணா. படைப்புகள் மூலமும் சொற்பொழிவுகள் மூலமும் நாடு முழுக்க திராவிட கழக கொள்கைகளை பரப்பிக் கொண்டிருந்தார் ஓய்வின்றி. ஜாதி, மத, பேதங்களை ஒழிப்பதோடு, பெண் கல்வி, மிகவும் தாழ்த்தப்பட்ட மக்களின் கல்வி, விதவை திருமண மறுப்பு போன்ற

கிளாசிக்	சிவரஞ்சன்
41	(வ.இளங்கோ)

வற்றுக்கும் குரல் கொடுத்து வந்தார்.

பல்வேறு கட்சிகளிலிருந்தும் அண்ணாவின் பேச்சைகேட்டு, அவரின் தொண்டர்களாகதிரண்டனர்.

தமிழ் சமூக மாற்றத்திற்கு அண்ணாவின் வழியே சிறந்த மாற்று வழி என அவர்கள் நினைத்து அவரிடம் சேர்ந்தனர். குறிப்பாக அவர் தொண்டர்களை பாசத்துடன், கனிவுடன் நேசித்தார். 'தம்பீ' என்றுதான் அன்புடன் அழைப்பார். ஒவ்வொரு தொண்டனையும் குடும்பத்தில் ஒருவராக அண்ணா பார்த்ததால் அவரை நோக்கி இளைஞர் கூட்டம் மொய்த்தவண்ணம் இருந்தது.

1949 ஆம் ஆண்டு மே, 14ஆம் தேதி அப்போதைய கவர்னர் ஜெனரலும், பெரியாரின் சிறந்த நண்பரு மான ராஜகோபாலாச்சாரியாரை திருவண்ணாமலை யில் மணியம்மையுடன் சந்தித்தார் பெரியார்.

கிட்டதட்ட ஒருமணி நேரம் இந்த பேச்சு நீடித்தது.

இருவரும் நீண்ட கால நண்பர்கள் என்றாலும் கொள்கை அடிப்படையில் எதிரிகள். பின் எதற்காகநீண்ட நேரபேச்சு.கழகதொண்டர்கள் முணு முணுத்தனர்

அதே மே 18ஆம் தேதி கோவையில் முத்தமிழ் மாநாடு, தலைமை தி.பொ.வேதாசலம், மூவலூர் ராமாமிருதம்மையார் கொடியேற்றல். அண்ணா சிறப்புரை, அம்மாநாட்டிற்கு சிறப்பு விருந்தினராக கலந்து கொண்டவர்களில் ஒருவர் கழகத்தின்மேல்

அன்புகொண்டவரும், கண்டுபிடிப்புகளின் நாயகருமான ஜி.டி.நாயுடு ஆவார். பெரியாரின் நெருங்கிய நண்பருமாவார்.

அவர் அந்த மேடையில், "தாங்கள் திருவண்ணாமலையில் இராஜாஜி அவர்களோடு ஒரு மணி நேரத்திற்கு மேல் என்ன பேசினீர்கள் என்பதை மாநாட்டில் சொல்லவேண்டும்" என்று கேட்டார்.

'அது என்னுடைய சொந்த விசயம், கழகத்திற்கும், அதற்கும் எந்தவித சம்பந்தமும் இல்லை' என்று பெரியார் கடின குரலில் கூறினார்.

அவரின் பதில் கழகத் தொண்டர்களை மிகவும் பாதித்தது. தொண்டர்களை மட்டுமின்றி அண்ணா உட்பட உயர்மட்ட தலைவர்களையும் வேதனையடைய வைத்தது.

திறந்த புத்தகமாக வாழ்ந்து வந்த பெரியார், இப்போது மூடிய இதயமாக இருப்பதை அறிந்து கலக்கமடைந்தனர். அமைதியான முறையில் மாநாட்டை முடித்தார் அண்ணா.

பெரியார் 'விடுதலை' பத்திரிகையில் 19.6.1949-ல் ஒரு அறிக்கையை வெளியிட்டார்.

"நமது கழகத்தில் எனக்கு நம்பிக்கையான ஒருவரும் இல்லை. அப்படி யாராவது இருக்கிறார் என்று உங்களால் சுட்டிக்காட்ட முடியுமா?

நிச்சயமாக முடியாது. நம் இயக்கத்தில் பொறுப்பாக செயல்பட்டு தொண்டு புரியவும், முழு நேரமும் கழகத்திற்காக தன்னை ஒப்படைத்துக் கொள்ளும்

தகுதி பெற்றவர் ஒருவரும் இல்லை.

கட்சியின் ஆதரவாளர்கள் அநேகர் இருக்கலாம் அதில் சந்தேகமில்லை. ஆனால் திராவிட மக்கள் பெரிதும் மதித்து பாராட்டக்கூடிய பின்பற்றக் கூடிய உள்ளங்கள் எதுவும் இல்லை.

இவ்வாறு அறிக்கையில் கண்டிருந்ததை படித்து அண்ணா உள்பட தொண்டர்கள் அதிர்ச்சி அடைந்தனர். தந்தையை போல போற்றிய பெரியாரின் வார்த்தைகளா இவைகள்! சுடுசொற்கள். கழகத்தவரால் பெரியாரின் அறிக்கையை நம்பவே முடியவில்லை. எதிர்க்கட்சியினருக்கும் அதிர்ச்சியாக இருந்தது.

1935 முதல் இன்றுவரை ஒரே தலைவனுக்காக 14 வருடங்கள் உண்மையாய் உழைத்தேனே அது பொய்யா? மிரண்டார் அண்ணா. என்றாலும் அவர் மேல் கோபப்படவில்லை.

பெரியார் மேல் கோபப்படாதீர்கள் என்று தன்மேல் விசுவாசம் கொண்ட தொண்டர்களை அமைதிப்படுத்தினார் அண்ணா.

மீண்டும் பெரியாரிடமிருந்து அணுகுண்டு அறிக்கை வந்தது, தேதி 28.6.1949.

எனக்கும், என் சொத்துக்கும் சட்ட ரீதியான வாரிசாக ஒருவரை ஏற்படுத்திக் கொள்ள வேண்டியது அவசியம் என்று உணர்கிறேன். எனவே நாம் ஐந்தாறு வருடங்களாக பழகி நம்பிக்கை கொண்ட என் நலத்திலும், கழகத்தின் நலத்திலும் அக்கறை

கொண்ட ஒரு ஆத்மாவாக மணியம்மையைப் பார்க்கிறேன்.

அவரையே என் வாரிசாக்கி ஒரு டிரஸ்ட் பத்திரம் எழுதி வைக்க ஏற்பாடு செய்திருக்கிறேன்.

இந்த அறிக்கையைப் படித்ததும் கழகத் தொண்டர்கள் மனம் கலங்கிப்போனார்கள்.

'நீதிக் கட்சி' காலத்திலிருந்தே பெரியாரின் அபிமான தொண்டர்களாய் இருந்தவர்கள் அவரின் அறிக்கையை கண்டு கொதித்துப் போனார்கள்.

மேலும் ஒரு செய்தியைக் கேட்டு தொண்டர்கள் எரிமலையானார்கள். அண்ணா தனக்குள் குமுறினார்? பெரியாரா இப்படி செய்வார்?

பெரியார் மணியம்மையை திருமணம் செய்து கொள்ளப் போகிறார். அதற்காக திருமணப் பதிவாளர் அலுவலகத்தில் மனு செய்யப்பட்டிருக்கிறது என தமிழக பத்திரிகைகளில் சூடான செய்திகள் பறந்தன.

அப்போது பெரியாரின் வயது 71. மணியம்மைக்கு வயது 26. சுமார் 45 வயது வித்தியாசம்! பொருந்-தா மணம், இத்தகைய திருமணங்களை கண்டித்த பெரியாரே, இத்தகைய பெருந்தவறை செய்யலாமா?

தனது திருமணம் பற்றி தன் அண்ணன் ஈ.வே.கிருஷ்ணசாமியிடமோ, அண்ணன் மகன் ஈ.வே.கி.சம்பத்திடமோ, அவரோடு பல்லாண்டு காலம் பழகிய முத்தையா செட்டியார், முத்தையா முதலியா ரிடமோ பெரியார் மூச்சுவிடவில்லை.

அவரின் அந்தரங்க உதவியாளர் என்.விநடராசனுக்கோ,

பெரியாரையே தன் உயிராய் மதித்த குத்தூசி குரு சாமியிடமோ ஒரு வார்த்தை சொல்லவில்லை.

பெரியாரே தன் சகலமும் என வாழ்ந்த அண்ணா விடமும் இதை பற்றி பேசவில்லை.

பல்லாண்டுகளுக்கு முன் பொருந்தா திருமணம் பற்றி பெரியார் எழுதிய கட்டுரையை வெளியிட சிலர் அண்ணாவிடம் கேட்டபோது, "பெரியார் மனதை புண்படுத்தலாமா?" என்று அவர்களை அமைதிப்படுத் தினார் என்றால் அவரின் கண்ணியமான மனதை என்னவென்று சொல்லி பாராட்டுவது?

பெரியாரின் அடாத செயலை தடுப்பதற்காக உடனடியாக முக்கிய உறுப்பினர்கள் ஒன்று கூடினர்.

அண்ணா, ஈ.வெ.கி.சம்பத், என்.வி.நடராஜன், குத்தூசி குருசாமி, குடந்தை கே.கே.நீலமேகம் உட்பட நிறைய பேர் ஒன்று கூடினர்.

இவர்களில் குத்தூசி குருசாமி, என்.வி.நடராசன், நீலமேகம் மூவரும் பெரியாரை சந்தித்து திருமணத்தை நிறுத்தும்படி கேட்டுக் கொண்டனர்.

அவரோ தன் நிலையிலிருந்து மாறுவதாக இல்லை.

இரண்டாவது குழு போனது. அதில் சி.வி.ராசன், டி.எம்.பார்த்தசாரதி, காஞ்சி மணிமொழியார், கே.எம்.கண்ணபிரான் என நால்வர் இருந்தனர் அண்ணா இந்த குழுவை அனுப்பினார்.

பெரியார் தன் திருமண விஷயத்திலிருந்து மாறவில்லை.

'அண்ணா'விற்கு என்ன செய்வதென்றே புரிய வில்லை. ஏன் பெரியார் திருமணத்தில் இத்தனை வைராக்கியமாக இருக்கிறார்?

திராவிடர் கழகத்தின் மத்திய நிர்வாகக் குழு 9.7.1949 ஞாயிறன்று கூடியது.

தாங்கள் நினைத்தபடி திருமணம் செய்து கொண்டால் நாங்கள் அனைவரும் கழகத்தை விட்டு நீங்கிவிடுவோம் என்று 32 பேர் கையெழுத்திட்ட கடிதம் பெரியாருக்கு அனுப்பப்பட்டது.

பெரியார் அதைக் கண்டுகொள்ளவில்லை.

அதே நாளில் பெரியார் 3.30 மணிக்கு மணியம்மையாரை திருமணம் செய்து கொண்டார். பத்திரிகைகள் இதை பரபரப்பான செய்தியாக வெளியிட்டன.

அண்ணா உட்பட அனைவருக்கும் இந்த திருமணம் திகிலானது. பெரியாரின் திருமணம் முடிந்தது. இனி என்ன செய்வது?

பெரியார் தன் திருமணம் பற்றி ஒரு அறிக்கை வெளியிட்டார். அதில் அவர் குறிப்பிட்டதாவது:

"மணியம்மை ஏதோ சின்னப் பெண் அல்ல 31 வயது பெண். திருமணத்தை வெறுத்து கழகத் தொண்டாற்றியவர். அவருக்கு 14 வயதில் திருமணம் நடந்திருக்கக்கூடும் என்றால் இன்னேரம் பேரக் குழந்தைகள் இருந்திருக்கலாம்.

மணியம்மைக்கு இதுநாள்வரை திருமணத்தில் விருப்பமில்லை என்பதால் அவர் தந்தையார்

திருமணம் செய்யாமல் வைத்திருந்தார். எனவே இந்த திருமணம் பொருத்தமற்றதோ அல்லது மணியம்மையை ஏமாற்றும் திருமணமோ அல்ல. மணியம்மை உள்பட யாருக்கும் எந்தவிதமான நிர்ப்பந்தமோ, கஷ்டமோ, துன்பமோ தரப்பட்ட திருமணம் அல்ல.

இதை படித்ததும் பெரியார் இனி தன்னை மாற்றிக் கொள்ள மாட்டார் என்பதை அண்ணா உணர்ந்தார்.

திராவிடநாடு இதழில் நெடுஞ்செழியன் 'கண்டனக் கணைகள்' என்று திராவிடர் கழகத்திலிருந்து விலகியவர்களின் பெயர் போடுவதை அறிந்த அண்ணா பதறி,

"நாம் அய்யாவை கண்டிக்கும் அளவுக்கு வளர்ந்துவிடவில்லை...இந்த தலைப்பு வேண்டாம்" 'கண்ணீர் துளிகள்' என்று மாற்றி போடச் சொன்னார்.

13.7.1949-ல் பெரியார் விடுதலை இதழில் ஒரு அறிக்கை வெளியிட்டார்.

சமீப காலமாக என் உயிருக்கு ஆபத்து ஏற்பட்டிருக்கிறது; என் உடனே இருந்தவர்கள் தற்போது துரோகிகளானவர்கள், எனக்கு அச்சம் தருகிறார்கள். நேற்று வந்து இன்று பேச்சாளி, எழுத்தாளி ஆனவர்கள் எனக்கு எதிராக சதிசெய்கிறார்கள். என் வீட்டு பிள்ளையானவனும் எதிரிகளின் கையாளாகி மகாசூரனாகிவிட்டான்.

எதிரிகள் என்னை கொலை செய்ய திட்ட மிட்டிருக்கிறார்கள்.

பெரியார் சதிசெய்யும் பேச்சாளி, எழுத்தாளி என்றது தன்னைத்தான் என்று அண்ணாவும், என் வீட்டுப் பிள்ளையாண்டான் என்றது தன்னைத்தான் என்று ஈ.வி.கே.சம்பத்தும் புரிந்து கொண்டு இருவரும் தனித்தனியே பெரியார் மீது வழக்கு தொடர்ந்தார்கள்.

இரு வழக்கிலிருந்தும் பெரியார் மீண்டார். நான் யாரையும் குறிப்பிட்டு சொல்லவில்லை. பொது வாகத்தான் எழுதினேன் என்றார்.

பெரியார் மீது வழக்கு போட்டதற்காக அண்ணா மனவேதனை அடைந்தார். தான் இனி அரசியலில் ஈடுபட போவதில்லை. எழுதியும் பேசியும் பிழைக்க போகிறேன் என்றார்.

காஞ்சிக்கு சென்ற அண்ணா மாஜி கடவுள்கள் என்ற கட்டுரை தொடர் எழுத ஆரம்பித்து விட்டார்.

அண்ணா காஞ்சிக்கு சென்றதால் கழகத் தொண்டர்களுக்கு மேற்கொண்டு என்ன செய்வது என்று புரியவில்லை.

அண்ணாவை தங்கள் கட்சிக்கு இழுக்க சில கட்சிக்காரர்கள் முயற்சி செய்தார்கள்.

ஆனால் அவரோ தனக்கு ஒரே தலைவர் தந்தை பெரியார் மட்டுமே என்பதில் உறுதியாய் இருந்தார்.

அண்ணா தமிழக முன்னேற்றத்திற்காக தனி கட்சி ஆரம்பிக்க வேண்டும் என்று தொடர்ந்து வலியுறுத்திக் கொண்டே இருந்தார்கள், அவரின் பின்னால் வந்த முக்கிய உறுப்பினர்கள்.

| கிளாசிக் | சிவரஞ்சன் |  |  |
| 49 | (வ.இளங்கோ) | | |

வீழ்ந்து கிடக்கும், தாழ்ந்து கிடக்கும் தமிழ-கத்தை தூக்கி நிறுத்த புதிய கட்சி வேண்டும் என்றார்கள் பலர்.

கல்வியால், ஜாதியால், மதத்தால், பல நூறு மூடநம்பிக்கைகளால், பெண்ணடிமைதனத்தால் தமிழகம் துவண்டு கிடக்கிறது. இதையெல்லாம் சீர்படுத்த ஒரு நல்ல தலைவனை எதிர்நோக்கி காத்திருக்கிறது. அந்த ஒப்பற்ற நேர்மையான உண்மையான தலைவர் அண்ணா மட்டுமே என்று மக்கள் பேசலாயினர்.

இதையெல்லாம் உணர்ந்த அண்ணா 30.7.1949-ல் சென்னை வந்தார்.

கழக முன்னணி வீரர்களின் கூட்டத்தை கூட்டினார்.

எனக்கு ஒரே தலைவர் தந்தை பெரியார் மட்டுமே. ஏன் நமக்கு... அவரை எதிர்த்து புதிய கட்சி துவக்க

| சிவரஞ்சன் | கிளாசிக் |
| (வ.இளங்கோ) | 50 |

எனக்கு விருப்பமே இல்லை. எனினும் காலச் சூழல் புதிய கட்சியை துவக்க வேண்டியது அவசியமாகி விட்டது என்றார்.

10.8.1949-ல் கட்சிக்காக மாலை மணி என்ற தின இதழ் துவக்கப்பட்டது. இதன் ஆசிரியர் அண்ணா; பொறுப்பாசிரியர் நாவலர் நெடுஞ்செழியன்; பொறுப்பாளர் டி.எம்.பார்த்தசாரதி.

'கண்ணீர் துளிகளின்' பட்டியல் மாலைமணியில் தொடர்ந்தது.

அண்ணா புதிய கட்சியை ஆரம்பிக்க போகிறார். புதிய எழுச்சி தமிழகத்தில் உருவாகப் போகிறது என்று மக்கள் மகிழ்ச்சியாயினர்.

அண்ணாவை நோக்கி கூட்டம் கூட்டமாய் படையெடுத்தனர் இளைஞர்கள்.

தனது கழக முன்னணியினர்களை கொண்டு மத்திய நிர்வாகக் கமிட்டி கூட்டம் கே.கே.நீலமேகம் அவர்கள் தலைமையில் கூடியது.

புதிய கழகத்திற்கு திராவிட முன்னேற்றக் கழகம் என பெயர் வைக்கப்பட்டது. இது தனி தமிழகம் என்றாலும் பெரியாரின் கொள்கைகளை முன்னெடுத்து செல்வதே இதன் பணி என்றார் அண்ணா.

அறிஞர் அண்ணா பொதுச் செயலாளராக தேர்ந்தெடுக்கப்பட்டார். அப்போது அவரின் வயது 40.

கலைஞர் மு.கருணாநிதி, என்.வி.நடராசன்,

கிளாசிக்	சிவரஞ்சன்
51	(வ.இளங்கோ)

பாவேந்தர் பாரதிதாசன், ஈ.வி.கே.சம்பத், நாவலர் நெடுஞ்செழியன் உள்பட 111 உறுப்பினர்கள் கொண்ட பொதுக்குழு உருவானது.

கே.கே.நீலமேகம், மதுரை முத்து, கே.கோவிந்த சாமி, எம்.நடேசன், எம்.கிட்டப்பா உட்பட பதினோரு பேர் கொண்ட ஓர் அமைப்பு குழுவும் உருவானது.

மு.கருணாநிதி, நாவலர் நெடுஞ்செழியன், சி.பி.சிற்றரசு, கே.ஏ.மதியழகன், ஏ.வி.பி.ஆசைத்தம்பி, சத்தியவாணி முத்து, எம்.எஸ்.மணி, முருகு சுப்பிர மணியம், டி.கே.சீனிவாசன் உள்பட முப்பதுபேர் கொண்ட பிரச்சார குழுவும் உருவானது.

தந்தை பெரியாரின் பிறந்த நாளான செப்டம்பர் 17ஆம் தேதி 1949-ல் சென்னை ராயபுரம் ராபின்சன் பூங்காவில் தி.மு.கழகத்தின் துவக்க விழா நடந்தது. பெரும் அரசியல் மாற்றத்தை இந்தியாவில் உருவாக்கிய, புதிய கட்சி துவங்கியது. பெத்தாம்பாளையம் தலைமை வகித்தார்.

வானம் கருநீலத்திலிருந்தது... மழை மேகம் அங்குமிங்கும் அலைந்தது...

சுமார் ஒரு லட்சம் மக்கள் புதிய கட்சி துவக்க விழாவை காண கூடினர் (இதற்குமுன் இவ்வளவு பெரிய கூட்டத்தை அந்த பூங்கா இன்றுவரை கண்டதில்லை) அறிஞர் அண்ணா புதிய கழகத்தை துவக்கி உரையாற்ற துவங்கியபோது 'மழை' கொட்ட ஆரம்பித்தது. மக்கள் மழைக்குப் பயந்து அசைய வில்லை (அண்ணா ஒன்றரை மணி நேரம் பேசினார்).

வானம் பொழிகிறது; அடாத மழை... மாபெரும் மக்கள் கூட்டம்... தாய்மார்கள் தவிக்கிறார்கள். மழையில் நனைந்தபடி நிற்கிறார்கள்.

இந்த சங்கடமான நிலையை சமாளிக்க வேண்டி இருக்கிறது; கழகத்தில் ஏற்பட்ட சங்கடமான நிலைமையையும் சரி செய்தோம்! திராவிட முன்னேற்றக் கழகம் தோன்றியது. எதற்காக இந்த அமைப்பு காணப்பட்டது. எதற்காக திராவிட முன்னேற்றக் கழகம் துவக்கப்பட்டது என்பதை விளக்கும் கூட்டமே இது.

இது திராவிடர் கழகத்திற்கு போட்டியானதல்ல. திராவிடர் கழகத்தின் அடிப்படைக் கொள்கையின் மீதுதான் தி.மு.க. அமைக்கப்பட்டுள்ளது.

திராவிடர் கழகம், தி.மு.கழகம் இரண்டும் வேறு வேறு அல்ல. இவை இரண்டும் இரட்டைக் குழல் துப்பாக்கிகள்.

சமுதாயத் துறையிலே சீர்திருத்தம், பொருளா-தாரத் துறையிலே சமதர்மக் குறிக்கோள், அரசியலில் வடநாட்டு ஏகாதிபத்தியத்திலிருந்து விடுதலை கொள்கைகள்தான் திராவிட முன்னேற்றக் கழகத்தின் கோட்பாடுகளாகும்.

இத்தனை ஆண்டுகளிலும் நான் அறிந்த தலைவர் நான் பார்த்த தலைவர், என்னால் ஏற்றுக் கொண்ட தலைவர் பெரியார் ஒருவர்தான்! வேறு ஒரு தலை வரின் தலைமையில் நான் வேலை செய்தது கிடையாது. செய்யவும் மனம் வந்ததில்லை. இனி வரப்போவதும் இல்லை. அதனால் தான் திராவிட முன்னேற்றக்

கிளாசிக்	சிவரஞ்சன்
53	(வ.இளங்கோ)

கழகத்திற்கு தலைவர் பதவியை ஏற்படுத்தவில்லை... அவசியம் என்றும் கருதவில்லை.

முதல் வேலையாக முக்கிய வேலையாக எழுத்துரிமை, பேச்சுரிமை எதையும் அடக்கும் சர்க்கார் போக்கை எதிர்த்து போராட வேண்டும்.

அண்ணாவின் எழுச்சிமிகு பேச்சை கேட்டு உற்சாகத்தில் துள்ளினார்கள்.

கருப்பு சிவப்பில் கழகக் கொடி உருவானது.

தி.மு.கழகம் துவக்கப்பட்ட சில மாதங்களிலேயே 35000 உறுப்பினர்களையும், 505 கிளைக் கழகங்களையும் 12 மாவட்டக் கழகங்களையும் பெற்றது!

தி.மு.க.வின்
முதல் மாநில மாநாட்டில் எம்.ஜி.ஆர். :

தி.மு.கழகத்தில் பல்வேறு கட்சிகளை சேர்ந்தவர்கள் 'சேர்ந்து கொண்டே' இருந்ததை எதிர்க்கட்சிகளால் தாங்க முடியவில்லை. கட்சியை முடக்க பார்த்தனர்.

கட்சியின் வளர்ச்சியை அரசால் சகிக்க முடியாமல், அக்கட்சியின்மீது பல்வேறு அடக்குமுறைகளை ஏவியது.

திராவிட நாடு இதழ் மூலம் அண்ணா நாட்டில் கலவரங்களை தூண்டுவிடுகிறார் என்று அவ்விதழை தடை செய்ததோடு மூவாயிரம் ஜாமீன் தொகை கட்ட வேண்டும் என உத்தரவும் பிறப்பிக்கப்பட்டது.

அத்தொகையை மக்கள் கட்டினர்; பிறகு அத்தொகையை நீதிமன்றம் திரும்ப அண்ணாவிடமே கொடுத்தது; அந்த பணத்தை கொடுத்தவர்களிடமே திருப்பி கொடுத்தது அண்ணாவின் நேர்மையை காட்டுகிறது.

மேலும் திராவிட நாடு மீது போடப்பட்ட வழக்கும் தள்ளுபடி செய்யப்பட்டது.

அடுத்து ஒரு வழக்கு அண்ணாமேல் போடப்பட்டது. 'ஆரியமாயை' என்ற நூலை அண்ணா எழுதினார். இது 1943-ல் எழுதப்பட்டது. அப்போது அது தடை செய்யப்பட்டது. ஆறு ஆண்டுகளுக்கு முன் எழுதப்பட்ட அந்த நூலுக்கு 1950-ல் 700 ரூபாய் அபராதம் விதித்து 'அண்ணா குற்றவாளி' என்று தீர்ப்பு வழங்கப்பட்டது. பணம் கட்டவில்லை எனில் 6 மாத சிறை என்றது நீதிமன்றம். அண்ணா பணம் கட்டவில்லை.

அண்ணா சிறை புகுந்தார்; இதே சமயத்தில் பெரியார் 'பொன்மொழிகள்' என்ற பெயரில் ஒரு நூல் வெளியிட்டார். இந்த நூல் அரசுக்கு எதிராக சொல்லப்பட்டிருக்கிறது என்று அவரையும் அண்ணா இருந்த சிறையில் தள்ளியது... பக்கத்து பக்கத்து அறையில் சிறையில் இருந்தனர்.

தனது தலைவருக்குப் பக்கத்தில் இருப்பதில் அண்ணாவுக்கு மகிழ்ச்சி என்றாலும் ஒருவருக்கொருவர் பேச இயலாத நிலை.

ஒருநாள் அண்ணாவிடம் பெரியார் கொடுத்ததாக சிறு பொட்டலத்தை கழக தொண்டர்

| கிளாசிக் 55 | சிவரஞ்சன் (வ.இளங்கோ) |  |  |

கொடுத்தார். அதில் ஆறு பிஸ்கட்கள் இருந்தன.

பெரியார் தன்மீது வைத்திருக்கும் அன்பை கண்டு நெகிழ்ந்தார் அண்ணா.

அச்சமயம்தான் பெரியாரிடமே அடைக்கலமாகி விடலாமே என்று அவருக்கு நினைக்க தோன்றியதாம்.

தன்னை நம்பி, தன் பின்னால் அணி திரண்டிருக்கும் தொண்டர்களை எண்ணி தன் மனதை அடக்கிக்

  சிவரஞ்சன் (வ.இளங்கோ)

கொண்டாராம்.

இருவரும் சிறையிலிருந்து வெளியே வருகின்ற போது, பத்திரிகையாளர்கள் அவர்களை ஒன்றாக நிற்க வைத்து புகைப்படமெடுத்து தள்ளினார்கள்.

தி.மு.கழகம் உருவான குறுகிய சில மாதங்களுக்குள் 12 மாவட்ட மாநாடுகள் நடந்து முடிந்திருந்தன. முதல் மாநில மாநாடு 1951ஆம் ஆண்டு டிசம்பர் மாதம் 13,14,15,16 என நான்கு நாட்கள் சென்னை எஸ்.ஐ.ஏ.ஏ. திடலில் நடந்தது.

மாநாட்டு தலைவர் அண்ணா.

திறப்பாளர் கே.கே.நீலமேகம், கண்காட்சி திறப்பாளர் சி.பி.சிற்றரசு, வரவேற்புக் குழு தலைவர் கே.எம்.கண்ணபிரான்.

மூன்று நாட்கள் மிகச் சிறப்பாக மாநில மாநாடு நடந்தது. தினமும் லட்சக்கணக்கான மக்கள் குவிந்தனர்.

நான்காவது நாள்...

திராவிடர் கழகத்தில் அண்ணா இருக்கும் போது, எம்.ஜி.ஆருடன் மெல்லிய பழக்கம் ஏற்பட்டது.

அண்ணா எழுதிய சந்திரமோகன் (சிவாஜி கண்ட இந்து ராஜ்ஜியம்) நாடகத்தில் சிவாஜியாக நடிக்க எம்.ஜி.ஆரை டி.வி.நாராயணசாமி என்பவர் அண்ணாவுக்கு அறிமுகப்படுத்தினார்.

எம்.ஜி.ஆருக்கு மேக்கப் போடப்பட்டது; ஆனால் சில காரணங்களால் அவரால் நடிக்க முடியாமல் போய் கணேசன் நடிக்க... அவரின் நடிப்பை பாராட்டிய பெரியார். இனி நீ வெறும்

| கிளாசிக் | சிவரஞ்சன் |  |  |
| 57 | (வ.இளங்கோ) | | |

கணேசன் அல்ல சிவாஜி கணேசன் என்று கூற உலகம் போற்றும் உன்னத நடிகர் தமிழுக்கு கிடைத்தார்.

எம்.ஜி.ஆருக்கு தி.மு.க.வின் மேல் பற்று ஏற்பட கலைஞர் மு.கருணாநிதியும் ஒருகாரணமாய் இருந்தார்.

எம்.ஜி.ஆர். ஹீரோவாக நடித்த முதல் படமான 'ராஜகுமாரி'யில் உதவி வசனகர்த்தாவாக கலைஞர் மு.கருணாநிதி இருந்தார். 1947-ல் தயாரிக்கப்பட்ட படம். அந்த படத்திலிருந்து தொடர்ந்து மருதநாட்டு இளவரசி, மந்திரிகுமாரி போன்ற படங்களுக்கு கலைஞர் அவர்களே வசனகர்த்தா, இருவருக்கும் நெருக்கம் அதிகமானது அண்ணாவின் பேச்சைப் பற்றியும், எழுத்தைப் பற்றியும் எம்.ஜி.ஆர். ஏற்கனவே அறிந்திருந்தார். அண்ணாவின் எதிர்கால திட்டங்கள், தமிழகத்தை அவர் முன்னேற்ற துடிக்கும் ஆர்வம், தொண்டர்கள்மேல் அவர் கொண்ட அன்பு இவை களை பற்றி கலைஞர் எம்.ஜி.ஆரிடம் கூறி அண்ணா எழுதிய பணத்தோட்டம் நூலையும் கொடுத்தார்.

காங்கிரஸ் மேல் பற்றுக் கொண்டிருந்த எம்.ஜி.ஆரின் மனதில் தி.மு.க.வின் மேல் பற்றுதல் ஏற்பட்டது.

அம்மாநில மாநாட்டின் இறுதி நாளில் எம்.ஜி.ஆர். மக்களின் வாழ்த்தொலியோடு மேடையின் மேல் பின் வரிசையில் அமர்ந்தார்.

முதல் பொதுத் தேர்தலும் அண்ணாவும்...

திராவிட முன்னேற்றக் கழகம் தோன்றிய மூன்றாவது வருடத்தில் இந்தியாவின் முதல் பொதுத் தேர்தல் 1952ஆம் ஆண்டு நடந்தது.

வெள்ளையர் ஆட்சி காலத்தில் வருமான வரிகட்டுபவர்கள், வீட்டு வரி கட்டுபவர்கள் போன்ற செல்வந்தர்களுக்கே ஓட்டுரிமை இருந்தது.

1952 தேர்தலில் 21 வயதிற்கு மேற்பட்ட அனைவருக்கும் ஓட்டுரிமை கிடைத்தது.

தி.மு.கழகம் தேர்தலில் நிற்கும் ஆர்வத்தை அண்ணாவிடம் முன்னணி தலைவர்கள் கூறினார்கள்.

நாம் பார்வையாளராக இருப்போம்.

தேர்தலில் நமது கொள்கையை ஆதரிப்பவர்களுக்கு நமது ஆதரவை கொடுப்போம் என்றார் அண்ணா.

அண்ணாவின் புதிய யுக்தி கை கொடுத்தது. சில எதிர்க்கட்சிகளும், சுயேச்சைகளும் தி.மு.கழகம் கொள்கைகளை ஏற்பதாக எழுதி கொடுத்து ஆதரவு

பெற்றன.

375 தொகுதிகளில் காங்கிரஸ் 152 இடங்களை மட்டுமே பெற்றது. காங்கிரஸ் அல்லாத கட்சிகளும் சுயேச்சைகளும் 228 இடங்களை பெற்றன. இது காங்கிரஸுக்கு பெரும் தோல்வியாக கருதப்பட்டது.

அப்போது நாட்டில் அரசியல் நெருக்கடியை சமாளிக்க இராஜாஜியை முதல்வராக காங்கிரஸ் முடிவு செய்தது; அப்போது அவர் அரசியலை விட்டு விலகியிருந்தார், காமராஜரின் வற்புறுத்தலினால் வந்த அவரை மேல்சபை உறுப்பினராக்கி, தமிழக முதல் வராக பதவி ஏற்க வைத்தனர்.

அண்ணா தமிழ்நாட்டின் இரயில் நிலையங் களில் 'இந்தி' பெயர் பெரிதாக இருப்பதற்கு எதிர்ப்பு தெரிவிக்க விரும்பினார். தனது கழக முன்னணி உறுப்பினர்களோடு ஆலோசனையில் ஈடுபட்டார்.

1.8.1952-ல் இரயில் நிலையங்களில் இந்தி எழுத்தை தார்பூசி அழிக்கும் பணியை கழகத்தவர் மேற் கொண்டனர்; அண்ணா கோவை, ஈரோடு ரயில் நிலையங்களில் தார்பூசி இந்தி எழுத்தை அழித்தார்.

தமிழ்நாடு முழுக்க உள்ள இரயில் நிலையங்களில் ஆண்களும், பெண்களும் இந்தி எழுத்தை தார்பூசி அழித்தனர். சில இடங்களில் தகராறுகளும், கைதும் நடந்தன.

அண்ணா அடுத்து நெசவாளர்களின் துயர் துடைக்க விரும்பினார். பல கடைகளில் கைத்தறி துணிகள் தேங்கி விற்பனையாகாமல் கிடந்தன.

4.1.1953 அன்று தேங்கி கிடக்கும் துணிகளை வாங்கி தி.மு.கழகத்தவர்கள் விற்க முடிவு செய்தார்கள். அண்ணா திருச்சி கடை வீதியில் ‘துணி... துணி’ என்று விற்றார். கருணாநிதி சென்னையிலும், சிற்றரசு சேலத்திலும் மற்ற பல்வேறு இடங்களில் முக்கிய தலைவர்களும் துணிகளை கூவிக் கூவி விற்றனர். இலட்சக்கணக்கில் விற்ற பணத்தை நெசவாளர்களிடம் ஒப்படைத்தனர்.

அந்த ஆண்டு பெரும்புயல் வீசி மக்களை நாசம் செய்தது. புயல் மழையால் ஏழை எளிய மக்கள் வீதிக்கு வந்தனர். அவர்களுக்கு உதவ வேண்டும் என்று அண்ணா முடிவு செய்தார்.

தி.மு.கழகம் சார்பில் புயல் நிவாரண நிதி ரூ.2,51,000 வேண்டும் என்று அண்ணா கூறினார். அண்ணாவின் கோரிக்கையை ஏற்று மக்களும், கழகத்தவர்களும் அவரிடம் சேர்த்த தொகை ரூ.27,000.

28.4.1953 ஆம் நாள் நிதியளிப்பு விழாவை மக்கள் முன் நடத்திய அண்ணா, எவ்வளவு தொகை சேர்ந்தது என்று அவர்களிடம் கூறினார்.

வசூலான அவ்வளவு பணத்திற்கும் துணிகளை வாங்கினார். இரண்டு லாரி துணிகள், அவைகளை அரசிடம் ஒப்படைத்தார்.

‘மக்கள் சேவையே மகேசன் சேவை’ என்பதை அவர் உணர்த்தினார்.

தி.மு.க.வின் மும்முனை போராட்டம் :

மூதறிஞர் இராஜாஜி முதலமைச்சராய் அமர்ந்தவுடன் கல்வித்துறையில் புதிய மாற்றம் கொண்டுவர முனைந்தார்.

கிளாசிக்	சிவரஞ்சன்
61	(வ.இளங்கோ)

அந்த மாற்றம் - திட்டம் என்னவென்றால் பகலில் படிப்பு, மதியம் தொழில், இது மிகவும் அருமையான திட்டமல்லவா?

அவரின் திட்டப்படி செயல்பட்டிருந்தால் வேலை இல்லா திண்டாட்டம் என்ற ஒரு வார்த்தை இந்திய அகராதியிலிருந்தே தூக்கி எறிந்திருக்கலாம் அல்லவா?

ஆனால் அவர் சொன்னது கைத்தொழிலல்ல, குலத்தொழில். தச்சு ஆசாரி மகன் தச்சுப்பணியையும், பொற்கொல்லர் மகன் பொற்கொல்லனாகவும் செருப்பு தைக்கிறவன் மகன் செருப்பு தைப்பவனாகவும் குலத் தொழிலை செய்ய வேண்டும் சரி அலுவலகத்தில் வேலை செய்கிறவன் மகன் அலு-வலகம் சென்று செய்ய முடியுமா?

குலத்தொழில் இழிவானதல்ல... அவன் குலத் தொழிலை மட்டும் செய்தால், அவன் மருத்துவ ராகவோ, இஞ்சினியராகவோ, வழக்கறிஞராகவோ, எப்போது ஆவது;

இராஜாஜியின் குலத் தொழில் திட்டத்தை கடுமையாய் எதிர்த்தார் அண்ணா. அதற்கு ஆதரவு கொடுத்தார் பெரியார்.

இத்திட்டத்தை கைவிடவில்லை எனில் தி.மு.கழகம் பெரும் போராட்டம் நடத்தும் என்றார் அண்ணா.

மேலும் தி.மு.கழகம் செய்யும் போராட்டங்களை நேரு 'நான்சென்ஸ்' என்று கண்டித்தார். அதை எதிர்த்தும் போராட்டம் வேண்டும் என்றும், அதற்கு ஒரே வழி இரயில் நிறுத்தப் போராட்டம் என்றார்.

சிவரஞ்சன்
(வ.இளங்கோ)

மூன்றாவது திருச்சி மாவட்டத்தில் உள்ள 'கல்லக்குடி'யில் வடநாட்டை சேர்ந்த 'டால்மியா' என்பவர் சிமெண்ட் தொழில்சாலை ஆரம்பித்து அவ்வூரை 'டால்மியாபுரம்' என்று மாற்றினார். அந்தப் பெயரை எடுத்துவிட்டு 'கல்லக்குடி' என்ற பெயரை சூட்ட வேண்டும் என்பதற்காக 'கல்லக்குடி' போராட்டம்.

1953ஆம் ஆண்டு ஜூலை 14ஆம் தேதி இராஜாஜி வீட்டு முன் குலத் தொழில் கல்வியை எதிர்த்து போராட்டம்.

இரண்டாவது, நேரு 'நான்சென்ஸ்' (தமிழகத்தில் போராட்டம் நடத்துபவர்கள் முட்டாள்கள்) என்று சொன்ன வார்த்தையை திரும்பப் பெற, ஜூலை 15ஆம் தேதி இரயில் மறியல் போராட்டம்.

மூன்றாவது கல்லக்குடி மறியல் போராட்டம் ஜூலை 15ஆம் தேதி கலைஞர் மு.கருணாநிதி தலைமையில் நடத்த முடிவு செய்யப்பட்டது.

தி.மு.கழகத்தின் மும்முனை போராட்டத்தை

அடக்க அப்போதைய போலீஸ் அதிகாரி எஃப்.வி.அருள் தலைமையில் போலீஸ் பட்டாளம் தி.மு.க. தலைவர்களான அண்ணா, மதியழகன், நெடுஞ்செழியன், என்.வி.நடராசன் ஆகியோரை கைது செய்தனர்.

நால்வர் கைதானாலும் தொடர்ந்து மறியலில் ஈடுபடுங்கள் என்று அறைகூவல் விடுத்தார் அண்ணா.

ஜூலை 14 ராஜாஜி வீட்டு முன் ஈ.வி.கே.சம்பத் தலைமையில் எதிர்ப்பு போராட்டம். அவர் கைது, பிறகு ஆறு மாத கர்ப்பிணியான சத்திவாணி முத்து தலைமையில் மறியல், அவரும் கைது....

ஜூலை 15 இரயில் நிறுத்த போராட்டம் தமிழகமெங்கும், தூத்துக்குடியில் நடந்த மறியல் போராட்டத்தை அடக்க துப்பாக்கி சூடு. நான்கு பேர் பலி, பலர் காயம்.

15.7.1953 டால்மியாபுரம் என்று எழுதப்பட்ட இரயில் நிலைய பெயர் பலகை மேல் கல்லக்குடி என்று எழுதப்பட்ட தாளினை கலைஞர் ஒட்ட... வாழ்க தமிழ் கோஷம் எழுந்தது.

பின்னர் வந்து நின்ற இரயில் முன் தண்டவாளத்தில் கலைஞர் படுக்க... தொடர்ந்து குழந்தைவேலு, குமாரவேல், முல்லை சக்தி என கழக தோழர்கள் வரிசையாய் படுத்தனர்.

போலீஸ் அனைவரையும் எழச் சொன்னது. எவரும் எழவில்லை. இரயில் கூக்குரலிட்டு முன்னோக்கி அசைய... கலைஞர் எழவில்லை... போலீசார் அத்தனை பேரையும் கைது செய்தனர்.

மதியம் 1.30க்கு கவிஞர் கண்ணதாசன் தலைமையில் 41 பேர் இரயிலில் படுத்து போராட்டம் நடத்தினர்.

போலீசார் கூட்டத்தை கலைக்க துப்பாக்கி சூடு நடத்தினர். யாரும் அசையவில்லை. போலீசார் கண்ணதாசன் நெஞ்சில் மிதித்தனர். மற்றவர்களையும் அடித்தனர். இதை பார்த்த பொதுமக்கள், அடிக்காதே, அடிக்காதே என்று கூக்குரலிட்டனர். இதை சகிக்காத போலீசார் பொதுமக்கள் மீது துப்பாக்கி சூடு நடத்த நான்கு பேர் இறந்தனர்.

15ஆம் தேதி மட்டும் தமிழகம் முழுக்க 5000த்திற்கு மேற்பட்ட கழகத் தொண்டர்கள் கைது செய்யப்பட்டனர்.

அரியலூர் சிறையில் கலைஞர் உட்பட பலர் சிறையில் அடைக்கப்பட்டனர். ஆறு மாதங்கள் கடுங்காவல் தண்டனை.

அண்ணா, ஈ.வி.கே.சம்பத், மதியழகன், என்.வி.நடராசன் ஆகியோருக்கு சென்னையில் மூன்று மாத கடுங்காவல் தண்டனை.

பெரும் தலைவர்கள் சிறையில் அடைக்கப்பட்டிருந்தாலும் தொடர்ந்து மும்முனை போராட்டம் நடந்து கொண்டே இருந்தது.

மத்திய அரசு தமிழகத்தில் தொடர்ந்து நடக்கும் போராட்டங்களை கூர்ந்து கவனித்த வண்ணம் இருந்தது. நேருஜி காமராசரை அழைத்துப் பேசினார்.

கிளாசிக் | சிவரஞ்சன் (வ.இளங்கோ)
65

இராஜாஜி அவர்கள் தி.மு.கழகத்தவரின் போராட்டங்களை சமாளிக்க இயலாமல், தனது பதவியை ராஜினாமா செய்தார்.

பெருந்தலைவர் காமராஜர் தமிழகத்தின் முதல்வராக போராட்டம் நின்றது.

தி.மு.க. தேர்தலில் நிற்கலாமா?

அறிஞர் அண்ணா வரும் தேர்தலில் கழகத்தை நேரடியாக தேர்தலில் நிறுத்தலாமா? என யோசித்தார். திராவிட நாடு கோரிக்கையை செயல்படுத்த வேண்டும் என்றால் தமிழகத்தில் ஜாதி, மத பிரச்னைகள் ஓயவும், மக்களிடையே உள்ள மூடநம்பிக்கைகள் ஒழியவும், ஆண் சமத்துவம், சமகல்வி, சமவேலை வாய்ப்பு, விதவை திருமணங்கள் - பால்ய திருமணங்கள் ஒழியவும், தி.மு.க.வின் கொள்கைகளை நிறைவேற்றவும் ஆட்சி, அதிகாரம் இருந்தால்தான் எதையும் செய்ய முடியும் என்பதை உணர்ந்தார் அண்ணா.

தொடர்ந்து மறியல்கள், கிளர்ச்சிகள், சொற்பொழிவுகள் என்று காலம் முழுக்க செய்து கொண்டிருந்தால், யாருக்கு என்ன பயன் விளையும்? மக்களுக்கு பயனுள்ளதை செய்ய வேண்டுமானால் அதிகாரம் அவசியம் வேண்டும்?

மகாத்மா காந்தி சுதந்திரம் பெற்றதும் காங்கிரஸை கலைத்துவிட வேண்டும் என்றார்! கலைத்திருந்தால், நாடு பெரிய குழப்பத்தில் உழன்றிருக்கும், நேரு தலைமையில் ஆட்சி ஏற்பட்டதால்தான் நாட்டின் பிரச்னைகளை கவனிக்க முடிகிறது. அதுபோல-

தான் தி.மு.கழகத்தின் திட்டங்களை நடைமுறைப்படுத்த கட்சி ஆட்சிக் கட்டிலில் ஏற வேண்டும் என்ற முடிவுக்கு வந்தார் அண்ணா.

தனது முடிவுக்கு கட்சியின் ஒப்புதலும், தொண்டர்கள் மற்றும் பொது மக்களின் ஆதரவும் வேண்டுமே... என எண்ணினார்.

17.5.1956ஆம் ஆண்டு திருச்சியில் பிரமாண்டமான மாநாடு... இரண்டாவது மாநில மாநாடு.

ஆயிரக்கணக்கில் தொண்டர்களும் மக்களும் திரண்டனர்.

அன்பில் தர்மலிங்கம் வரவேற்புக் குழு தலைவர்; தலைமை நாவலர் நெடுஞ்செழியன்.

மாநாட்டு திடலில் சிவப்பு - கருப்பு வண்ண பெட்டிகள் வைக்கப்பட்டன.

வரும் 1957ஆம் ஆண்டு நடைபெறும் தேர்தலில் தி.மு.க. நிற்கலாமா? வேண்டாமா? - தேர்தலில் நிற்கலாம்

என்பவர்கள் சிவப்பு பெட்டியிலும், நிற்க கூடாது - சமூக சேவை போதும் என்பவர்கள் கருப்பு நிற பெட்டியிலும் ஓட்டு போட வேண்டும் என்று அண்ணா மேடையில் அறிவித்தார்.

தொண்டர்கள் ஆர்வத்தோடு கலந்து கொண்டனர்.

போட்டியிட வேண்டும் என்றவர்கள் 56942 பேர்.

வேண்டாம் என்றவர்கள் 4203 பேர்.

மக்களின் மனதை அறிந்து கொண்ட அண்ணா தேர்தல் களத்தில் நிற்க உறுதி பூண்டார்.

வெற்றியின் ஆரம்பம் :

தமிழகத்தில் காங்கிரஸ் கட்சிக்கு எதிரான பலமான கட்சியாக தி.மு.கழகம் இருந்தது.

பாராளுமன்றத்திற்கு 11 இடங்களிலும் சட்ட சபைக்கு 124 இடங்களிலும் தி.மு.கழகம் நின்றது.

அண்ணா தேர்தல் பிரச்சார குழுக்களை அமைத்தார்.

தி.மு.கழகத்தில் எல்லாத் துறைகளிலும் ஆட்கள் இருந்தார்கள்.

பாடகர்கள் மேடைதோறும் தி.மு.கழகக் கொள்கைகளை பாடி பிரச்சாரம் செய்தார்கள்.

நாடக நடிகர்களோ, மேடைதோறும் கழக கொள்கைகளை நாடகமாக அமைத்து நடித்து பிரச்சாரம் செய்தார்கள்.

நகைச்சுவை அரசர் என்.எஸ்.கிருஷ்ணன், எஸ்.எஸ்.ராஜேந்திரன் மற்றும் பல நடிகர்கள் தி.மு.க-ழகத்திற்காக நாடு முழுக்க பிரச்சாரம் செய்தார்கள்.

அண்ணா நாடெங்கும் தனது வெங்கலக்குரலால் பிரச்சாரம் செய்தார். அண்ணாவின் பேச்சை பதிவு செய்து அதை மேடைதோறும் போட்டு மக்களை ஈர்த்தனர்.

காங்கிரஸ் பலமான கட்சி. அதில் வேட்பாளர்களாக நிற்பவர்கள் பணக்காரரர்கள். அவர்களிடம் ஆள்பலம், பத்திரிகை பலம், பிரச்சார பலம், (ஆளுங்கட்சி வேறு) என பல்வேறு பலங்களோடு தேர்தலை எதிர்கொண்டது.

இந்நிலையில் தந்தை பெரியார் காங்கிரஸூக்கு ஆதரவாக பிரச்சாரம் செய்தார்.

தி.மு.கழக தேர்தல் நிதியாக கிடைத்த தொகை 70,000 ரூபாய், இதை வைத்தும், கழக கொள்கைகளை மக்கள் முன் வைத்து வாக்கு சேகரித்தார்கள்.

தேர்தல் முடிவு :

124 இடங்களில் சட்டசபைக்கு நின்ற தி.மு.க. 15 இடங்களை பெற்றது. பாராளுமன்றத்திற்கு 11 இடங்களில் நின்று இரு இடங்களை பெற்றது.

சட்டசபை தேர்தலில் வென்றவர்கள் : அறிஞர் அண்ணா, கலைஞர் மு.கருணாநிதி, அன்பழகன், ஏவிபிஆசைத்தம்பி,பஉசண்முகம்,எம்பிசுப்பிரமணியம், எம்.பி.பாரதி, ஏ.கோவிந்தசாமி, டி.நடராசன், ஆனந்தன், இருசப்பன், வி.எஸ்.சந்தானம், சத்திய

கிளாசிக் சிவரஞ்சன்
69 (வ.இளங்கோ)

வாணி முத்து, எம்.செல்வராசு.

பாராளுமன்றத்திற்கு தேர்ந்தெடுக்கப் பட்டவர்கள்.

ஆர்.தர்மலிங்கம், ஈ.வெ.கி.சம்பத், காஞ்சியில் நின்ற அண்ணாவுக்கு 31,861 ஓட்டுகளும், எதிர்த்து நின்ற காங்கிரஸ் வேட்பாளர் டாக்டர் சீனிவாசனுக்கு 20,718 ஓட்டுகளும் விழுந்தன.

‘குளித்தலை’ தொகுதியில் போட்டியிட்டு கலைஞர் மு.கருணாநிதி 22,485 ஓட்டுகள் பெற்று ‘வெற்றி’ பெற்றார். காங்கிரஸ் வேட்பாளர் தர்ம லிங்கம் பெற்றது 14,489 ஓட்டுக்கள்.

இந்திய தேசிய காங்கிரஸ் 205 இடங்களில் நின்று 151 இடங்களில் வென்றது.

இந்த தேர்தலில் ஒரு கோடியே பதினாறு லட்சம் வாக்காளர்கள் வாக்களித்தனர்; இதில் காங்கிரஸ் கட்சி 49 லட்சம் வாக்குகளையும் தி.மு.க. 17 லட்சம் வாக்குகளையும் பெற்றது.

சட்டமன்ற தி.மு.க. கட்சிக்கு அண்ணா தலைவர் பேராசிரியர் அன்பழகன் உதவி தலைவர், கலைஞர் கருணாநிதி கொறடா, ஏ.கோவிந்தசாமி செயலாளர்.

தி.மு.க.வின் வெற்றி அகில இந்திய அளவில் பேசப்பட்டது.

31.3.1957-ல் அண்ணா கடற்கரையில் தி.மு.கழகத் தின் வெற்றியை பாராட்டி பேசும்போது,

“நாம் பெற்ற வெற்றி குறைவானது என்றாலும் முக்கியத்துவம் வாய்ந்தது, தி.மு.க. சார்பில்

போட்டியிட ஆளே கிடைக்காது என்று முதலில் கேலி பேசியவர்கள் நாம் ஒரு இடத்தில்கூட வெற்றியடைய முடியாது என்று கூறினார்கள். இப்போது 15 இடங்கள் தானே என்று இமுக்கிறார்கள்; இகழ்கிறார்கள்.

நான் சொல்கிறேன்... எங்களை வெட்கப்படும் அளவுக்கு கேலி செய்யுங்கள், அப்போதுதான் எங்களால் இன்னும் முன்னேற முடியும்.

அடுத்து வரும் தேர்தலில் இன்னமும் முன்னேறு வோம் என்றார்.

சட்டமன்றத்தில் அண்ணாவின் உரையாடல்கள் தனித்துவம் வாய்ந்ததாக திகழ்ந்தன. அப்போது சட்டமன்றத் தலைவராக இருந்த டாக்டர் யு.கிருஷ்ண ராவ் அண்ணாவின் கண்ணியமான பேச்சையும், தி.மு.க.வினர் நடந்துகொண்ட முறைகளையும் பல-முறை பாராட்டினார்.

சென்னை மாநகராட்சியின் வெற்றியும் கலைஞரின் தீர்க்க தரிசனமும்

(நேருவுக்கு கருப்புக்கொடி)

1957-ல் காங்கிரஸுக்கு ஆதரவாக தந்தை பெரியார் தேர்தல் பிரச்சாரம் செய்தாலும் அண்ணா அவர் மீது கண்டன கணைகளை வீசியதில்லை.

முதல்வர் காமராஜர் மீதும் அண்ணா மதிப்பே வைத்திருந்தார். காமராஜரும் அண்ணாவை மதிக்கவே செய்தார்.

அண்ணா அவர்கள் காஞ்சிபுரத்திலுள்ள 'ஒண்டலம்' பகுதியில் ஒரு மக்கள் மாநாடு நடத்த அதில் கலந்து கொள்ள காமராஜரை அழைத்திருந்தார். எதிர்க்கட்சிகாரர் கூப்பிடுகிறாரே போகலாமா? என்று நினைக்காமல், அம்மாநாட்டில் காமராசர் கலந்து கொண்டு மனித கண்ணியத்தை காப்பாற்றினார். (இன்று இப்படி நடக்குமா?)

தந்தை பெரியார் அரசியல் சட்டத்தில் பல ஒட்டடைகள் இருக்கின்றன. அதை எரிக்க போவதாக அறிவித்தார். இதை அறிந்த ஜவகர்லால் நேரு கோபத்தோடு பெரியாரை 'கிழவர்' என்று இகழ்ந்து பேசியிருக்கிறார்.

தந்தை பெரியார் மீதுபட்ட அடி 'தமிழினத் தின்மீது' விழுந்த அவமான அடியாக கருதினார் அண்ணா.

நேரு தமிழ் நாட்டிற்கு வரும்போது அவருக்கு 'கருப்புக்கொடி' காட்ட வேண்டும் என்று அண்ணா அறிக்கை விட்டார்.

6.1.1958ஆம் ஆண்டு நேருஜி சென்னைக்கு வருவதாக செய்தி வந்தது; அண்ணா உடனே ஜனவரி 3ஆம் தேதி நேருவுக்கு எதிர்ப்பு தெரிவித்து ஒரு கூட்டத்தை ஏற்பாடு செய்தார்.

இதை அறிந்த அரசு அக்கூட்டத்திற்கு அனுமதி வழங்கவில்லை. அண்ணா தடையைமீற கைது செய்தது அரசு.

அண்ணாவையும் முக்கிய தலைவர்களையும் கைது செய்தால் கருப்புக்கொடி ஆர்ப்பாட்டம் நடக்க வழி இல்லை என நினைத்தது அரசு.

ஆனால் நேரு சென்ற இடமெல்லாம் கருப்புக் கொடிகள் பறந்தன. ஆர்ப்பாட்டக்காரர்களை காவல் துறை அடித்து, மிதித்து, உதைத்தது. வன்முறை தாண்டவமாடியது. இருவர் இறந்தனர்.

இதன் எதிரொலி சென்னை மாநகராட்சியில் கேட்டது.

1959ஆம் ஆண்டு சென்னை மாநகராட்சி தேர்தல் நடந்தது. மொத்தம் 100 இடங்கள். தி.மு.க. 90 இடங்களில் நின்றது.

கலைஞர் மு.கருணாநிதியிடம் தேர்தல் பற்றி அண்ணா பேசுகின்றபோது, ‘90 இடத்தில் 20 இடம் கிடைத்தால்கூட போதுமே’ என்றார்.

‘தாங்கள் நினைப்பதைவிட நாம் நிறைய இடங்களை பிடிப்போம், ஏன் மேயராககூட நம்மால் ஆக முடியும்’ என்று உறுதியாக கூறினார் கருணாநிதி.

கலைஞரின் உறுதியை பார்த்து புன்னகைத்த அண்ணா, ‘உன் நம்பிக்கை வெல்லட்டும். காங்கிரஸை விட அதிகமாய் நமக்கு வந்தால் மகிழ்ச்சிதான், அப்படி நாம் வென்றுவிட்டால் உனக்கு ஒரு தங்க மோதிரம் அணிவிக்கிறேன்’ என்றார்.

மாநகராட்சி தேர்தல் நடந்தது. மக்கள் ஆர்வத்தோடு ஓட்டு போட்டார்கள்.

முடிவும் வந்தது.

கிளாசிக்	சிவரஞ்சன்
73	(வ.இளங்கோ)

100 இடங்களில் போட்டியிட்டு காங்கிரஸ் 30 இடங்களை மட்டுமே பெற்றிருந்தது. 90 இடங்களில் போட்டியிட்ட தி.மு.க. 45 இடங்களை பெற்றது.

தி.மு.க. பெற்ற மொத்த ஓட்டுக்கள் 1,48,712. காங்கிரஸ் பெற்றதோ 1,43,783.

புதிய மேயர் தேர்தல் 24.4.1959-ல் நடந்தது. தி.மு.க. சார்பில் அ.பொ.அரசு என்பவர் நிறுத்தப்பட்டார். எதிர்த்தவர் புகழ்பெற்ற மனிதர் ஜி.ராஜமன்னார்.

அரசுக்கு 60 ஓட்டுக்கள் ராஜமன்னாருக்கு 45 ஓட்டுக்களே கிடைத்தன.

தி.மு.க.வின் மகத்தான வெற்றியால் அ.பொ. அரசு முதல் தி.மு.க. மேயராக பதவி பெற்றார்.

கலைஞர் மு.கருணாநிதியின் வார்த்தைகள் நிஜமானதால், அண்ணா தான் சொன்னபடி அவருக்கு தங்க மோதிரத்தை அணிவித்தார். கலைஞர் மகிழ்ச்சியோடு அணிந்து கொண்டார்.

தி.மு.கழக தலைவர்கள், தொண்டர்களின் அயராத உழைப்பால் தி.மு.கழகத்தின் முன்னேற்றம் நாளுக்கு நாள் வளர்ந்து கொண்டே இருந்தது. மக்களின் ஆதரவு நாளுக்கு நாள் பெருகியவண்ணம் இருந்தது.

பாராளுமன்றத்தில் அண்ணா!

மூன்றாவது பொதுத்தேர்தல் 1962-ல் நடந்தது.

தி.மு.க. 142 சட்டமன்றத் தொகுதிகளிலும், 18 பாராளுமன்ற தொகுதிகளிலும் வேட்பாளர்களை நிறுத்தியது.

இந்த தேர்தலில் கழக முன்னணி தலைவர் களோடு எம்.ஜி.ஆர். அவர்களும் நாடுமுழுக்க பிரச்சாரம் மேற்கொண்டார். திரைப்பட உலகின் சூப்பர் ஸ்டாரான அவருக்கு பெரும் வரவேற்பு எங்கும் கிடைத்தது. மக்கள் மத்தியில் வள்ளலாகவும் அவர் பெயர் பெற்றிருந்தார்.

அறிஞர் அண்ணா காஞ்சி தொகுதியில் நின்றார்.

தேர்தல் முடிவு தெரிவிக்கும் நாள் காலை எம்.ஜி.ஆர். அவர்களின் இரண்டாம் மனைவி சதானந்தவதி இறந்துவிட்டார் என்ற செய்தியைக் கேட்டு அண்ணா அதிர்ந்தார். உடனே காஞ்சியி லிருந்து சென்னை சென்றார்.

எம்.ஜி.ஆருக்கு ஆறுதல் கூறினார். யாரை பார்த்தும் கதறாத அவர், அண்ணாவை பார்த்ததும் கதறி அழுதார்.

தான் காஞ்சிபுரம் தொகுதியில் தோல்வியடைந் ததைப் பற்றியும் கலங்காத அவர், மனைவியை இழந்த எம்.ஜி.ஆருக்காக மிகவும் வருந்தினார்.

மயானத்தில் அடக்கம் செய்யும் எம்.ஜி.ஆருடனேயே, அவருக்கு ஆறுதலாக இருந்தார் அண்ணா.

தி.மு.க. அந்தத் தேர்தலில் 50 இடங்களை பெற்றிருந்தது.

அண்ணா அதைப்பற்றி கூறும்போது "ஒரு அண்ணாதுரைக்கு பதிலாக 50 அண்ணாதுரைகளை சட்டசபைக்கு அனுப்புகிறேன்" என்றார் பெருந் தன்மையுடன்.

கிளாசிக் | சிவரஞ்சன்
75 | (வ.இளங்கோ)

அண்ணா டில்லி மேலவைக்குச் செல்ல வேண்டும் என்று மூதறிஞர் ராஜாஜி உள்பட தி.மு.க. தலைவர்கள் அவரை வேண்டி கேட்டுக்கொண்டனர்.

ஐம்பது உறுப்பினர்கள் இருந்ததால் அண்ணா மேலவை உறுப்பினராக டில்லி சென்றார்.

இந்த குள்ளமான தமிழர் என்ன பேசிவிடப் போகிறார் என்று பாராளுமன்ற உறுப்பினர்கள் அவரை இகழ்ச்சியாக பார்த்தனர்.

அண்ணா ஒவ்வொரு விவாதத்தின் போதும் அவர் விளக்கமாக, தெளிவாக, ஆதாரத்துடன் பேசுவதைக் கேட்டு, பாராளுமன்றமே வியந்தது.

என்ன மனிதர் இவர்? இவ்வளவு கருத்துக்களை நீர்வீழ்ச்சிபோல கொட்டுகிறாரே. இவர் எங்கிருந்து இவைகளை பெற்றார்? என்று ஆச்சர்யப்பட்டனர்.

பிரதமர் நேருவே அண்ணாவின் பேச்சை ஆர்வத்தோடு கேட்பார் என்றால் அண்ணாவின் அறிவாற்றலை என்னவென்று பாராட்டுவது?

அவரின் புகழ் இந்தியாவெங்கும் பரவியது. அவரின் பேச்சை இந்திய பத்திரிகைகள் விரும்பி வெளியிட்டன.

நாட்டில் விலைவாசி பெருகி வருவதை எதிர்த்து சென்னையில் மறியல் செய்தபோது (1962) கைது செய்யப்பட்டார். வேலூர் சிறையில் அடைக்கப் பட்டார்.

அங்கு தான் தன் 53ஆம் பிறந்த நாளைக் கொண்டாடினார்.

இந்த நேரத்தில் சீனா-இந்தியா மீது படை யெடுக்கும் நிலை ஏற்பட்டது.

சிறையிலிருந்து வெளியே வந்ததும், சீனாவுக்கு எதிராக குரல் கொடுத்தார் அண்ணா.

நமக்குள் ஆயிரம் அரசியல் பிரச்னைகள் இருக்கலாம். ஆனால் நாடு துயரப்படும்போது அதில் குளிர் காயக்கூடாது. நாம் இந்திய அரசுக்கு உதவி புரிய வேண்டும் என்றார் அண்ணா.

பிரதமர் நேரு யுத்தநிதி வழங்க வேண்டும் என்று வானொலியில் பேசினார்.

எம்.ஜி.ஆர். ரூ.75,000/- கொடுத்தார். பெரும் செல்வந்தர்கள்கூட இவ்வளவு பெரிய தொகை கொடுக்கவில்லை. நேரு தன் கைப்பட எம்.ஜி.ஆருக்கு நன்றி கடிதம் எழுதி அனுப்பினார்.

இதனால் தி.மு.க.வின் புகழ் மக்கள் மத்தியில் பெருகியது. இதன் மூலம் அண்ணாவின் நாட்டுப் பற்றை மக்கள் அறிந்து அவரை பாராட்டினர்.

தி.மு.க.வின் புகழ் மக்கள் மத்தியில் பெருகுவதை சில காங்கிரஸ் தலைவர்களால் பொறுக்க முடிய வில்லை.

காங்கிரஸுக்கு எதிரான கட்சிகளை குறிப்பாக தி.மு.க.வை அழிக்க பிரிவினை தடைச் சட்டத்தை கொண்டு வந்தனர். காரணம், அண்ணா திராவிடம் தான் வேண்டும் என்று குரல் கொடுத்தார். தனி நாடு கேட்பவர்களை பிரிவினை தடைச் சட்டத்தில் உள்ளே தள்ளி விட்டால் கட்சி அழிந்துவிடும் என்பது காங்கிரஸின் எண்ணம்.

இன்னும் தெளிவாகச் சொல்ல வேண்டுமானால் இந்தியாவைத் தனியாகப் பிரிக்க யார் நினைத்தாலும், பேசினாலும், எழுதினாலும் அது கடுமையான தண்டனைக்கு உரியது என்றும் அப்படி செய்பவர்கள் தேர்தலில் நிற்கிற தகுதியை இழந்துவிடுவார்கள் என்றும் கட்டாய சட்டம் விதித்தது.

காங்கிரஸில் சிறுமனத்தை - எதிர்க்கட்சிகளை அழிக்கும் நரி குணத்தை உணர்ந்தார் அண்ணா. 25.10.1963 அன்று ஒரு அறிக்கையை வெளியிட்டார். நாங்கள் இனி பிரிவினை பற்றி பேசுவதில்லை.

அண்ணா பயந்து விட்டாரா? என்று எதிர்க் கட்சிகள் கூப்பாடு போட்டன.

நாடு சுதந்திரம் பெற்று பதினைந்து ஆண்டுகளே ஆகின்றன. இப்போதுதான் ஏழை எளிய மக்கள் மூச்சுவிட ஆரம்பித்திருக்கிறார்கள். இந்த நேரத்தில் பிரிவினை பேசி மேலும் அவர்களை புதைமணலில் ஆழ்த்த தனக்கு விருப்பமில்லை என்றார் அண்ணா.

முதல்வரானார் அண்ணா :

(பெரியாருக்கு காணிக்கை)

1965 ஜனவரி 26ஆம் தேதி முதல் இந்தியாவின் ஆட்சி மொழி இந்தி என்று ஒரு ஆணையை பிறப்பித்தது மத்திய அரசு. தி.மு.கழகம் கொதித் தெழுந்தது. அப்போது தமிழகத்தின் முதல்வராக பக்தவத்சலம் இருந்தார்.

இந்தியை விரும்பாத மாநிலங்கள் மீது திணிக்கும் இந்நாள் ஜனவரி 26ஆம் தேதி துக்க நாள் என்றார் அண்ணா.

இந்தியை எதிர்க்கும் பொது மக்களும் தங்கள் வீடுகளில் கறுப்பு கொடி ஏற்றினர். தமிழ் மொழியை காக்க கழக தொண்டர்கள் சட்டையில் கறுப்புச் சின்னம் அணிந்தனர்.

தமிழ்நாடெங்கும் மறியல்... இந்தியை எதிர்த்து மாணவர்கள் கல்லூரியை விட்டு வெளியே வந்து போராடினார்கள்.

இந்தி அரக்கியை பல இடங்களில் கொளுத் தினார்கள்.

இந்தியை எதிர்த்த அறிஞர் அண்ணா, கலைஞர் மு.கருணாநிதி, நாவலர் நெடுஞ்செழியன், அன்பழகன் ஆகியோரை கைது செய்தது போலீஸ்.

மதுரை மாணவர்கள் போர்க்களம் பூண்டனர். இந்தி அரசியல் சட்டம் 17ஆம் பிரிவை கொளுத் தினர். பல மாணவர்கள் கைதாகினர். இவர்களில் சிலர்

பிற்காலத்தில் அரசியலில் பிரபலமானார்கள். அவர்களில் சிலர் விருதுநகர் சீனிவாசன், ராஜாமுகம்மது, காளி முத்து...

மாணவர்கள் ஊர்வலம் செல்லும்போது போலீஸ் அவர்களை கடுமையாய் தாக்கியது.

ஜனவரி 27ஆம் தேதி தமிழைக் காக்க அரங்க நாதன் தீக்குளித்து இறந்தார். தொடர்ந்து வீரப்பன், முத்து, சாரங்கபாணி, கீரனூர் முத்து, விராலி மலை சண்முகம் ஆகியோர் தமிழை காக்க உயிர் நீத்தனர்.

தமிழகமே போர்க்களமாக காட்சி அளித்தது; அண்ணா சிறையிலிருந்து மாணவர்களுக்கு ஓர் அறிக்கை வெளியிட்டார். அந்த அறிக்கை உள்ளத்தை நெகிழ வைப்பதாக இருந்தது.

மாணவச் செல்வங்களே! தமிழைக் காக்க தன்னுயிரையும் பொருட்படுத்தாமல் கழகத்தோடு ஒன்றிணைந்து ஒற்றுமையாக போராடிய தங்களை நினைத்து நெக்குருகுகிறேன். போதும் போராட்டம்! நிறுத்தி விடுங்கள். இதுவே காங்கிரஸுக்கு இறுதி மணி என்று தொடர்ந்த அவரின் அறிக்கையைபடித்து போராட்டத்தை கைவிட்டனர். தமிழகம் அமைதி யானது.

அண்ணாவின் ஆற்றலை கண்டு டில்லியே மிரண்டது.

1966ஆம் ஆண்டு பிப்ரவரி 16ஆம் தேதி இந்திய பாதுகாப்புச் சட்டத்தை பயன்படுத்தி கலைஞர் மு. கருணாநிதியை கைது செய்தது காங்கிரஸ் அரசு. அவரை பாளையங்கோட்டை சிறையில் அடைத்தனர்.

காங்கிரஸ் கழகத்தவர்களை படுத்திய பாட்டிற்கு

சிவரஞ்சன் (வ.இளங்கோ) கிளாசிக் 80

1967 தேர்தல் விடை கொடுத்தது; எப்படி?

தமிழகத்தில் ஒரு மக்கள் புரட்சியே ஏற்பட்டது.

1967 பிப்ரவரி நான்காவது பொதுத் தேர்தல்.

காங்கிரஸ் அரசை வீழ்த்த தீவிரமானார் அண்ணா. அக்கட்சியை எதிர்க்கும் கட்சிகளை ஒன்று திரட்டினார். வலுவான கூட்டணியை அமைத்தார்.

சுதந்திரா கட்சி, இடது கம்யூனிஸ்டு, சம்யுக்தா சோசலிஸ்ட், தமிழரசுக் கழகம், நாம் தமிழர் இயக்கம், பிரஜா சோசலிஸம், முஸ்லிம் லீக் என ஏழு கட்சிகள் இடம் பெற்றன.

தமிழகத் தேர்தல் ஒரு போர்க்களமாக காட்சி தந்தது.

தி.மு.க.வின் முன்னணி தலைவர்கள், கூட்டணி கட்சியினர் தமிழகம் முழுக்க காங்கிரஸை எதிர்த்து தீவிர பிரச்சாரம் மேற் கொண்டனர்.

மக்கள் திலகம் எம்.ஜி.ஆர். தீவிர பிரச்சாரத்தை தொடங்கும் முன், சக நடிகர் எம்.ஆர்.ராதாவால் சுடப்பட்டார்.

எம்.ஜி.ஆர். அவர்களின் கழுத்தை சுற்றிய கட்டு டனான சுவரொட்டி தமிழகம் முழுக்க ஒட்டப் பட்டன. அவர் பரங்கிமலை தொகுதியில் நின்றார்.

மக்கள் இந்தத் தேர்தலில் காங்கிரஸ் கட்சியை தூக்கி எறிந்தார்கள் (அன்று முதல் இழந்த ஆட்சியை இன்றுவரை பிடிக்கவே முடியவில்லை) தி.மு.கழகம் மாபெரும் வெற்றி பெற்றது.

234 தொகுதிகளுக்கும் மூன்று கட்டங்களாக

தேர்தல் நடந்தது.

2 கோடியே 79 லட்சம் வாக்காளர்களில் ஒரு கோடியே 58 லட்சம் வாக்காளர்கள் வாக்களித்தனர்.

அப்போது அரிசி விலை உயர்ந்திருந்தது. ஏழை மக்கள் வாங்க இயலாத நிலை. நாங்கள் ஆட்சிக்கு வந்தால் படி அரிசி ஒரு ரூபாய்க்கு போடுவோம் என தி.மு.க. முழங்கியது.

தி.மு.கழகம் 173 இடங்களில் நின்று 138 இடங்களை கைப்பற்றி அமோக சாதனை படைத்தது. இருபதாண்டு கால காங்கிரஸ் ஆட்சி வீழ்ந்தது. கூட்டணி கட்சிகளும் வென்றன.

சுதந்திரா கட்சி 27 இடங்களில் போட்டியிட்டு 20 இடங்களை பெற்றது.

இடது கம்யூனிஸ்ட் 22 இடங்களில் போட்டியிட்டு 11 இடங்களை பெற்றது.

பிரஜா சோசலிஸ்ட் 4 இடங்களிலும், சம்யுக்தா சோசலிஸ்ட இரண்டு இடங்களிலும், சுயேச்சைகள் நான்கு இடங்களிலும், முஸ்லிம் லீக் மூன்று இடங்களையும் பெற்றன.

233 இடங்களில் நின்ற காங்கிரஸ் 49 இடங்களைப் பெற்றது.

எம்.ஜி.ஆர். மருத்துவமனையில் இருந்தபடியே பரங்கிமலையில் வென்றார்.

விருதுநகரில் பெருந்தலைவர் காமராஜரை எதிர்த்து நின்ற இளைஞர் பெ.சீனிவாசன் வெற்றி பெற்றார்; அண்ணா இதற்காக வருந்தினார். ஒரு நல்ல தலைவர் சட்டசபைக்குள் வராமல் போய்விட்டாரே

என வேதனை அடைந்தார் (இந்த பெருங்குணம் இன்று எந்த அரசியல்வாதியிடமாவது இருக்கிறதா?)

எளிய குடும்பத்தில் பிறந்து, மக்கள் சேவையே மகேசன் சேவை என்று 1935ஆம் ஆண்டு பெரியாரை துணை கொண்டு, ஜாதி, மத, மூடநம்பிக்கைகளுக்கு எதிராக பேசி, எழுதி, மக்களுக்காக தன் வாழ்க்கையை 32 ஆண்டுகாலம் அர்ப்பணித்த அறிஞர் அண்ணா மக்களின் ஏகோபித்த ஆதரவுடன் தமிழகத்தின் முதல்வரானார். அப்போது அவரின் வயது 58.

தென்சென்னை பாராளுமன்ற தொகுதியில் போட்டியிட்ட அண்ணா பெற்ற ஓட்டுக்கள் 2,48,659. எதிர்த்து நின்றவர் பெற்ற ஓட்டுக்கள் 1,66,121.

அறிஞர் அண்ணா 1967ஆம் ஆண்டு மார்ச் மாதம் 6ஆம் நாள் தமிழக முதல்வராக பதவி ஏற்றார்.

பதவி ஏற்ற பிறகு தனது முன்னோடிகளான எதிர்க்கட்சிக்காரர்களான பெருந்தலைவர் காமராஜர், பக்தவத்சலம், மூதறிஞர் இராஜாஜி, மாணிக்க வேலர் போன்றோரையும் சந்தித்து வாழ்த்துப் பெற்றார்.

அண்ணாவின் இந்த பெருந்தன்மையை தமிழகமே பாராட்டியது.

இவற்றைவிட பெரும் ஆச்சர்யத்தையும் நெகிழ்ச்சியை தந்த விஷயம், 1949ஆம் ஆண்டு பெரியாரைவிட்டு பிரிந்த அறிஞர் அண்ணா, அவரை விட்டு பிரிந்திருந்தாலும் அவர்மேல் கொண்டிருந்த மதிப்பு, பாசம், கொஞ்சமும் குறைந்ததே இல்லை.

தான் இன்று முதல்வராய் பதவி பெற்றதற்கு மூலாதாரமே பெரியார்தான் என்பதை என்றும்

மறந்ததே இல்லை.

தனது அன்புத் தம்பிகளான கலைஞர் மு.கருணாநிதி, நாவலர் நெடுஞ்செழியன், அன்பில் தர்மலிங்கம் இவர்களோடு திருச்சியில் தங்கியிருந்த தந்தை பெரியாரை சந்தித்தனர்.

18 ஆண்டுகளுக்கு பிறகு குரு - சீடரின் உணர்ச்சிகரமான சந்திப்பு.

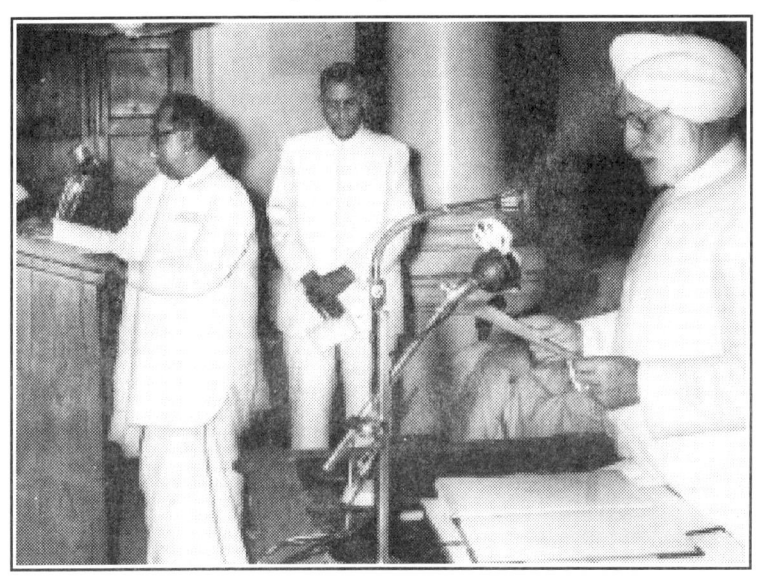

"ஐயா... இந்த மந்திரி சபையை உங்களுக்கு காணிக்கையாக்குகிறேன். எங்களுக்கு ஆலோசனை வழங்குங்கள். உங்களின் அன்பான ஆசியை வழங்குங்கள்" என்று அண்ணா பெரியாரிடம் கேட்க,

"என் ஒத்துழைப்பும் ஆசியும் உங்களுக்கு என்றும் உண்டு. அதில் குறை வைக்கவே மாட்டேன்"

சிவரஞ்சன்
(வ.இளங்கோ)

என்ற பெரியார் அண்ணாவை ஆசீர்வதித்தார்.

பெரியாரும் அண்ணாவும் பத்து நிமிடங்கள் உரையாற்றினார்கள்.

அண்ணா கிளம்பும்போது, "உங்களை உதாசீனப் படுத்திய என்னை வெட்கப்பட வைத்து விட்டீர்கள்" என்றார் உருக்கமான குரலில் பெரியார்.

சென்னை திரும்பிய அண்ணா, நிருபர்களிடம், "இந்த புதிய மந்திரி சபையை எங்கள் தலைவர் பெரியாருக்கு காணிக்கையாக்குகிறேன்" என்று கூறினார்.

அண்ணாவுடன் பதவி ஏற்ற அமைச்சர்கள் 9 பேர்; அவர்களின் விவரம் :

1. அண்ணாதுரை   - முதல் அமைச்சர் நிதி மற்றும் உள்துறை
2. இரா.நெடுஞ்செழியன் - கல்வி
3. மு.கருணாநிதி   - பொதுப்பணி
4. கே.ஏ.மதியழகன்   - உணவு
5. கோவிந்தசாமி   - விவசாயம்
6. சத்தியவாணி முத்து - ஆதிதிராவிடர் நலம்
7. மாதவன்   - சட்டம்
8. சாதிக் பாட்சா   - மக்கள் நல்வாழ்வுத் துறை
9. முத்துசாமி   - உள்ளாட்சி

அண்ணா அடுத்து தேர்தல் வாக்குறுதிகளை நிறைவேற்ற ஆரம்பித்தார்.

| கிளாசிக் | சிவரஞ்சன் |   |  |
| 85 | (வ.இளங்கோ) | | |

ஒரு ரூபாய்க்கு ஒரு படி அரிசி போடுவேன் என்ற வாக்குறுதியை நிறைவேற்ற 1967ஆம் ஆண்டு மே மாதம் 15ஆம் தேதியிலிருந்து அமல்படுத்தினார்.

சமஸ்கிருதமும், ஆங்கிலமுமாக இருந்த சென்னை கோட்டையில் 'தமிழக அரசு தலைமைச் செயலகம்' என்ற பெயர் பலகையை அண்ணா திறந்து வைத்தார்.

'கவர்மெண்ட் ஆஃப் மெட்ராஸ்' என்று தமிழக அரசாங்க கோபுரச் சின்னத்திலிருந்த ஆங்கில எழுத்தை நீக்கி தமிழக அரசு என்ற தமிழ்ச் சொல்லை எழுதினார்.

அரசு சின்னத்தின் கீழே சத்தியமேவே ஜெயதே என்று எழுதப்பட்டிருந்த வடசொல்லை எடுத்து விட்டு 'வாய்மையே வெல்லும்' என்ற தமிழ்ச் சொல்லை எழுத வைத்தார்.

1967ஆம் ஆண்டு ஜூன் மாதம் 20ஆம் தேதி தாழ்த் தப்பட்ட பிற்படுத்தப்பட்ட மாணவர்களுக்கு பி.யூ.சி.

 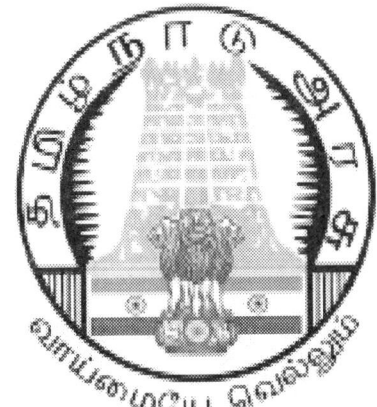

வரை இலவசக் கல்வி அளிக்கப்படும் என அறிவித்தார். அதற்கான திட்டத்தை பட்ஜெட் மூலம் வெளியிட்டார்.

அடுத்து பெரியாரின் சுயமரியாதை திருமணத்தை சட்டபூர்வமாக்கினார். கலப்புத் திருமண தம்பதிகளுக்கு தங்கப்பதக்கம் வழங்கப்படும் என அறிவித்தார்.

தமிழ்நாடு என அழைப்போம் :

மெட்ராஸ் ஸ்டேட் - சென்னை மாகாணம் என்று இருப்பதை 'தமிழ்நாடு' என்று மாற்ற வேண்டும் என்று சங்கரலிங்கம் என்பவர் உண்ணாவிரதம் இருந்தார். இதை கவனத்தில் கொண்டு சட்டசபையில் மெட்ராஸ் ஸ்டேட் என்ற பெயரை தமிழ்நாடு என மாற்ற முடிவு செய்தார். சிலர் எதிர்த்தனர்.

1967 ஆம் ஆண்டு ஜூலைத் திங்கள் 18 ஆம் தேதி தமிழ்நாடு என்ற பெயரை ஒரு மசோதாவைத் தாக்கல் செய்து, அதை நிறைவேற்றினார்.

'தமிழ்நாடு' என்று நெஞ்சமெலாம் இனிக்கும் பெயரை மாற்றியதே மாபெரும் சாதனை என்றார் அண்ணா.

உலகத் தமிழ் மாநாடும்
தலைவர்களின் சிலைகளும் :

தமிழ் எங்கள் மூச்சாம் என்ற பாவேந்தரின் வார்த்தையை மூச்சாய் கொண்டவர் அண்ணா.

தமிழை உயிரென நேசித்தவர். அரசு அதிகாரிகளிடம் பெரும்பாலும் தமிழிலேயே பேசுவார். மற்ற மாநில அதிகாரிகளிடம் மட்டும் ஆங்கிலம் பேசுவார். அந்த அதிகாரிகளிடம் தமிழை கற்றுக் கொள்ளுங்கள் என்பார்.

சென்னையில் இரண்டாம் உலகத் தமிழ் மாநாட்டை நல்ல முறையில் பத்து நாட்கள் நடத்தினார் அண்ணா. நடந்த நாள் வருடம் 1.1.1968 துவங்கி பத்து நாட்கள்.

சென்னையில் திருவிழாக் கூட்டம். எங்கும் மக்களின் மகிழ்ச்சி வெள்ளம்.

அயல் நாடுகள், பிற மாநிலங்களிலிருந்து 200க்கும் மேற்பட்ட தமிழ் அறிஞர்கள் கலந்து கொண்டனர். தமிழகத்திலிருந்து 200 தமிழ் அறிஞர்கள் வந்திருந்தனர். அனைவரும் மாநாட்டை சிறப்பித்தனர்.

தமிழுக்கு தொண்டு செய்தவர்கள் சிலரின் சிலைகளை கடற்கரை சாலையில் திறந்து வைத்தார் அண்ணா.

கண்ணகி, ஔவையார், கம்பர், பாரதியார், பாரதிதாசன், வ.உ.சிதம்பரனார், போப் ஐயர், கால்டுவெல், வீரமாமுனிவர் என சிலைகள் திறக்கப்பட்டன.

இரண்டாம் உலகத் தமிழ் மாநாட்டால் தமிழின் பெருமை உலகெங்கும் பரவியது.

அண்ணாவின் தமிழ்ப்பற்றை மக்கள் உணர்ந்து

அவரைப் பாராட்டினர்.

அமெரிக்க யேல் பல்கலைக் கழகத்தில் அண்ணா :

உலகப் புகழ்பெற்ற அமெரிக்க யேல் பல்கலைக் கழகத்தின் அழைப்பை ஏற்று அண்ணா அவர்கள் 13.4.1968-ல் சென்னையிலிருந்து விமானம் மூலம் அமெரிக்கா சென்றார். உடன் சென்றவர் தனிச் செயலாளர் கே.சொக்கலிங்கம்.

19.4.1968-ல் நியூயார்க் கென்னடி விமான நிலையத்தில் அவரை வரவேற்க தமிழர் கூட்டம் கூடியது. ஆயிரக்கணக்கில் அங்கு தமிழர் கூடினர்.

இந்திய தூதரும், உயர் அதிகாரிகளும் தமிழக முதல்வரை அன்புடன் வரவேற்றனர்.

யேல் பல்கலைக்கழகத்தில் அவருக்கு பெரும் வரவேற்பை அளித்தனர்.

பல்கலைக்கழக ஆய்வு மாணவர்களுக்கு திருக்குறள் வகுப்பை மிக அருமையாக நடத்தினார் அண்ணா. ஆங்கிலத்தை தாய் மொழியைப் போல அவர் உச்சரித்தது, அவர்களை குறிப்பாய் பேராசிரியர்களை வியக்க வைத்தது.

ஆங்கில பத்திரிகையாளர்களின் கேள்விகளுக்கு உடனுக்குடன் மிகச் சரியாகவும், தெளிவாகவும் பதிலளித்ததை கண்டு ஆச்சர்யமடைந்தனர் பத்திரிகையாளர்கள்.

அண்ணாவின் வியக்க வைக்கும் அறிவாற்றலை

கிளாசிக்	சிவரஞ்சன்
89	(வ.இளங்கோ)

மெச்சிய பல்கலைக் கழகம் அவருக்கு 'சப்ஃபெல் லோசிப்' என்ற மிக உயர்ந்த சிறப்பான விருதை வழங்கி கௌரவித்தது.

அமெரிக்கர் அல்லாத ஒருவருக்கு முதன்முதலில் தமிழருக்கு இவ்விருது கிடைத்தது அப்போதைய மாபெரும் சாதனை.

பல்வேறு கருத்தரங்க கூட்டங்கள், மாணவர் சங்க கூட்டங்கள், டெலிவிஷன் பேட்டி, வானொலி பேட்டிகள் என பல்வேறு நிகழ்வுகளில் ஆர்வத்தோடு கலந்து கொண்டு இந்தியாவின் பெருமையை ஆங்கிலேயர் அறிய செய்தார் அண்ணா. வாடிகனில் போப்பை சந்தித்தார்.

தினமும் அவரை பற்றிய கட்டுரைகள் ஆங்கில பத்திரிகைகளில் வந்த வண்ணம் இருந்தன.

இந்தியாவின் அருமை பெருமைகளை ஆங்கி

லேயர் அறிய செய்துவிட்டு - ஒரு மாதச் சுற்றுப் பயணத்தை முடித்துக் கொண்டு தாயகம் திரும்பினார் அண்ணா

அமரர் அண்ணா :

1968ஆம் ஆண்டு ஆகஸ்ட் இறுதி வாரத்தில் சட்டசபையில் வரவு செலவுத் திட்டத்தின் மீது விவாதம் நடந்து கொண்டிருந்தபோது அண்ணா வுக்கு உடல்நல பாதிப்பு ஏற்பட்டது.

உடனே மருத்துவமனையில் சேர்க்கப்பட்டார்.

உணவுக் குழாயில் ஏற்பட்டிருந்த சதை வளர்ச்சி புற்று நோயின் ஆரம்ப அறிகுறி என சொல்லப் பட்டது.

அப்போதைய பிரதமர் இந்திரா காந்தி அவர்கள் உட்பட பல தலைவர்கள் அண்ணாவின் உடல் நலனுக்காக அமெரிக்கா செல்வது நல்லது என்று கூறினர்.

செப்டம்பர் 10ஆம் தேதி அமெரிக்கா புறப்பட்ட போது இலட்சக்கணக்கான மக்கள் துயரத்தோடு அவரை வழியனுப்பினர். தந்தை பெரியார் அவர்களும் தள்ளு வண்டியில் அமர்ந்தபடி விமான நிலையத்திற்கு வந்திருந்தார். கலைஞரும், நாவலரும் மும்பை விமானம் நிலையம் வரை சென்றனர்; அந்த விமான நிலையத்தில் தமிழர்கள்கூட தங்கள் தமிழ் மகன் உடல்நலத்தோடு திரும்ப வாழ்த்தி வழியனுப்பினர்.

அண்ணாவோடு அவரின் மனைவி இராணி

அம்மையார், மகன் பரிமளம், க.ராஜாராம், டாக்டர் சதாசிவம் ஆகியோர் சென்றனர்.

செப்டம்பர் மாதம் 16ஆம் தேதி நியூயார்க்கிலுள்ள மெமோரியல் மருத்துவமனையில் அண்ணாவுக்கு டாக்டர் மில்லரின் திறமையால் அறுவை சிகிச்சை நடந்தது.

சிகிச்சை நல்லபடியாக முடிந்தது; அண்ணாவை பிரதமர் இந்திரா காந்தியும், நிதி அமைச்சர் மொரார்ஜி தேசாயும் அமெரிக்கா சென்று உடல் நலத்தை விசாரித்து, அவருக்கு வேண்டியதை செய்யும்படி கேட்டுக் கொண்டனர்.

நவம்பர் மாதம் 6ஆம் தேதி அண்ணா உடல் நலத்தோடு தாயகம் திரும்பினார்; அவரை காண இலட்சக்கணக்கான மக்கள் விமான நிலையத்தில் கூடினர்.

அவரை வரவேற்று சாலையின் இரு மருங்கிலும் மக்கள் வெள்ளம்.

அண்ணாவை தங்க வைக்க குளிர் சாதனம் பொருத்திய வீட்டை அவருக்கு ஒதுக்கினார்கள். அவர் அதை மறுத்துவிட்டார்.

மேலும் மருத்துவர்கள் ஓய்வெடுக்க கூறினார்கள். ஆனால் அவர் தனது மக்கள் பணிகளை தொடங்கவே செய்தார்.

என்னை நம்பி கோடிக்கணக்கான ஏழை மக்கள் இருக்கிறார்கள். அவர்களின் பிரச்னையை தீர்த்தால் தான் எனக்கு ஓய்வு, நிம்மதி என்றார் அண்ணா.

சட்டசபையில் மெட்ராஸ் ஸ்டேட் என்ற பெயரை தமிழ்நாடு என்று மாற்ற தமிழக சட்டசபையில் மசோதா நிறைவேற்றப்பட்டது. அதை மத்திய அரசு அங்கீகரிக்க வேண்டும். பெயர் மாற்றத்திற்கு மத்திய அரசு அனுமதி கொடுத்தது.

1968ஆம் ஆண்டு டிசம்பர் 1ஆம் தேதி தமிழ் நாடு என்று பெயர் சூட்டும் நாளை தமிழக மக்கள் மகிழ்ச்சியோடு வரவேற்றனர். மகிழ்ந்தனர். ஆனந்தக் கூத்தாடினர்.

கலைவாணர் அரங்கில் தமிழ்நாடு என்று பெயர் சூட்டும் நாள்.

அறிஞர் அண்ணா, கலைஞர் கருணாநிதி, ம.பொ.சி., சி.பா.ஆதித்தனார் மற்றும் பெரும் தலைவர்கள் கலந்து கொண்டு பேசினர்.

மருத்துவர்கள் ஓய்வெடுக்க சொல்லியும் தமிழ் நாடு என்று பெயர் வைக்கும் நிகழ்வுக்கு கலந்து கொள்வதை என் உயிருக்கு மேலாக கருதுகிறேன் என்று விழாவிற்கு மகிழ்ச்சியோடு வந்தார் அண்ணா.

அண்ணாவின் நாதக்குரல் ஒலிக்க துவங்கியது.

நீண்ட நாட்களுக்குப் பின்னர் தமிழகத்தில் நான் கலந்து கொள்கிற வரலாற்று சிறப்புமிக்க நிகழ்வாக இருப்பதில் எனக்கு பெருமை.

நான் இந்த மகிழ்ச்சி பொங்கும் விழாவில் கலந்து கொள்ள முடிவெடுத்தபோது, நீங்கள் கூட்டத்தில் கலந்து கொள்ளக்கூடாது. அப்படி கலந்து கொண்டாலும் பேசக்கூடாது. அப்படியே பேசினா லும் 'சிற்றுரை'யுடன் முடித்துவிட வேண்டும். நீண்ட நேரம் பேசினால் தங்கள் உடல் பாதிக்கப்படும்

என்று மருத்துவர்களும், என்மீது உயிரனைய பாசம் கொண்ட நண்பர்களும் கூறினார்கள்.

வரலாற்றில் இடம் பொறிக்கக் கூடிய தமிழ்நாடு மாற்ற மகிழ்ச்சியான விழா நடைபெறும் இன்றைய தினம் நான் உரையாற்றுவதாலேயே இந்த உடலுக்கு ஊறு நேரிடும் என்றால் இந்த உடல் இருந்தே பயனில்லை என்று கூறி எனது கோரிக்கையை ஏற்றுக் கொள்ளும்படி அவர்களிடம் கேட்டுக் கொண்டு இங்கே வந்திருக்கிறேன்.

நாவினிக்கும் - நெஞ்சினிக்கும் 'தமிழ்நாடு' என்ற பெயரை சூட்டும் நல்விழாவில் கலந்து கொள்ளும் வாய்ப்பு வாழ்க்கையில் ஒருமுறைதான் வரும், பலமுறை வருவதில்லை.

அடைய வேண்டும் என்று நினைத்ததை அடைந் திருக்கிறோம், பெறவேண்டும் என்று நினைத்ததை நாம் பெற்றிருக்கிறோம் என்று தொடர்ந்து அவர் மிகவும் அற்புதமான உரையை ஆற்றிவிட்டு மக்கள் தமிழ் வாழ்க! தமிழ்நாடு வாழ்க என்று வாழ்த்தொலி வானத்தை முட்ட அண்ணா 'தமிழ்நாடு' என பெயர்சூட்டி மகிழ்ந்தார்.

உலகம் உள்ளவரை தமிழ்நாடு பெயர் இருக்கும். அப்பெயரை சூட்டிய அண்ணாவின் பெயரும் மிளிரும்.

அண்ணா மருத்துவர்களின் சொல்படி நடந் தாலும் அவர் அரசு பணியை கைவிடவில்லை. தொடர்ந்து பணி ஆற்றிக் கொண்டிருந்தார்.

தமிழ் சினிமாவில் எத்தனை நகைச்சுவை நடிகர்கள் வந்தாலும் நகைச்சுவை சக்கரவர்த்தி

என்.எஸ்.கிருஷ்ணனுக்கு இணையாக எவரையும் சொல்ல முடியாது.

அவரை அண்ணாவிற்கு மிகவும் பிடிக்கும். என்.எஸ்.கே. அவர்களுக்கும் அண்ணாவை பிடிக்கும்.

சென்னை தியாகராய நகரில் 1969ஆம் ஆண்டு ஜனவரி மாதம் பொங்கல் நாளன்று என்.எஸ்.கிருஷ்ணன் அவர்களின் உருவச் சிலையை அண்ணா திறந்து வைத்தார். அதுவே அவரின் இறுதி நிகழ்ச்சியாகி விட்டது.

அதற்கு பிறகு இரண்டு நாளில் அவர் உடல்நிலை பாதிக்கப்பட்டது.

ஜனவரி 17 ஆம் தேதி அவரின் உடலை இல்லத்தில் வைத்து மருத்துவர்கள் பரிசோதித்தனர். ஜனவரி 20 ஆம் தேதி அடையாறு புற்றுநோய் மருத்துவ

கிளாசிக்	சிவரஞ்சன்	
95	(வ.இளங்கோ)	

மனையில் சேர்க்கப்பட்டார்.

டாக்டர் சதாசிவம் தலைமையில் மருத்துவக் குழு அமைக்கப்பட்டு, அண்ணாவிற்கு தீவிர சிகிச்சை அளிக்கப்பட்டது.

அண்ணா மீண்டும் மருத்துவமனையில் சேர்க்கப் பட்டார் என்ற செய்தி அறிந்த மக்கள் மிகுந்த துயரம் அடைந்தனர்.

மாற்றுக்கட்சியினரும் அண்ணாவின் உடல் பாதிக்கப்பட்டிருப்பதை எண்ணி வேதனை அடைந்தனர்.

தந்தை பெரியார், பெருந்தலைவர் காமராஜர் போன்ற தலைவர்கள் தினமும் அண்ணாவை பார்த்தவண்ணம் இருந்தனர். பெரியார் அண்ணாவின் அருகிலேயே அமர்ந்திருந்தார்.

மக்கள் அண்ணா மீண்டுவர பிரார்த்தனை செய்த வண்ணம் இருந்தனர்.

ஏழை எளிய மக்கள் கண்ணீருடன் மருத்துவ மனையை சுற்றி அமர்ந்திருந்தனர்.

சிவாஜி கணேசன், எஸ்.எஸ்.ராஜேந்திரன் போன்ற முன்னணி நடிகர்களும் அண்ணாவை மருத்துவமனையில் பார்த்தவண்ணம் இருந்தனர்.

தனது உடன் பிறவா அண்ணன் போன்ற தன்னை இதயக்கனி என்று கூறிய அண்ணாவின் உடல் கண்டு எம்.ஜி.ஆர். துயரத்தின் உச்சிக்கே சென்றார்.

பிரதமர் இந்திரா காந்தி தினந்தோறும்

சிவரஞ்சன் [வ.இளங்கோ]

கிளாசிக் 96

அண்ணாவின் உடல்நலம் குறித்து கேட்டுக் கொண்டே இருந்தார்.

ஜனவரி 25ஆம் தேதி டாக்டர் மில்லர் அவர்கள் இரண்டாம் முறையாக அண்ணாவுக்கு புற்றுநோய் பரவாமல் இருக்க அறுவை சிகிச்சை செய்தார்.

கண்ணும் கருத்துமாக - கண் இமைக்காமல் கவனித்து சிகிச்சை அளித்தும் ஜனவரி 31ஆம் தேதி காலை அவருக்கு மாரடைப்பு ஏற்பட்டது.

பிப்ரவரி 2ஆம் தேதி இரவு 12.22 மணிக்கு தமிழகத்தின் கலங்கரை விளக்கம் இருண்டது; ஆம் தமிழகத்தின் மக்கள் தலைவர் அமரர் ஆனார். உலக மாமேதைகளில் ஒருவர் தனது மூச்சை நிறுத்தி விட்டார்.

மக்கள் சேவையே மகேசன் சேவை என்று மக்களுக்காகவே வாழ்ந்த மாமனிதர் அண்ணா அமரரானார்.

அவரின் மறைவால் தமிழகமே இருண்டு போனது;

ஆனால் அவரின் தொண்டு தமிழகம் உள்ளவரை வாழ்ந்து கொண்டிருக்கும்.

அனைத்துக் கட்சியினரும் அவரின் மறைவுக்கு கண்ணீர் சிந்தினர். தனக்கென்று எதிரிகளேகிடையாது என்று நல்லெண்ணம் கொண்ட அவரின் இறுதி யாத்திரைக்கு ஒன்றரை கோடி மக்கள் கலந்து கொண்டனர். (இது கின்னஸ் சாதனை - இன்று வரை அதை எந்தத் தலைவரும் மிஞ்சவில்லை).

தூய்மையான நோக்கமும், தெளிவான அறிவும், கொள்கை வெல்லும் என்ற நம்பிக்கையும் இருக்குமானால் தட்டுத் தடுமாறிப் பேசும்பேச்சு, நாளடைவில் முழக்கமாகிவிடும்.

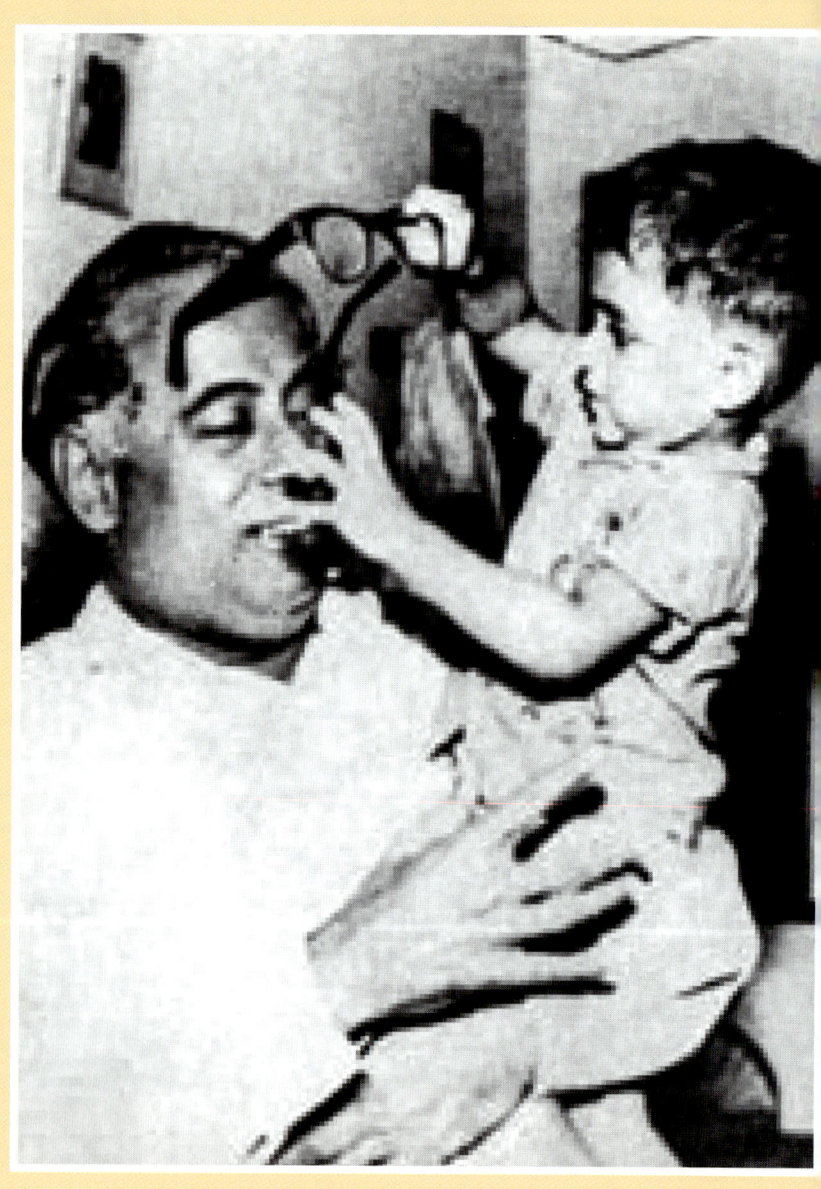

நாம் அறிவுத் துறையில் முன்னேற்றமடைந்தால் தான் நம்மிடம் உள்ள பழைய கருத்துகள் அகலும். பாசி பிடித்துப் போன கண்மூடிப் பழக்கங்களும் தொலையும், மற்ற மூடநம்பிக்கைகள் முறியடிக்கப்படும்.

உழைத்து வாழ்பவனே வணங்கத்தக்கவன்;
வாழ்த்துக்குரியவன், அந்த உழைப்பாளிக்கு
ஊறு ஏற்படுவது சமுதாயத்தின் நல்வாழ்வையே
புரையோடச் செய்வதாகும்.

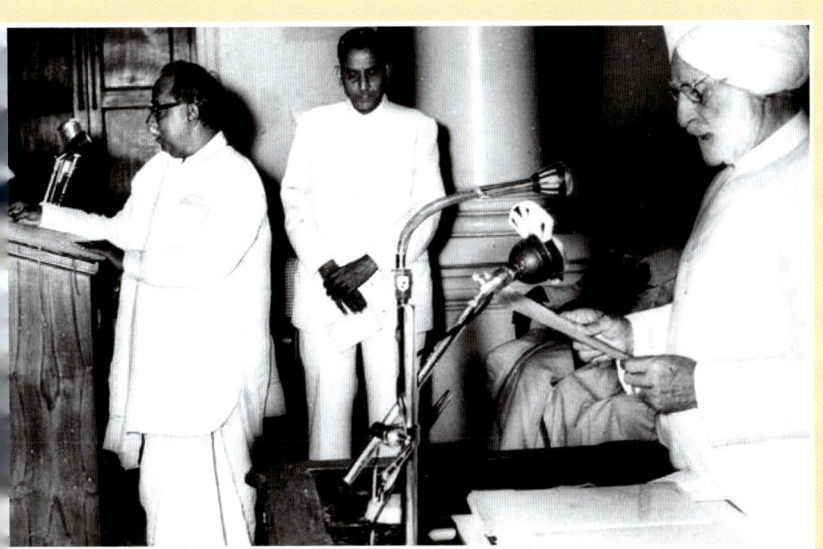

உயிரும், உடலும், மலரும், மணமும், நரம்பும் நாதமும்,
மணியும் ஒலியும், கனியும், ருசியும் பிரியுமோ?
பிரிந்திடின் பயனுள்ளதாமோ? அது போன்றதே காதல்.

சர்வாதிகாரமும், கொடுங்கோன்மையும் பூண்டோடு கருவறுக்கப்பட்டாக வேண்டும். பகட்டும் வெற்றுரைகளும், உள்ளொன்று வைத்துப் புறமொன்று பேசிடும் பொல்லாங்கும் அழிந்திடல் வேண்டும். அப்போதுதான் மனிதத் தன்மை, மானுடத்தின் மாண்பு அரசோச்ச முடியும். இச்சீரிய செயலில் ஈடுபடத்தக்க செயல் வீரர்களைப் பல்கலைக்கழகங்கள் ஆண்டுதோறும் பட்டதாரிகளாகத் தயாரித்து அனுப்பிக் கொண்டே இருக்க வேண்டும் என்பதே எனது பேராவல்.

திறமை எது என்பது பற்றிய கருத்தே காலத்தோடு சேர்ந்து வளர்ந்த வண்ணம் இருக்கிறது; திறமைக்கான இலக்கணம் மாறுகிறது; திறமை பற்றிய மதிப்பீட்டுத் தன்மை மாறுகிறது; திறமை பாராட்டும் போக்கேகூட அவ்வப்போது மாறுகிறது.

தம்பி நமது உள்ளத்தில் தூய்மை இருந்தால்
தூற்றல் பற்றி நமக்கென்ன கவலை?
அது நம்மை என்ன செய்யும்?

நம மண்ணில் ஒரு துளி அளவையும் பிறர் கொள்ளச் சகியோம். பிறர் கொள்ள நேர்ந்தால், எப்பாடு பட்டேனும் நம் தாயகம் காப்போம் என்னும் நாட்டுப் பற்று உயர்ந்ததாகும்.

கிளாசிக் 97 | சிவரஞ்சன் (வ.இளங்கோ)

கடற்கரையில் அண்ணா உறங்குகிறார்.

ஆம் எதையும் தாங்கும் இதயம் இங்கே உறங்குகிறது. வாழ்க அண்ணா!

இரண்டே ஆண்டு ஆட்சிக் காலத்தில் (1967-1969) அண்ணாவின் சாதனைகள் :

- மெட்ராஸ் ஸ்டேட் என்ற பெயரை தமிழ்நாடு என மாற்றினார்.
- ரூபாய்க்கு படி அரிசி வழங்கினார்.
- முதன்முதலில் தமிழ்நாட்டில் இருமொழி திட்டத்தை கொண்டு வந்தார்.
- 'சீரணி' என்ற அமைப்பை முதன்முதலில் ஏற்படுத்தினார்.
- சுயமரியாதை திருமணம் நடத்த சட்டம் கொண்டு வந்தார்.
- செயிண்ட் ஜார்ஜ் கோட்டையை தலைமைச் செயலகம் என மாற்றினார்.
- சத்தியமேவ ஜெயதே என்பதை வாய்மையே வெல்லும் என மாற்றினார்.
- இரண்டாம் உலக தமிழ் மாநாட்டை நடத்தினார்.
- தமிழ் அறிஞர்களுக்கும், தலைவர்களுக்கும் மெரினா கடற்கரையில் சிலைகளை எழுப்பினார்.
- பஸ் போக்குவரத்து படிப்படியாக அரசுடைமை ஆக்கப்பட்டது.

- நிலம் இல்லாத ஏழைகளுக்கு இலவச நிலங்களை வழங்கினார்.
- இந்தி எதிர்ப்புப் போராட்டத்தில் சிறை சென்ற 1027 தொண்டர்களை விடுதலை செய்தார்.
- தீப்பற்றாத அமைப்புடன் கூடிய குடிசைகளை அமைத்துக் கொடுத்தார்.
- கூவம் நதி சீரமைப்புத் திட்டம் உருவாக்கப் பட்டது.
- சென்னை மக்களின் குடிநீர் பஞ்சம் தீர காவிரி யிலிருந்து நீர் கொண்டுவரும் திட்டம் 1967 அக்டோபர் மாதம் 30ஆம் தேதி துவக்கப்பட்டது.
- அமைச்சர்களின் மாத ஊதியத் தொகையை பாதியாக குறைத்தார்.
- புதுமுக வகுப்பு வரை இலவச கல்வியாக் கப்பட்டது.

(இரண்டே ஆண்டுகளில் இத்தனை சாதனை களை செய்த அண்ணா அவர்கள் மேலும் பல ஆண்டுகள் பதவியில் இருந்திருந்தால், தமிழகத்தை இந்தியாவிலேயே முன்னணி மாநிலமாக எக்காலமும் இருக்கும்படி செய்திருப்பார்.)

அண்ணாவின் வைரமுத்துக்கள்
(பொன்மொழிகள்)

அருமைத்தம்பி
மக்களிடம் சென்றிடு
அவர்களோடு வாழ்ந்திடு
அவர்களிடமிருந்து அறிந்திடு
அவர்களை நேசித்திடு
அவர்களுக்காக உன் உழைப்பை நல்கிடு
அவர்களோடு இணைந்து அவர்களுக்காக திட்டமிடு
அவர்களுக்குத் தெரிந்ததில் இருந்து பணியைத் துவக்கிடு
அவர்களிடம் இருப்பதிலிருந்து தக்க வேலையைத் தொடர்ந்திடு!

- மரத்தை வெட்டுகின்றவன் கூடக் களைத்துப் போனால் ஓய்வெடுப்பதற்கு இன்னொரு மரத்தின் நிழலில்தான் அமருகின்றான்; நம்மையும் இவன் வெட்டுவானே என்று நினைக்காமல் அந்த மரம் அவனுக்கு நிழல் தருகிறது. அதுபோல அரசியலில் நம்மைத் தாக்கு வோரிடத்திலும் நிழல் தரும் மரம் போல அன்பு காட்ட வேண்டும்.

- வைரம் ஜொலிக்க வேண்டுமானால் சாணை பிடிக்கத் தான் வேண்டும். தங்கம் பிரகாசிக்க வேண்டுமானால் தணலில் காய்ச்சத்தான் வேண்டும். ஆம் அதைப்போல், நல் வாழ்வு பெறவேண்டுமானால் நாம் பகுத்தறிவுப் பாதையில் செல்லத்தான் வேண்டும்.

- தூய்மையான நோக்கமும், தெளிவான அறிவும், கொள்கை வெல்லும் என்ற நம்பிக்கையும் இருக்கு மானால் தட்டுத் தடுமாறிப் பேசும்பேச்சு, நாளடை வில் முழக்கமாகிவிடும்.

- வாழ்க்கையில் அடிப்படைத் தேவைகளுக்கு அடுத்த இடம் அலங்காரப் பொருள்களுக்கும் போக போக்கிய பொருள்களுக்கும் தரப்படும் நிலை மாறி புத்தக சாலைக்கு அந்த இடம் தரப்பட வேண்டும். உணவு-உடை அடிப்படைத் தேவை. அடிப்படைத் தேவை பூர்த்தியானதும் முதல் இடம் புத்தக சாலைக்குத் தரப்பட வேண்டும்.

- நாம் அறிவுத் துறையில் முன்னேற்றமடைந்தால் தான் நம்மிடம் உள்ள பழைய கருத்துக்கள் அகலும். பாசி பிடித்துப் போன கண்மூடிப் பழக்கங்களும் தொலையும், மற்ற மூடநம்பிக்கைகள் முறியடிக்கப்படும்.

- கெட்ட பொருள், குப்பைக் கூளம், நாற்றப் பொருள்

இவற்றிடம் தீண்டாமை அனுஷ்டிக்கத்தான் வேண்டும், ஆனால் பலகோடி மக்களை, தாய் நாட்டவரை மூதாதையர் காலம் முதல் நம்முடன் வருபவரை தீண்ட மாட்டோம் என்று கூறுவது அறிவுடைமை ஆகுமா?

❖ உழைத்து வாழ்பவனே வணங்கத்தக்கவன்; வாழ்த்துக் குரியவன், அந்த உழைப்பாளிக்கு ஊறு ஏற்படுவது சமுதாயத்தின் நல்வாழ்வையே புரையோடச் செய்வதாகும்.

❖ உயரும், உடலும், மலரும், மணமும், நரம்பும் நாதமும், மணியும் ஒலியும், கனியும், ருசியும் பிரியுமோ? பிரிந்திடின் பயனுள்ளதாமோ? அது போன்றதே காதல்.

❖ அழகிய ரோஜாவிற்கு அற்புதமான வண்ணம் தீட்டிப் பார்க்க வேண்டாம் அல்லவா? நம்மைச் சொக்க வைக்கும் மயிலின் தோகைக்குப் பட்டாடை போர்த்த தேவையில்லை அல்லவா? முல்லைக்கு மணமும் தேனுக்கு இனிப்பும் நாம் கூட்டத் தேவையில்லை அல்லவா? அதே போலத்தான் நம் தாய் மொழி தமிழுக் குப் பிறமொழிச் சேர்க்கையும் தேவையற்ற ஒன்று.

❖ இரண்டாயிரம் ஆண்டுகளுக்கு முன்னாலே எழுதப்பட்ட திருக்குறளிலே ஹைட்ரஜன் இல்லையே அணுகுண்டு இல்லையே என்று சொல்வது பொருந்தாது. எழுதப்பட்ட காலத்தையும் முறையோடு ஒப்பு நோக்க வேண்டும்.

❖ ஒரு மரத்தின் பலன் எப்படி அதன் கனியைப் பொறுத்து இருக்கிறதோ, அப்படித்தான், ஒரு மதத்தின் பலன் அதைப் பின்பற்றும் மக்களின் நடவடிக்கைகளைப் பொறுத்திருக்கிறது.

❖ பொது வாழ்வு புனிதமான பூமி. அந்தப் பூமியில்

உலவுபவர்கள், புகழுக்காகப் புளுகு மொழி பேசும் புலவர்களாக இருக்கக் கூடாது. ஊர் முழுதும் எதிர்த் தாலும் உண்மையையே உரைத்திடும் அஞ்சா நெஞ்சர் களாக இருக்க வேண்டும். ஆற்றல் வீரர்களாக திகழ வேண்டும்.

❖ இளைஞர்கள் சமுதாயத்தில் படிந்துள்ள சிலந்திக் கூடுகளை நீக்க வேண்டும். துணிச்சலுடன் சலிப்பில் லாமல் உழைத்துப் பகுத்தறிவினைத் தலையாய நிலையில் நீங்கள் அரசோச்சச் செய்ய வேண்டும்.

❖ வைதீகத் தம்பி, இங்கேவா! விஞ்ஞானியின் அறிவு கண்டுபிடித்துக் கொடுத்த கிராமபோனில் உன் பழைய பஜனைப் பாட்டைப் பாட வைத்து மகிழ்கிறாயே, மகிழலாமா? யோசித்துப்பார், கோபப்படாதே உண்மை அப்படித்தான் கொஞ்சம், நெஞ்சை உறுத்தும்.

❖ ஆணையும், பெண்ணையும் சேர்த்து வைக்கும் ஓர் வானவில் போன்றது காதல்.

❖ பசிப்பிணியைத் தீர்க்கும் பிரச்சினைக்கு வேறு எந்த பிரச்சினையும் ஈடாக முடியாது.

❖ உன் பேச்சு உன் புத்திக் கூர்மையை பிரதிபலிக்கும்; உன் வார்த்தை உன் அறிவுத் திறனை எடுத்துக்காட்டும்.

❖ பணக்காரர்களை வளரவிட்டு 'சோசலிசம்' வருகிறது வருகிறது என்று கூறுவது குடுகுடுப்பைக்காரன் கிழிந்த துணிக்காக நல்ல காலம் வருகிறது என்று கூறுவதற்கு ஒப்பாகும்.

❖ யாரையேனும் கொட்டிவிட்ட பிறகு தேள் அவன் எப்படித் துடிக்கிறான்! என்ன மருந்து தேடுகிறான் என்பதைக் காண விரும்புகிறதா? வேலை முடிந்ததும் வேறிடம் செல்லும்.

அப்படித்தான் காதல் மயக்கத்தில் ஈடுபட்ட கன்னியரிடம் காளையர் சிலர் நடந்து கொள்வதும்.

- தொழிலாளர்களின் உரிமைகளையும், நலன்களையும் எவ்வளவுக்கெவ்வளவு பாதுகாக்கிறோமோ அந்த அளவுக்குத் தொழில் வளம் பெருகும்.

- விவசாயிகளின் நலன்கள் கவனிக்கப்படாத வரை ஒரு நாளைக்கு ஒருவேளை உணவு என்பதே திண்டாட்ட மாகிவிடும்.

- சாமானியர்களின் ஏழை எளியவர்களின் எண்ணங்கள் ஈடேற்றப்பட்டுத் தீரவேண்டிய நேரமிது என்பதனை மறந்திட முடியாது! இப்படிப்பட்ட சாமானியர்கள் - அவர்கள் எத்துணை ஏழ்மையிலும், அறியாமையிலும்

உழன்று உருக்குலைந்து காணப்படினும் அவர்தம் கருத்தோட்டத்தை மதிப்பிட வேண்டும்.

❖ சிந்தித்தால் உரையாற்றலாம். சிந்தித்து நெகிழ்ந்தால் மட்டும் தான் கவிதை இயற்ற முடியும். தாம் கண்டு உள்ளம் நெகிழ்ந்தவற்றை மற்றவர்கள் கண்டு நெகிழும் வண்ணம் அள்ளித் தருவதுதான் கவிதை.

❖ விஞ்ஞானம் இந்த நாட்டில் மதிப்பற்றிருப்பதுபோல எந்த நாட்டிலும் மதிப்பற்றிருக்காது.

❖ ஒரு நாடு சீர்பெற்று இயங்க வேண்டுமானால் மக்கள் மனவளம் படைத்தவர்களாக இருக்க வேண்டும். மனவளம் படைத்த மக்களாக இருக்க வேண்டுமானால் அந்நாட்டில் கலாச்சாரம், பண்பாடு, நாகரிகம் சிறந்து விளங்க வேண்டும். இவை சிறந்து விளங்க வேண்டு மானால் அந்நாட்டில் உள்ள மொழி சிறந்ததாக இருக்க வேண்டும். இவை அத்துணையும் ஒருங்கமைந்த உயர்ந்த மொழி நம்மொழி - தமிழ்மொழி. அம்மொழி பல்லாயிரம் ஆண்டுகளுக்கு முன்னாலேயே சீரும் சிறப்புமுறப் பாராண்டது.

❖ இன்று நாட்டின் அறிவுக் களஞ்சியமாகவும், கருத்துக் கருவூலங்களாகவும் விளங்குபவை பல்கலைக் கழகங் களே! சிந்தனைத் தெளிவு - மதிநுட்பத் திறன் சேவை யுள்ளம் ஆகியவற்றின் தூதுவர்களாய்த் திகழ்ந்திடும் வருங்காலக் குடிமக்களைத் தயாரித்திடும் பொறுப்பும் பல்கலைக்கழகங்களையே சாரும். எனவே பல்கலைக் கழகங்களின் பொறுப்பு மிகப் பெரிது.

❖ புதிய எண்ணங்கள், புத்தம் புது ஆராய்ச்சிகள், கால வேகத்தையொட்டி ஏற்பட்டுள்ள கருத்து மாற்றங்கள் நமது சிந்தனைப் பூங்காவினுள் தென்றலென வீசித்

கிளாசிக் — சிவரஞ்சன் (வ.இளங்கோ)

தெளிவும் தெம்பும் பிறந்திட வழியமைப்போம்.

- மோட்டார் நன்றாக ஓட விசையிருந்தால் மட்டும் போதாது! தவறான வழியில் செல்லாமல் தடுக்கும் பிரேக்கும் இருக்க வேண்டும் அதுபோல ஜனநாயகக் காலத்தில் குடியரசு வந்தபிறகு நல்லாட்சி நடக்க வேண்டுமானால் ஆளுங்கட்சி ஒன்று இருந்தால் மாற்றுக்கட்சிகளும் இருக்க வேண்டும்.

- காலம் மாறக் கூடியது. மாறிக் கொண்டுதான் இருக்கும். காலத்திற்கேற்ப கருத்தில் மாற்றம் வேண்டும். மாறாத சமுதாயம் மறைந்துவிடும்.

- சாதி முறையை நாம் எதிர்க்கிறோம் என்றால் பொருளாதார பேதநிலையை உண்டாக்கியதும் நிலைத்திருக்கச் செய்வதுமான கொடிய ஏற்பாட்டைத் தகர்க்கிறோம் என்று பொருள். அதாவது சமதர்மத்திற்கான சூழலை ஏற்படுத்துகிறோம் என்று அர்த்தம்.

- மேனாட்டவரின் வாழ்வு கலை ஒலியுடன் திகழ்கிறது. இங்கோ? கவலை ஒலியே கேட்கப்படுகிறது. கவனம்! அவர்கள் விஞ்ஞானத்தின் துணையால் உழைப்பின் கடினத்தைக் குறைத்து கொண்டு விட்டனர். இங்கோ? மனித உழைப்பே இன்னமும் அதிகமாக இருக்கிறது.

- அரசுகளை ஆட்டிப் படைக்கும் அளவுக்கு ஆற்றல் படைத்தது மேடைப்பேச்சு; இவ்வளவு முக்கியமான கருவி ஒரு சிலருக்கு மட்டுமே உரியதல்ல; அங்ஙனம் இருப்பதும் நல்லதாகாது.

- மக்களை அணுகி ஓட்டு வாங்கவும் தெரிய வேண்டும். மார்புக்கு நேரே துப்பாக்கி குண்டு பாய வருகிறது என்றால், அதைத் தாங்கிக் கொள்ளவும் துணிவு இருக்க வேண்டும்.

சிவரஞ்சன்
(வ.இளங்கோ)

- ❖ ரேடியோவும் டெலிபோனும் ஒலி பெருக்கியும் மின்சாரமும் ஞானப்பால் உண்டதால் வந்த வல்லமைகள் அல்ல; அசரீரி அடி எடுத்துக் கொடுத்ததால் உண்டான அற்புதங்களுமல்ல; தன்னலமற்ற அறிவாளிகளின் உழைப்பால் விளைந்த உன்னதப் பொருள்கள் அவை.

- ❖ புரட்சி என்பது இயங்கும் சக்தி, புரட்சி மக்களின் போராடும் சக்தியின் வழி வருவது; புரட்சி வாலிபத்தின் கூறு; பகுத்தறிவாளர் ஆயுதம்.

- ❖ விதி - நமது பரம்பரை நோய்; பூர்வீகச் சொத்து இந்த நோயை நாம் துரத்தி விரட்டியாக வேண்டும்.

- ❖ காந்தியார் காண விரும்பிய காட்சி, இந்தியர் ஆளும் இந்தியா என்பது மட்டுமல்ல, தீண்டாமை அடியோடு ஒழிந்து, மதத்தின் மாசும் தூசும் போக்கப்பட்டு, ஜாதி பேதம் களைந்தெறியப்பட்டு, ஏழையின் வாழ்விலே புதியதோர் கிளர்ச்சி ஏற்பட்டு நாடு இலட்சிய பூமியாய் இருக்க வேண்டும் என்பதாகும்.

- ❖ அன்னிய ஆதிக்கத்தை எதிர்த்தொழிக்க விடுதலைப் போர் நடத்தியது போலவே, உள்நாட்டிலேயும், ஜாதி உயர்வு பேசும் உலுத்தர்களின் ஆதிக்கத்தையும் எதிர்த்தொழிக்கும் விடுதலைப்போர் தேவைப்படுகிறது.

- ❖ சாமானியர்களின் சகாப்தம் இது. இது குறித்து எத்தகையவர்கள் எத்துணைக்கருத்து வேறுபாடு மாறுபாடு கொண்டு இருந்தாலும், சாமானியர்களின், ஏழை எளியவர்களின் எண்ணங்கள் ஈடேற்றப்பட்டுத் தீரும் நேரமிது என்பதனை மறந்திடவே முடியாது. "ஏழை சொல் அம்பலம் ஏறும் காலம்" என்பதும் சரியே!

| கிளாசிக் | சிவரஞ்சன் |  |
| 107 | (வ.இளங்கோ) |  |

❖ தமிழன் உலகில் எங்கு சென்றாலும், தனியாகவே சென்றாலும், தனக்கென இருக்கும் பண்பை ஆற்றலை உலகு அறிந்து கொள்ளச் செய்வான்.

❖ தமிழன் வாழ வேண்டிய நல்வாழ்வு, தன்னை மட்டும் வாழ்வித்துக் கொள்ளக் கூடியதல்ல! தமிழன் நல்வாழ்வு வாழவேண்டும் என்பது மற்றவர்களை வாழவைக்க வேண்டும் என்பதுதான்.

❖ சேற்றிலே இருந்திடினும் செந்தாமரை செந்தாமரை தான்! ஆனால் செந்தாமரை இருந்ததாலேயே அந்தச் சேறுமா சந்தனமாகிவிடும்?

❖ மக்களாட்சி இல்லாத நிலையில் மனிதத்தன்மை மாய்ந்துவிடும். கற்காலத்திலே இருந்து வந்த நிலைமையை நோக்கி மனித குலம் துரத்தப்படும்.

❖ ஒரு நாட்டின் எந்த ஒரு பகுதியாவது மத்தியில் உள்ள வர்களால் அநீதி இழைக்கின்ற விதத்திலோ, வெறுத்து ஒதுக்குகின்ற விதத்திலோ நடத்தப்படுமேயானால் அந்த நாடு பிளவை நோக்கிப் போய் கொண்டிருக்கிறது என்றுதான் பொருள்.

❖ மனிதர்கள்மீது வைக்கின்ற ஆழமான அன்பே கடவுளின் மீது காட்டுகின்ற உண்மையான அன்பாகும்.

❖ பகட்டும், வெற்றுரைகளும், உள்ளொன்று வைத்துப் புறமொன்று பேசிடும் போக்கும் தகர்த்தெறியப்பட வேண்டும். அப்போதுதான் மனிதத்தன்மை - மானுடத் தின் மாண்பு அரசோச்ச முடியும்.

❖ மக்களைப் பார்த்து ஆளுவோர் அஞ்சக்கூடாது; ஆளுவோரைப் பார்த்தும் மக்கள் அஞ்சக் கூடாது; அதுதான்

உண்மையான ஜனநாயகம்.

❖ ஏழைகள் தொகையோ வளர்ந்துகொண்டே இருக்கிறது; பணம் சர்வரோக நிவாரணியல்ல, சேவை தன்னல மறுப்பு இவை மூலமாகவே பலன் காண முடியும்.

❖ சிந்திக்கத் தொடங்கும் முதல் சிந்தனையாளன், சுய நலமுள்ளவனாக, தன்னைப் பற்றிய எண்ணத்தை மட்டுமே கொண்டவனாக இருந்துவிட்டிருந்தால் இன்றைய உலகம் நாகரிக உலகம் ஏற்பட்டிருக்க முடியாது.

❖ சூழ்நிலை மனிதனை இயக்குகிறது. மனிதன் சூழ் நிலைக்குக் கட்டுப்பட்டே வாழ்கிறான் வாழ வேண்டி யிருக்கிறது;

❖ இன்றைய சமுதாயம் வழுக்கு நிலம் போன்றது. வழுக்கு நிலத்திலே ஒருவன் எத்துணைக் காலம் விழிப்போடு நடக்க முடியும்? கனத்த காற்றடித்தால் அவன் வழுக்கி விழுவது திண்ணம். ஆகவே, அவன் வழுக்கு நிலத் தைச் செம்மைப்படுத்துவது தான் சிறந்த வழி; மாற்றி யமைப்பதுதான் மனதுக்குகந்த மார்க்கம்; அதுதான் என்றும் வழுக்கி விழாதிருக்க வழி!

❖ வாழப் பிறந்தோம், அதற்கேற்ப இந்த வையத்தை மாற்றி அமைப்போம் என்ற நோக்கம் வேண்டும்.

❖ பாய்ந்தோடும் நீர்வெள்ளத்தைத் தேக்கிப் பாய்ச்சினால் பலன் காண முடியும். காட்டாறு பயிரை வளர்க்காது! கட்டுப்பாடு இல்லாத வாழ்வும், அணைக்கட்டு இல்லாத வெள்ளமும் ஆபத்தே!

❖ தமிழ்ப் பண்பாட்டை இழந்து, தேசிய ஒருமைப்பாட்டை அமைக்க விரும்பினால், அது பாரதியார் சொன்னதை

| கிளாசிக் | சிவரஞ்சன் |   |
| 109 | (வ.இளங்கோ) | |

போலக் கண்ணிரண்டையும் விற்று சித்திரம் வாங்கிய தாகத்தான் இருக்கும்.

❖ விடுதலை பெற ஒரே வழி உண்டு. அது வீரத் தியாகம்.

❖ நல்ல அரசியல் மரபை உண்டாக்கவும்; உண்மை ஜனநாயகம் மலரவும் எல்லா அரசியல் கட்சியினரும் பாடுபடவேண்டும்.

❖ தெய்வத்தை புகழ்ந்து மனிதனை இகழ்வதுதான் மார்க்கம் என்றால் நான் மார்க்கவாதி அல்லன்! ஆனால் மனிதனுக்கு சேவை செய்வது அதில் தெய்வத்தைக் காண்பது என்றால் நான் மார்க்கவாதிதான்.

❖ ஜனநாயகம் வளர்ந்து முழுமைபெறும்போது கட்சி களுக்கிடையே காணும் கொள்கை வேறுபாடுகள் சிறுத்துவிடும்.

❖ நடந்தவை நடந்தவையாக இருக்கட்டும். இனி நடப்பவை நல்லவையாக இருக்கட்டும்.

❖ மக்களின் மதியை மயக்கும் ஏடுகள் நமக்குத் தேவை யில்லை. தமிழரைத்தட்டி எழுப்பும் தன்மான இலக்கியங் களே தேவை. தன்னம்பிக்கை ஊட்டி மதியைப் பெருக்கும் விளக்க நூல்கள் தேவை.

❖ சட்டியில் காய்கறி வேகிறது; அடுப்பின் வெப்பத்தைச் சட்டி தாங்கிக் கொண்டு வேண்டிய வெப்பத்தை மட்டும் கொடுத்து காய்கறி வேகிறது; தலைவன் சட்டியை போன்றவன். எதையும் தாங்க வேண்டும்.

❖ காதல் மகா சக்தி வாய்ந்தது; வசீகரக் குணம் மிகுந்தது. வயோதிகத்தையும், வாலிபமாக்கி விடத்தக்கது. வாலிபர் வாழ்க்கைக்கு உயிரும் ஊக்கமும் அளிப்பது காதல்தான்.

- ஒன்றே குலம் ஒருவனே தேவன்.
- மக்கள் குரலே மகேசன் குரல்.
- கடமை, கண்ணியம், கட்டுப்பாடு.
- எதையும் தாங்கும் இதயம் வேண்டும்.
- உழைப்புக்கேற்ற ஊதியம் தேவை.
- மறப்போம் மன்னிப்போம்.
- வாழ்க வசவாளர்கள்.
- மாற்றான் தோட்டத்து மல்லிகைக்கும் மணம் உண்டு.
- மாணவர்கள் பொன் முட்டையிடும் வாத்துகள்.
- கத்தியைத் தீட்டாதே புத்தியைத் தீட்டு.
- யார் எங்கிருந்தாலும் வாழ்க!
- தம்பியுடையான் பகைக்கஞ்சான்.
- இப்படைத் தோற்கின் எப்படை ஜெயிக்கும்.
- உறவுக்குக் கை கொடுப்போம்; உரிமைக்குக் குரல் கொடுப்போம்.
- மொழி - மனிதனுக்கு விழி போன்றது.
- சட்டம் ஒரு இருட்டறை.
- மக்கள் சேவையே மகேசன் சேவை.
- அடக்கம் நம்முடைய மூலதனம்! ஆற்றல் நமது போர்க்கருவி.
- வாழ்வதுதான் வாழ்க்கை; மூச்சு விடுவது அல்ல.
- ஜனநாயகம் வீட்டு விளக்கு; சர்வாதிகாரம் காட்டுத் தீ.

- அடிப்படை பலவீனமாக இருந்தால் மகுடம் இருளில் விழும்.

- ஏழைகளின் சிரிப்பில் இறைவனைக் காண்போம்.

- பிறப்பினால் உண்டாகும் அறியாமையினின்றும் நீங்கிச் சிறப்பைத் தருகின்ற செவ்விய பொருளை அதாவது பகுத்தறிவைப் பெற்று அதன்படி நடப்பதே அறிவு எனப்படும்.

- கலை என்பது நெறி, முறை, வீரம், ஒழுக்கம், கற்பு, காதல் எனும் பண்புகளைத் தரக்கூடியதாக இருத்தல் வேண்டும்.

- நாட்டிலே ஜாதிதான் மக்களுக்குள் பேதத்தை ஏற்படுத்தும் முதல் சாதனம். மக்களின் இரத்தத்திலே இறக்கப்பட்டிருக்கும் கருவிஷம்.

- காலத்திற்கும் கருத்துக்கும் ஏத்த ஏடுகள் உண்டாக்கப்பட வேண்டும். மக்கள் உள்ளத்தில் உண்மையை உள்ளவாறு ஊட்டும் ஏடுகள் தான் தேவை. மடமையை மடியவைக்க வழிகோலும் வழிகாட்டும், வளம் பொருந்திய காவியங்கள், கதைகள்தான் தேவை.

- ஒரு நாட்டின் நிலையான செல்வம். அந்த நாட்டில் ஓங்கி எழுந்துள்ள கட்டடங்கள் அல்ல; அவை இடிந்து விடக்கூடியவை! இயற்கை வளமும் அல்ல - அதுவும் அழிந்துவிடும்! அரசியல்வாதிகளுமல்லர் - அவர்களும் மாறிவிடக்கூடியவர்கள். பொறியியல் வல்லாரும், மருத்துவ நிபுணர்களும் கல்வியறிவாளர்களும்தான் நாட்டின் உண்மையான செல்வங்கள்.

- சட்டம் ஓர் இருட்டறை, வக்கீலின் வாதம் ஓர் விளக்கு. ஏழையால் அந்த பிரகாசமான விளக்கை பெறமுடியாது.

- எளிமைதான் தமிழனின் பண்பு, அதுமட்டுமல்ல; நிலை உயர உயர மிகமிக எளிமையாகயிருப்பதுதான் அந்தப் பண்பின் சிகரமாகும்.

- திருவள்ளுவர் பிறந்த நாட்டுக்கு உரியவர்கள் நாம்; அவர் வாழ்ந்த மண்ணில் வாழத்தக்கவர்கள் நாம் என்பதை பேச்சினால் அல்ல; செயலினால் காட்டப்பட வேண்டும்.

- சுயநலத்தைப் பற்றித் துளி நினைப்பும் இல்லாத மனப்பான்மையும், சபலத்திற்கு இடம் கொடுக்காத தன்மையும், வீரமும் இருப்பின் கோடி ஈட்டிகள் தமிழரின் மார்புக்கு நேரே நீட்டப்பட்டாலும் எதிரி வெல்ல முடியாதே.

- பெருந்தன்மையோடு கூடிய பொது வாழ்வு வெற்றியை யன்றி வேறெதையும் தந்திடாது.

- மதுப்பழக்கம் - வாழ்க்கை முறைகளை மட்டுமல்ல வாழ்க்கை நெறிகளையும் கெடுக்கிறது.

- கண்டனத்தைத் தாங்கிக் கொள்ளும் திடமனம் இல்லையென்றால் கடமையை நிறைவேற்ற முடியாது.

- கல்வி எதற்காக கற்கிறோம்? பகுத்தறிவு பெற, புதிய பொருளைக் காண கல்வி கற்கிறோம். நாட்டிலே நல்லறிவைப் பரப்பக்கூடிய கல்வி வேண்டும். இதற்காகப் புதிய திட்டங்களை வகுக்க வேண்டும்.

- துணிக்கடைக்குச் சென்றால் கண்ணுக்குப் பிடித்த எல்லாத் துணிகளுமா வாங்குகிறோம்? அதுபோலதான் மனித வாழ்விலும் - மனம் நாடுவதோ பல கிடைப்பதோ ஏதோ ஒன்று.

- எழுத்து சுவைமிக்கதாக மட்டுமிருந்தால் போதாது. சுவையோடு கூடிய பயனும் உள்ளதாக இருக்க வேண்டும்.

கிளாசிக் | சிவரஞ்சன் (வ.இளங்கோ)

அப்போதுதான் முழுஅளவு பாராட்டத்தக்க இலக்கியமாக கவிதையாக அது திகழும்.

* வாழ்க்கையில் நாம் உயர்ந்த பொருள்களை பெற வேண்டுமானால் சலியாத உழைப்பும், தளராத ஊக்கமும் விடாமுயற்சியும் மிகமிக அவசியமாகும்.

* நாடு முழுவதும் நம்வீடு! நாட்டிற்குழைத்தல் நம் கடமை.

* ஏழை இதயத்தின் மகிழ்ச்சியே இறைவனுக்குத் தேர்த் திருவிழா.

* மதச்சார்புள்ள அரசாங்கம் கல்வி நிலையங்களை ஏற்று நடத்தினால் அங்கே மனிதனின் சிந்தனா சக்திக்கு இடம் இருக்காது!

* உழைப்பே செல்வம், உழைப்பவர்க்கே உரிமை யெல்லாம்; உழைப்பாளிக்கே உலகம் உரியது.

* அறம் வெல்லும் நிச்சயமாக வெல்லும், அறம் ஆர்ப்பரிக் காது; அத்துமீறிய காரியத்துக்கு மக்களை செலுத்தாது. அதன் பயணம் துரிதமாக இராது. ஆனால் தூய்மையான தாக இருக்கும்; அறம் நிச்சயம் வெல்லும். ஆனால் அது கடுமையான காணிக்கைகளைக் கேட்கும்.

* நம்பிக்கையைக் கைவிடாதே அதுதான் வெற்றியின் முதல்படி.

* சட்டத்துக்கு அடங்கி நடப்பது கேவலப்போக்கு என்றோ கோழைத்தனம் என்றோ கூறுபவர் எங்கும் இரார் ஏனெனில் சட்டம் ஒரு சமுதாய ஏற்பாடு.

* மக்கள் உயிர்; சர்க்கார் உடல்.

* காலம் முறைகளை மாற்றுமே தவிர மனப்போக்கையும்,

உணர்ச்சிகளையும் மாற்றிவிடாது.

* அறிவு பெரிது; அதனினும் பொது அறிவின் பயனாக விளையும் ஆனந்தம், அதனினும் பெரிது அந்த ஆனந்தத்தை அனைவரும் பெறும்படி செய்ய வேண்டும்.

* கட்டடத்திற்குச் செங்கல் போல் வாழ்க்கை முன்னேற்றத் திற்குப் படிப்புத் தேவை.

* இப்போது நான் அமைச்சராகிவிட்ட பிறகு எந்தெந்தக் கரங்களோ எனக்கு மாலையிடுகின்றன. புதிய கரங்கள் என்பதற்காக அவற்றை பகைத்துக் கொள்ளமாட்டேன். ஏனென்றால் நான் அனைவருக்கும் உரியவன்; அனை வரது நல்ல நேசக்கரங்களையும் விரும்புகிறவன். சுபாவத்திலேயே பகைவர்களை நண்பர்களாக்கிக் கொள்ள வேண்டும் என்று உளமார நினைப்பவன்.

* மானது பெரிது - உயிரல்ல. மக்கள் பெரியவர்; மதமல்ல. எவருக்கும் நாம் அடிமையல்ல. நமக்கு யாரும் அடிமையாக இருக்க வேண்டாம். இதுவே நமக்கு கீதை.

* நிலத்தின் கீழே தோண்டினால் கிளிஞ்சல்கள் இருக்கும் சுண்ணாம்பு கிடைக்கும். நிலக்கரி கிடைக்கும் அதற்கும் கீழே தோண்டினால் பெட்ரோலியம் கிடைக்கும். அதற்கும் கீழே அழுத்தி வைக்கப்பட்டிருக்கும் வைரத்துக்குதான் மதிப்பு அதிகம். அதைப்போலவே மாணவ பருவத்தை அழுத்தி வைத்து வைரமாகத் திகழுங்கள்; நீங்கள் பெறுகின்ற கல்வி உங்களுக்காக மட்டுமல்ல சமுதாயத்திற்காகக் கல்வி பெறுகின்றீர்கள் என்பதை உணர்ந்து செயல்படுங்கள்.

* ஆளப்பிறந்தவன் ஆண்மகன்! அவன் விருப்பத்திற்கு ஆடிப்பிழைக்க வேண்டியவள் பெண்மகள். இப்படி

பேசிடும் பண்பு இருக்கும் வரை நம் நாடு உருப்படுமா?

❖ அரசுகள் அமைவதே மனிதத் தன்மையின் மேம்பாட்டினை வளர்த்திடத்தான்.

❖ திருமணம் என்பது ஆண் - பெண் வாழ்க்கை நலத்தில் ஈடுபடுவதற்கான கூட்டு முயற்சியே ஆகும்.

❖ வெற்றி புரி செல்ல வேதனை புரத்தைத் தாண்டித்தான் ஆக வேண்டும். தம்பி மறவாதே!

❖ அரசியல் கருத்து வேறுபாடு இருக்கலாம்; கசப்பு இருக்கத் தேவையில்லை; கட்சி வேறுபாடு இருக்கலாம்; கத்திக் குத்து வரை செல்லக்கூடாது?

❖ நம்மைப் பிறர் இகழக் கேட்கும்போது பதறாது இருக்கும் போக்கை விடச் சிறந்த பண்பு வேறு இல்லை.

❖ கருத்து வேறுபாடு இருந்தாலும் பாராட்ட வேண்டியதைப் பாராட்டுவதுதான் தமிழ்ப் பண்பாடாகும்.

❖ வாழ்க்கையில் நாம் சிறந்த பொருள்களை வாழ்க்கைக்கு வளமான பொருள்களைச் சிறிதும் வாட்டமின்றிப் பெற முடியாது. அதற்கு ஓயாத உழைப்பும், சலியாத முயற்சியும் வேண்டும். சான்றாக முத்துக்களைப் பெற வேண்டுமானால் கடலின் கொந்தளிப்பையும், சுறாமீனின் தொல்லைகளையும் அகற்றி ஆண்மையோடு முத்துக் குளிக்க வேண்டும். கண்களைப் பறிக்கும் பற்பலவித அணிகலன்கள் செய்யத் தங்கம் வேண்டுமானால், பாறையின் வெடிப்பிற்கும் மணலின் சரிவிற்கும், துணிந்து பல்லாயிரவர் பொற்கரங்களில் அல்லும் பகலும் பாடுபட வேண்டியிருக்கிறது.

❖ வேறுபாடான எண்ணங்கள் எழலாம்; மோதிக்

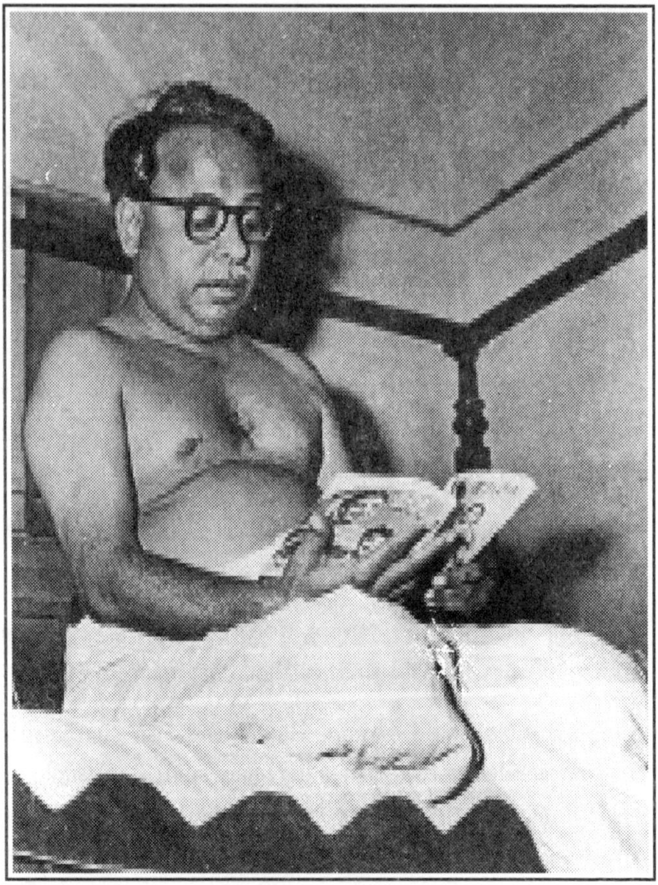

கொள்ளலாம்; இறுதியில் குழைந்து போகலாம்; வெறுப்
புணர்ச்சியாக மாறிடலாகாது.

❖ ஆசை அற்ற இடத்தில் அச்சம் எழக் காரணம் இல்லை.

❖ காதல் கண்களுக்கு மட்டும் விருந்தளிப்பதில்லை. மனத்திலேயும் அது அழியாத ஓவியமாக வரையப்பட்டு விடுகிறது.

❖ உணர்ச்சியில் உந்தப்படுபவன் மனிதன்; அந்த மனிதன்

ஓர் இயந்திரம்.

* பழைமையின் பிடியிலிருந்து மக்களை பக்குவமாக விடுவித்து புதுமையின் உன்னதத்தைக் காட்டிப் புது உலகம் படைக்க வேண்டும்; இளைஞர்களுக்கு இதற்கான தீரமும் தீவிரமும் தேவை. இதற்கு அறிவு ஆராய்ச்சி தேவை. வெளிஉலக தொடர்பு தேவை.

* சுதந்திரம் காகிதப் பூவாக இல்லாமல், மணம் வீசும் மலராக இருக்க வேண்டுமானால், மாற்றுக் கட்சிகள் அனைத்திற்கும் வந்த சுதந்திரத்தை அனுபவிக்கும் சந்தர்ப்பம் வழங்கப்பட வேண்டும்.

* சமுதாயம் சமநிலை பெற்றால்தான் சமாதான நிம்மதி யான நல்வாழ்வு கிடைக்கும்.

* உழவனின் உள்ளத்திலே புயல் இருக்குமானால் வயலிலே வளம் காண முடியாது.

* ஒரு மாணவன் கெட்டவனாக மாறினால் அவன் மட்டுமே பாதிக்கப்படுவான். ஓர் ஆசிரியர் தம் கடமை யைச் சரிவர செய்யவில்லையானால், பாதிக்கப்படுவது ஆயிரக்கணக்கான மாணவர்கள் என்பதை மறந்து விடாதீர்கள்.

* இயக்கம் நமது வியர்வையிலும், கண்ணீரிலும் உழைப்பிலும் இருக்கிறது.

* நமக்கு யாரும் கேடு செய்திட முடியாது. நமக்கு நாமே கேட்டினைத் தேடிக் கொண்டால் தவிர, பிறர் எவரும் நமக்குக் கேடு விளைவித்திட மாட்டார்கள்.

* பணம் மட்டும் இருந்து விட்டால் அங்கே முட்டாள்களும் புத்திசாலிகளாகப் போற்றப்படுவர்.

- ❖ பாடத்திட்டத்திலே பகுத்தறிவைப் புகுத்தும் தீவிரமான ஒரு திட்டம் வகுக்கப்படாத வரையில் பகுத்தறிவும் பரவாது; நமது நினைப்பும் உயராது.

- ❖ கடன் என்பது நெருப்பிலே பட்டுவிட்ட துணிக்குச் சமம். நெருப்பு பட்டதை கவனிக்கவில்லையென்றால் துணி முழுவதும் எரிந்துவிடும்.

- ❖ சூலூரிலிருந்து புறப்பட்டு
  பாலூரில் அன்னையின் அன்புப்பால்
  ஊட்டப் பெற்று
  வேலையூர் செல்கிறோம்
  அங்கிருந்து பக்குவம் பெற்று
  சேலையூர் சென்று இன்புறுகிறோம்
  பிறகு
  வசதியூர் தேடுவதிலே ஈடுபட்டு
  கடைசியில்
  சுடலையூர் சென்று
  அமைதி பெறுகிறோம்.

- ❖ கலப்புத் திருமணம் என்பது இலட்சியத்துக்காகவே செய்யப்படுவது மாத்திரமல்லாமல் நம் சமூகத்தையே மாற்றியமைக்க எடுத்துக் கொள்ளப்படுகிற ஒரு தேசிய முயற்சியாக இருக்க வேண்டும்.

- ❖ இந்திய மொழிகளில் இந்தியை மட்டும் ஆட்சி மொழியாக வைப்பது - இந்தியை தாய்மொழியாக கொண்ட 'நல்லகால்' உடையவர்களுக்கும், இந்தியை தாய்மொழியாகக் கொள்ளாத 'ஊனக்கால்' உடைய வர்களுக்கும் இடையே வைக்கும் ஓட்டப்பந்தயம் போன்றது.

- ❖ நாலாயிரம் மருத்துவமனைகளைக் கட்டினேன் என்று

கூறிக் கொள்வதில் நான் அதிகப் பெருமையடைய வில்லை. என்றைய தினம் சமுதாயத்தின் அடித்தளத்தில் உள்ளவன் சமநிலைக்குக் கொண்டு வரப்படுகிறானோ அன்றுதான் சமூகநீதி ஏற்படும். அந்தச் சமூகநீதி இந்த அரசாங்கத்தால் நாட்டப்படுவதைத்தான் நான் விரும்புகிறேன். ஒருவரையொருவர் கெடுக்காமல் வாழ முடியும் என்ற நிலையும். ஒருவரையொருவர் பகைக் காமல் வளர முடியும் என்று நிலைநாட்டப்படுவதைத் தான் நான் விரும்புகிறேன். அந்த நல்லாட்சி ஏற்பட அனைவரும் ஒத்துழைக்க வேண்டுகிறேன்.

❖ வீட்டில் அலங்காரத்தையும் விசேச கால உபயோகத் திற்கான சாதனங்களையும் கவனிப்பதுபோல, வீட்டிற் கோர் புத்தக சாலை சிறிய அளவிலாவது அமைக்க நிச்சயமாகக் கவனம் செலுத்த வேண்டும்; அக்கறை காட்ட வேண்டும். அறிவு ஆயுதமாகிவிட்ட நாட்களில் வாழும் நாம், இனியும் இந்தக் காரியத்தைக் கவனியா திருப்பது நாட்டுக்கு மறைமுகமாகச் செய்யும் துரோகச் செயலாகும்.

❖ அறையில் அமர்ந்தபடி 6000 மைலுக்கப்பாலிருக்கும் சீமையில் பாடப்படும் சங்கீதத்தைக் கேட்கிறோம் வானொலி மூலம். இது அதிசயமாகத் தெரியவில்லை நம்மவர்கட்கு, மாரி கோயில் பூசாரியின் மந்திரம் தான் அதிசயமாகத் தெரிகிறது. காரணம்? மூடநம்பிக்கை.

❖ நவம்பர் ஏழாம் நாள் மதுக்கிண்ணங்கள் கீழே வீழ்ந்-தன. மங்கையரின் மலரடியை வருடிக் கொண்டிருந்த மதி கேடர்களின் மாளிகைகள் அதிர்ந்து கொடுங்கோலர் களின் குலை நடுங்கியநாள், சீமான்கள் சாய்ந்த நாள், ரஷ்யா புது வாழ்வு பெற்ற நாள்.

- முதலாளித்துவம் என்னும் கொந்தளிக்கும் கடலிலே சிக்கித் தவித்த 'அரசு' எனும் மரக்கலத்தை அமைதி ஆனந்தம் எனும் துறைமுகத்திலே வந்து தங்குமாறு அழைத்த கலங்கரை விளக்கு - சோவியத் ரஷ்யா.

- நம மண்ணில் ஒரு துளி அளவையும் பிறர் கொள்ளச் சகியோம். பிறர் கொள்ள நேர்ந்தால், எப்பாடு பட்டேனும் நம் தாயகம் காப்போம் என்னும் நாட்டுப் பற்று உயர்ந்ததாகும்.

- தம்பி நமது உள்ளத்தில் தூய்மை இருந்தால் தூற்றல் பற்றி நமக்கென்ன கவலை? அது நம்மை என்ன செய்யும்?

- சர்வாதிகாரமும், கொடுங்கோன்மையும் பூண்டோடு கருவறுக்கப்பட்டாக வேண்டும். பகட்டும் வெற்றுரை களும், உள்ளொன்று வைத்துப் புறமொன்று பேசிடும் பொல்லாங்கும் அழிந்திடல் வேண்டும். அப்போதுதான் மனிதத் தன்மை, மானுடத்தின் மாண்பு அரசோச்ச முடியும். இச்சீரிய செயலில் ஈடுபடத்தக்க செயல் வீரர்களைப் பல்கலைக்கழகங்கள் ஆண்டுதோறும் பட்டதாரிகளாகத் தயாரித்து அனுப்பிக் கொண்டே இருக்க வேண்டும் என்பதே எனது பேராவல்.

- திறமை எது என்பது பற்றிய கருத்தே காலத்தோடு சேர்ந்து வளர்ந்த வண்ணம் இருக்கிறது; திறமைக்கான இலக்கணம் மாறுகிறது; திறமை பற்றிய மதிப்பீட்டுத் தன்மை மாறுகிறது; திறமை பாராட்டும் போக்கேகூட அவ்வப்போது மாறுகிறது.

- பழைமையின் பிடியிலிருந்து நீங்க. விதியின் சுழலினின் றும் விடுபட மேலுலக வாழ்வுப் போதையிலிருந்து தெளிந்திட - உலகியல் அறிவுச்சுடர்கள், பகுத்தறிவுப் புத்தகங்கள் ஏராளமாகப் பரப்பப்பட வேண்டும் மக்களிடையே.

- பழைமையை விரும்பும் முதியவர்களைக் கொண்டு புதுமைச் சித்திரத்தைத் தீட்ட முடியாது; அவர்கள் ஏதோ ஒருவகை ஓவியத்தைத் தீட்டிய பிறகு அவர்களைக் கோபித்துக் கொள்வது வீண் வேலை. எனவே வாலிபர்கள் தாமாக முன் வந்து புதுமை ஓவியத்தைத் தீட்டியாக வேண்டும்.

- நாடாண்ட தமிழ் மக்கள் இன்று நாடோடிகளான காரணம் என்ன? வீரம் செறிந்த இந்நாட்டிலே இன்று வீணர் மிகுந்தது எப்படி? இமயத்திலே வெற்றிக்கொடி நாட்டிய இனம் என்று ஏங்கிக் கிடப்பது ஏன்?

- அறிவுத்துறையிலே ஆற்றல் உள்ளவர்களாக இருந்து, அழியாப் புகழ்பெற்ற அருந்தமிழ்ப் புலவர்கள் அளித்த கருத்துக் கருவூலம், சங்க இலக்கியம், ஆரிய போதை அகலவேண்டுமானால் அந்த இலக்கியத் தேனைப் பருக வேண்டும் தமிழர்கள்.

- வாழப் பிறந்தோம், அதற்கேற்ப இந்த வையத்தை மாற்றி அமைப்போம் என்ற நோக்கம் வேண்டும்.

- எது முறையோ அதன் வழி நடவுங்கள், அறிவுக்கு ஒத்ததைக் கொள்ளுங்கள், எதிர்ப்புக்கு அஞ்சாதீர். மதத்தின் முன் மண்டியிடாதீர் மானமே மனிதனை மனிதனாக்குகிறது என்பதை உணருங்கள். உளுத்தர் பேச்சை உதறித் தள்ளுங்கள். சமத்துவம் நாடுங்கள். சகோதரத்துவம் கோருங்கள். சாதி பேதத்தை சாடுங்கள்; தோல்வி கண்டு சலிப்புறாதீர். மாற்றார் மமதை கண்டு மனம் மருளாதீர், சிந்தித்து முடிவுக்கு வாருங்கள் அதன் வழி செயலாற்றுங்கள் செம்மல்களே!

- தமிழன் யாருக்கும் தாழாமல், யாரையும் தாழ்த்தாமல், எவரையும் சுரண்டாமல், எவராலும் சுரண்டப்படாமல்,

யாருக்கும எசமானாக இல்லாமல் - உலகில் எவருக்கும் அடிமையாக இல்லாமல் நல்வாழ்வு வாழ வேண்டும் என்பதே எனது எண்ணம்.

❖ மனம் போன போக்கிலே மற்றவர்கள் பேசவும், எழுதவும் அதனைக் கண்டு மனம் பதறாமல் பணியாற்றி வருவதுமே தூய தொண்டுக்கு அடையாளம்.

அண்ணாவின் வாழ்க்கையிலே

அண்ணா தன் வாழ்க்கையில் பெரியோர்களை மதித்தல், தன்னை எதிர்ப்பவர்களிடமும் கருணையாய் நடந்து கொள்வது, எதிரி என்றாலும் அவர்களை மன்னிப்பது, அவர்களின் திறமைகளை பாராட்டுவது, எதிர்க்கட்சிக்காரர்கள் எதிரிகள் அல்ல, கட்சியால் வேறுபட்டாலும் அவர்களும் நண்பர்களே என்று அவர்களோடு அன்பு பாராட்டுவது. எல்லாரும் இன்புற்றிருக்க செய்வதே தனது வாழ்க்கையின் குறிக்கோளாய் கொண்டு செயல்படும் பெருங்குணம் அவரிடம் இறுதிவரை இருந்தது.

அகிலம் போற்றும் அறிஞர் அண்ணா — சிவரஞ்சன் (வ.இளங்கோ) — கிளாசிக் 124

இன்றைய அரசியல்வாதிகள் ஒருவரை ஒருவர் தாக்குவதையே தங்கள் வாடிக்கையாய் கொண்டிருக்கிறார்கள். ஒவ்வொரு அரசியல்வாதியும் அண்ணாவின் வாழ்க்கையை படித்தால் அரசியலில் புதிய நாகரிக அத்தியாயம் தோன்றும்.

1. தமிழறிஞர்களை மதிப்போம்

திருச்சியில் அண்ணா அவர்களைக் கொண்டு இரு கூட்டங்கள் நடத்துவது என்று திரு.டி.கே. சீனிவாசன் அவர்கள் ஏற்பாடு செய்திருந்தார்.

முதல் நாள் கூட்டம் நடந்தது.

அண்ணாவின் ஆற்றொழுக்கான, அருமையான சொற்பொழிவைக் கேட்க மக்கள் திரண்டு வந்திருந்தனர்.

மறுநாள் தமிழறிஞர் நாவலர் சோமசுந்தர பாரதியார் அவர்களின் சொற்பொழிவு பற்றிய விளம்பர சுவரொட்டியை பார்த்தார் அண்ணா.

நாவலரை மதிக்கக்கூடியவர் அண்ணா, டி.கே.சீனிவாசனை அழைத்து, "நாளை நமது கூட்டத்தை ரத்து செய்து விடு" என்றார் அண்ணா.

திடுக்கிட்ட சீனிவாசன், "அண்ணா என்ன சொல்கிறீர்கள்? நாளைக் கூட்டத்தை ரத்து செய்ய இயலாது. நமது கழக தோழர்கள் கோபப்படுவார்கள்" என்றார்.

"நாளை நாவலர் பேசுகிறார்" இது அண்ணா.

"அண்ணா நாம் கூட்டம் போட்டால் அவருக்கு கூட்டம் சேராது" இது சீனிவாசன்.

"நாளை நாம் கூட்டம் போட்டால் அத்தமிழ் அறிஞருக்கு கூட்டம் அதிகம் போகாது என்பதை அறிந்துதான் ரத்து செய்ய கூறுகிறேன். பாரதியாரின் சொற்பொழிவுக்கு கேவலம் ஏற்படக்கூடாது; கட்சியின் கொள்கையை பரப்புவதைவிட தமிழறிஞர் களை மதிப்பதுதான் சிறப்புடையது" என்று கூறி தன் கூட்டத்தை நிறுத்தினார் அண்ணா.

தன்னைவிட அறிஞர் பெருமக்களை மதித்த அவரின் பெருங்குணத்தை ஒவ்வொரு மனிதரும் பின்பற்ற வேண்டும்.

2. அழைத்தது ஏன்?

1954ஆம் ஆண்டு.

புதுக்கோட்டை மன்னர் கல்லூரியிலே தமிழ் மன்றத்தின் சார்பில் பேசுவதற்காக முதன்முதலில் வந்திருந்தார் அறிஞர் அண்ணா!

மாலை 4 மணிக்கு கல்லூரியில் அவரது சொற் பொழிவு. காலையிலேயே காஞ்சியிலிருந்து வந்து சேர்ந்த அண்ணா, ஒரு லாட்ஜில் தங்கி ஓய்வெடுத்துக் கொண்டார். அசதியால் படுத்து தூங்கிவிட்டார்.

மாலையில் தமிழ்மன்றச் செயலாளர் அவர் தங்கியிருந்த லாட்ஜிக்குச் சென்று அண்ணாவை அழைத்து வரச்சென்றார்; அங்கே அண்ணா புறப் படத் தயாராக இருந்திருக்கிறார். அவர் போட்டிருந்த

சட்டை சுருக்கமாக இருந்தது (சட்டையை கழற்றி தலையணைக்கடியில் மடித்து வைத்து தூங்கியிருக்கிறார்) அவரது முகத்தில் முள்ளு முள்ளாகத் தாடி மீசை.

(அண்ணா அலங்காரத்திற்கு முன்னுரிமை கொடுத்ததில்லை)

இவற்றையெல்லாம் பார்த்த கல்லூரித் தமிழ்மன்றச் செயலாளர் மெதுவாக குனிந்து அண்ணாவிடம்,

"அண்ணா! சட்டை சுருக்கம் சுருக்கமாக இருக்கிறது. கழட்டிக் கொடுங்கள். இஸ்திரி போட்டுக் கொண்டு வருகிறேன். நாவிதரை இங்கே அழைத்து வந்து, உங்கள் முகத்தை சவரம் செய்கிறேன்" என்று கேட்டார்.

"என்ன நீ! என்னைத் தமிழ் மன்றத்திலே பேச அழைத்தாயா? இல்லை என்னை உங்கள் கல்லூரியில் சுயம்வரத்துக்காக அழைத்து செல்கிறாயா?" என்று சிரித்தபடி கேட்டார் அண்ணா.

மாணவன் அசடு வழிந்தான். அண்ணா அப்படியேதான் சென்றார்.

(இன்றைய அரசியல்வாதிகள் 'நீட்'டான உடையுடன்தான் எங்கும் செல்வார்கள்... செல்கிறார்கள்..)

3. சின்ன சாமியார் பெரிய சாமியார்

மனிதர்களிடையே மண்டிகிடக்கும் மூடநம்பிக்கைகளை ஒழிக்கவே தங்கள் வாழ்நாட்களை அர்ப்பணித்துக் கொண்டவர்கள் தந்தை பெரியாரும், பேரறிஞர் அண்ணாவும்.

சில சாமியார்களின் பொய் வேடங்களை முகத்திரைகளை மக்களுக்கு எடுத்துக் காட்டிய சமதர்மவாதிகள்.

இவர்களை சாமியார்களாக மாற்றிய நிகழ்வு உண்டு.

ஒருமுறை தந்தை பெரியாரின் வடநாட்டு பயணத்தின்போது அறிஞர் அண்ணாவும் உடன் சென்றார். அங்கு ஒருநாள் கங்கை கரையோரமாக இருவரும் நடந்து போனார்கள்.

வெள்ளைத் தாடியுடன் சால்வையும் போர்த்திக் கொண்டு முதலில் பெரியார் நடக்க, அவருக்கு பின்னால் பயபக்தியுடன் நடந்தார் அண்ணா.

இவர்களைப் பார்த்த சிலர் ஓடோடி வந்து முதலில் வரும் பெரியாரை 'பெரிய சாமியார்' என நினைத்து அவரது காலில் விழுந்து வணங்கிவிட்டு பின்னர் அண்ணாவை 'சின்ன சாமியார்' என கருதி அவரது காலிலும் விழுந்து வணங்கிவிட்டுச் சென்றார்.

மக்களின் மூட எண்ணத்தை நினைத்து இரு வரும் வேதனையடைந்தனர்; சகமனிதனை 'சாமியார்' என்ற பேரில் காலில் விழும் அநியாயத்தை எண்ணி துயரப்பட்டனர்.

ஒரு புல்லைக்கூட உருவாக்க முடியாத சோம்பேறிகளான சாமியார் கூட்டத்தை மக்கள் நம்பி தங்கள் வாழ்க்கையை இழக்கின்றனரே என வேதனை அடைந்தனர்.

4. இனி ரப்பர் தேவையில்லை

1957 ஆம் ஆண்டில் அறிஞர் அண்ணா, திராவிட முன்னேற்ற கழகம் சார்பாக முதன்முதலாக தேர்தலில் நின்று வெற்றிப் பெற்றார்.

அவரது வெற்றிக்கு கலைவாணர் என்.எஸ். கிருஷ்ணன் பிரச்சாரம் செய்ததோடு, அண்ணா வெற்றி பெற்றதும் ஒரு பள்ளியைச் சேர்ந்த குழந்தைகளுக்கு பென்சில், நோட்டு, புத்தகம் எல்லாம் வாங்கிக் கொடுத்தார்.

அந்த விழாவில் பேசிய பிரமுகர் ஒருவர், "இங்கே கலைவாணர் மாணவ, மாணவிகளுக்கு பென்சிலும், நோட்டும் வழங்கியது சரிதான் ஆனால் அத்துடன் ரப்பர் வாங்கிக் கொடுக்க மறந்துவிட்டாரே" எனக் கூறினார்.

அப்போது கலைவாணர் குறுக்கிட்டு, "இனி ரப்பர் தேவையில்லை. ஏனென்றால் இப்போது வெற்றி பெற்றிருப்பவர் அறிஞர் அண்ணா. அவரை போல நாமும் படித்து முன்னேற வேண்டும் என நமது மாணவ-மாணவியருக்கு ஏற்படுகிற ஆசையின் காரணமாக இனி தப்பு இல்லாமலே எழுதுவார்கள். தப்புப் போட்டால்தானே ரப்பர் வேண்டும்" என்றார்.

விழாவில் பலத்த கரவொலி நீண்ட நேரம் ஒலித்தது!

5. மாசற்ற சொக்கத்தங்கம்தான்

பேரறிஞர் அண்ணா முதலமைச்சராய் கோட்டையில் அமர்ந்திருந்த நேரம். அவரின் நெருங்கிய நண்பர் ஒருவர் அவரை காண வந்திருந்தார்.

பணியாளர் மூலம் அண்ணாவிற்குத்தான் வந்திருப்பதை சொல்லி அனுப்பினார். அண்ணா அவரை வெளியே காத்திருக்கும்படி சொல்லியனுப்பினார்.

அதன் பிறகு பணிகள் விஷயமாகவும், அரசியல் ரீதியாகவும், அண்ணாவைப் பார்க்க கிராமவாசிகள், நகரத்து மனிதர்கள் அலுவலக, ஊழியர்கள், அதிகாரிகள், அமைச்சர்கள், தொண்டர்கள் என பலர் அவரைக் காண உள்ளே செல்வதும், வெளியே வருவதுமாக நேரம் கடந்துக் கொண்டிருந்தது.

நண்பருக்கோ கடும் எரிச்சல்.

என்ன இவ்வளவு நேரம் மணிக்கணக்காகக் காத்திருக்கிறோம். இவரோ கொஞ்சம்கூட கண்டு கொள்ளவில்லையே என்று கடுகடுப்பானார் அண்ணாவின் நண்பர்.

ஒரு வழியாக அரசு பணியாளர்களுக்கு விடை கொடுத்த அண்ணா, பணியாளர் மூலம் நண்பரை உள்ளே வரச் சொன்னார்.

கோபம் கொப்பளிக்க வந்த நண்பர் உள்ளே வந்தும்கூட பேசாமல் அமர்ந்திருந்தார். அவரிடம் எழுந்து வந்த அண்ணா, அவரை ஆரத்தழுவி கட்டிப் பிடித்து, “நீ எதற்காகக் கோபப்படுகிறாய் என்று

எனக்குத் தெரியும். நாமோ வாடா... போடா... என பேசும் மாணவப் பிராயத்து நண்பர்கள், நீண்ட நாட்களுக்கு பிறகு சந்திக்கிறோம். உன்னிடம் ஓரிரு வார்த்தைகள் மட்டும் பேசிவிட்டு அனுப்பிவிட முடியாது. உன்னிடம் மனமார, மகிழ்ச்சியாக நம் மலரும் நினைவுகளைப் பற்றிப் பேசவே உன்னை காத்திருக்க வைத்தேன். என்னை மன்னித்து விடு நண்பா! என்றதும் வந்த நண்பருக்கு உள்ளம் பூரித்தது. விநாடியில் கோபத்தை தொலைத்த அவர், "நான் உன்னைத் தவறாக நினைத்து விட்டேன். நீ எப்போதும் மாசற்ற சொக்கத் தங்கம்தான்!" என்று மகிழ்ச்சியாகச் சொல்லி அளவளாவி பாராட்டினார். அந்த நெருங்கிய நண்பரின் பெயர் சி.வி.ராஜகோ-பால்.

கிளாசிக் | சிவரஞ்சன் 131 | [வ.இளங்கோ]

(ஒரு முதலமைச்சர் நண்பரை சில நிமிடங்களில் பார்த்து அனுப்பிவிட முடியும். ஆனால் சிறு வயது நட்பை போற்றிய அவர், நண்பரை காக்க வைத்ததற்காக மன்னிப்பு கோரினார் என்பது எத்தனை பெருங்குணம் அவருக்கு, இப்படிப்பட்ட மாமனிதர்களை எப்போது பார்க்க முடியும்.)

6. விடுதலை... விடுதலை... விடுதலை...

மறைந்த ஜி.டி.நாயுடு இந்தியாவின் சிறந்த விஞ்ஞானி. படிக்காத மேதை என்பார்கள். (பிறகு ஆயிரக்கணக்கில் நூல்களை படித்தவர்; சேகரித்தவர்) பெரியார், அண்ணா, கலைஞர், காமராஜர், எம்.ஜி.ஆர். போன்றவர்களிடம் பழகியவர். மூடநம்பிக்கைகளை அறவே வெறுத்தவர்.

அவர் தனது 'கோபால்பாக்' இல்லத்தில் கண் காட்சி கட்டடத்தில் பாரதியார் விழாவை கொண்டாடினார்; அவ்விழாவிற்கு பாவேந்தர் பாரதிதாசன், பேரறிஞர் அண்ணா ஆகியோர் வந்து சிறப்பித்தனர்.

அதில் பேசும்போது அண்ணா அவர்கள், பாரதியின் விடுதலை, விடுதலை, விடுதலை என்று துவங்கும் பாடலை எடுத்துக்காட்டி பேசும்போது,

"பாரதியார் விடுதலை, விடுதலை, விடுதலை என்று மூன்று முறை பாடியுள்ளார்கள். அதன் பொருள் அரசியல் விடுதலை, பொருளாதார விடுதலை, சமுதாய விடுதலை என்பதாகும்" என்று கூற அங்கிருந்த அனைவரும் அண்ணாவின் புதிய விளக்கத்தையே கேட்டு கைதட்டி ஆரவாரித்தனர்.

7. எந்த புத்தகத்திலிருந்து எடுத்தாய்?

சென்னை பச்சையப்பன் கல்லூரியில் படிக்கும் போது அவர் கல்லூரி மலரில், 'மாஸ்கோ அணி வகுப்போம்' என்ற ஆங்கிலக் கட்டுரையை எழுதி

யிருந்தார்.

அந்தக் கட்டுரையை படித்த மாணவர்கள், ஆசிரியர்கள் இரு வகையினர், அக்கட்டுரையின் அற்புத அழகியலில் சொக்கினர். ஆங்கில தலைமை ஆசிரியர் அக்கட்டுரையை அண்ணா உலகப் புகழ் பெற்ற அறிஞரைப் போல எழுதியிருந்தார். படித்தவர் கள் வியந்தார்கள்.

ஆசிரியர் அண்ணாவை அழைத்து, "உன் கட்டுரையை எந்த புத்தகத்தில் இருந்து எடுத்தாய்" என்று கேட்டார்.

அதற்கு அண்ணா, "என் கட்டுரையில் காணப்படும் கருத்துக்கள் என் சிந்தனையில் தோன்றியவையே! இவற்றை எந்தப் புத்தகத்திலிருந்தோ, பத்திரிகைகளிலிருந்தோ எடுக்கவில்லை" என்றார்.

ஆசிரியர் அண்ணாவை பார்த்து வியந்து பாராட்டினாராம்.

'ஒவ்வொரு மாணவனும் உன்னைப்போல் இருந்தால் இந்தியா முன்னேறும்' என்றாராம் ஆசிரியர்.

8. புதிய நண்பர்

பேரறிஞர் அண்ணா முதல்வராக இருந்த சமயம் கட்சி மூத்த தலைவர் ஒருவர், தொழிலதிபர் ஒருவரை, அண்ணாவிடம் அறிமுகப்படுத்தியபோது 'இவர் என்னுடைய நெடுநாள் நண்பர்' என்று கூறினாராம். தொழிலதிபர் ஏதோ ஒரு சலுகையை நாடி வந்திருப்பதை அவரின் பேச்சிலிருந்து அறிந்து கொண்டார் அண்ணா.

வந்தவரிடம் அன்பாக பேசி, வெளியே அனுப்பி விட்டு, தன் கட்சித் தலைவரை அழைத்து "நீங்கள் என்னை எத்தனை வருடங்களாக அறிவீர்கள்?"

"என்ன அண்ணா அப்படிக் கேட்டுவிட்டீர்கள், தங்களை நான் முப்பது ஆண்டுகளாய் அறிவேன்."

"இந்த முப்பது ஆண்டுகளில் ஒருமுறைக்கூட

இந்த நண்பரை அறிமுகப்படுத்தவில்லையே... நீங்கள் முன்பெல்லாம் ஒரு டீக்காரனையோ அல்லது வண்டிக்காரனையோ அழைத்து வந்து, உங்க நண்பர் என்று பெருமிதமாகக் கூறிக்கொண்ட நேரங்களிலெல்லாம் நான் எவ்வளவோ பெருமைப்பட்டேன். தம்பீ, நாம் பதவியில் இருக்கும்போது மட்டுமே நம்மை நாடி வருகின்ற புதிய நண்பர்களைத் தேடி செல்லாதீர்கள்..." என்று அண்ணா தலைவருக்கு அறிவுரை கூறினார்.

(நாம் ஏழை எளிய மக்களுக்கு உதவவே பதவியில் அமர்ந்தோம். பணக்காரர்களை மேலும் பணக்காரர்களாக உயர்த்த அல்ல என்பதை சொல்லாமல் சொன்னார்.)

9. பேராசிரியர் பாராட்டு

அறிஞர் அண்ணா கல்லூரி பருவத்திலேயே பேச்சிலும், எழுத்திலும் மிக சிறந்த மேதையாக திகழ்ந்தார் என்பது நிதர்சன வரலாறு.

கல்லூரி காலம்.

ஒருநாள் ஆங்கிலப் பேராசிரியர் ஒருவர் வகுப்பில் நோட்டீஸ் கொடுத்துக் கொண்டிருக்க மாணவ, மாணவியர் அதை நோட்டில் எழுதிக் கொண்டிருந்தனர்.

அண்ணா மட்டும் எதையும் எழுதாமல் பேராசிரியர் சொல்லிக் கொண்டு வந்ததை மிகுந்த கவனத்துடன் கேட்டுக் கொண்டிருந்தார்.

இதை கவனித்த பேராசிரியர் அண்ணாவிடம்

வந்து, "நீ ஏன் நோட்டில் எழுதாமல் பேசாமல் அமர்ந்திருக்கிறாய்?" என கோபமாய் கேட்டார்.

இருக்கையிலிருந்து எழுந்த அண்ணா பணிவுடன், சார் நோட்டில் எழுதுவதோ, அதை மனப்பாடம் செய்து ஒப்புவிப்பதோ எனக்கு பிடிக்காது. நடக்கும் பாடங்களைக் கிரகித்து அப்படியே நினைவில் வைத்துக் கொள்வேன்" என்றார் பேராசிரியரிடம்.

"அப்படியா அப்படியானால் இப்போது நான் நடத்திய பாடத்தை அப்படியே ஒருமுறை கூறு பார்ப்போம்?" என்றார் பேராசிரியர்.

"ஓ... கூறுகிறேன்..." என கூறிய அண்ணா, பேராசிரியர் சற்று முன் நடத்திய பாடத்தை அப்படியே மிகத் தெளிவாக அனைவரும் புரியும்படி கூறினார்.

அதைக்கேட்டு அசந்துபோன அந்த பேராசிரியர், "அண்ணாதுரை, நீ கர்வம் பிடித்தவன் என நினைத்தேன். அதற்காக வருந்துகிறேன். நீ உண்மையிலேயே அறிவாளிதான் 'கீப் இட் அப்'" எனக்கூறி அண்ணாவின் தோளில் தட்டிக் கொடுத்தார்.

மாணவ பருவத்திலேயே பாராட்டைப் பெற்ற அவரைத்தான் பிற்காலத்தில் தமிழ் உலகமே அறிஞர் அண்ணா என கொண்டாடி மகிழ்ந்தது.

10. அண்ணாவின் பெருந்தன்மை

அண்ணா எதிர்க்கட்சி தலைவராய் இருந்த காலம்.

அப்போது காவல் துறை அதிகாரியாய் இருந்தவர் எஃப்.வி.அருள். இவர் காமராஜரை மதிப்பவர்; நெருக்கமானவர்;

ஒருமுறை அண்ணா, ஈ.வி.கே.சம்பத், என்.வி.நடராசன், கே.ஏ.மதியழகன் ஆகியோரை எந்தவித காரணமும் இன்றி, அவர்கள் நால்வரையும் கைது செய்து பேருந்தில் ஏற்றினார் அருள்.

பேருந்தில் அண்ணா ஏறும்போது அவரின் தோளின் மேலிருந்த துண்டை கைத்தடியால் எடுத்து கீழே போட்டார். அதை அமைதியாக எடுத்து கையில் வைத்துக் கொண்டார்; மற்றவர்கள் கோபப்படும் போது அண்ணா சிறு முகச்சுழிப்பையும் காட்ட வில்லை.

காவல் நிலையத்திற்கு அவர்கள் நால்வரையும் அழைத்துச் சென்ற அருள் அவர்களை நிற்க வைத்து, தான் இருக்கையில் அமர்ந்து கால்மேல் கால் போட்டுக் கொண்டு 'சிகரெட்'டை பற்ற வைத்துக் கொண்டு, அவர்களை அதட்டி விசாரித்தார்.

காலம் மாறியது.

அறிஞர் அண்ணா முதல்வரானார்.

காவல் அதிகாரிக்கு மனதில் ஒரு நடுக்கம், தான் அண்ணாவிற்கு இழைத்த அவமானச் செயல் மனதில்

ஓடியது; தன்னை இழிவுப்படுத்திய அதிகாரியை உடனே வேலையிலிருந்து தூக்கத்தானே அண்ணாவுக்கு எழும். அதற்கு முன் நாமே ராஜினாமா கடிதம் எழுதினால் தன் மானம் காப்பாற்றப்படும் என நினைத்து, ராஜினாமா கடிதம் எழுதினார்.

கடிதம் அண்ணாவின் கைக்கு கிடைத்தது.

அவரை வரச் சொல்கிறார் முதல்வர்.

அருள் அவர் முன் தலை குனிந்து நிற்கிறார்.

அண்ணா அவரை அமரச் சொல்கிறார்.

அருள் அமரவில்லை.

'தாங்கள் அமரவில்லை என்றால், நானும் நிற்க வேண்டியிருக்கும்' என்கிறார் அண்ணா.

காவல் அதிகாரியின் தலை நிமிர்ந்தது. கலங்கிய கண்களுடன் அண்ணாவைப் பார்த்தார்.

எதிரே அமர்ந்திருப்பவர் யார்? புத்தரா, ஏசுவா, நபிகளா, மகாத்மா காந்தியா? தன்னை இழிவுபடுத்தியவனை மன்னிக்கும் இவர் மனிதகுல மாணிக்கதான். தனக்குப் பிடிக்காத எவரையும் தூக்கி எறியும் வல்லமை படைத்த பதவி வகிக்கும் இவர், எத்தனை பெரிய மனம் இருந்தால், பதவி விலக வேண்டாம் என்பார்.

சிறிய விஷயத்திற்கெல்லாம் பழிக்குப் பழி வாங்கும் இன்றைய உலகில், பத்து பேர் முன் தன்னை அவமானப் படுத்தியவனை சிறுமைப்படுத்தாமல் பதவியை கொடுத்து பெருமைப்படுத்தும் இவர், மனித வடிவில்

கடவுள் என தனக்குள் மருகினார் அருள்.

(இப்படி ஒரு தலைவனை இன்று பார்க்க முடியுமா?) இன்றைய அரசியல் எப்படியிருக்கிறது. பழிக்குப் பழி இரத்தத்துக்கு இரத்தமாகத்தானே இருக்கிறது; தன்னை இழிவுபடுத்தியவனுக்கு நல்லதே செய் என்கிறது குறள். பகைவனுக்கருள்வாய் நன்னெஞ்சே என்கிறார் தாயுமானவர். அண்ணாவின் இதயம் கருணையால் உருவானது; அதனால் மன்னிக் கிறது; மன்னித்து ஏற்றது. இந்த குணம் இன்றைய அரசியல்வாதிகளுக்கு அவசியம் வேண்டும்).

11. மக்களோடு மக்களாய்...

பேரறிஞர்அண்ணா அவர்களுக்கு திரைப்படங் களை பார்ப்பதென்றால் மிகவும் பிடிக்கும். வாரத் திற்கு மூன்று நான்கு படங்களையாவது பார்த்து விடுவார்.

ஒருமுறை அரசு நிகழ்ச்சி ஒன்று திருச்சிக்கு பக்கத்தில் நடைபெற்றது. முதல்வராக இருந்த அண்ணா அவர்கள் விழா முடிந்து அன்று மாலை 5 மணிக்கு அன்பில் தர்மலிங்கம், கவிஞர் கருணானந்தம் ஆகியோருடன் திருச்சிக்குத் திரும் பினார். அங்கிருந்த பயணியர் விடுதியில் தங்கினார்கள்.

அப்போது அன்பில் அவர்களை ரகசியமாக அழைத்து அண்ணா, "பிளாசா தியேட்டரில் என்ன படம்னு போய் தெரிந்து கொண்டு டிக்கெட் வாங்கிவா, மாலை காட்சி பார்க்கலாம்" என்றார்.

அன்பில் தர்மலிங்கம் சிறிது நேரத்தில் டிக்கெட்

களுடன் வந்தார்.

படம் ஆரம்பித்த பிறகு திரையரங்கிற்குள் நுழைந்தார்கள். இடைவேளை விட்டு விளக்குகள் எரிந்தன. மக்களுக்கு அண்ணா வந்தது எப்படித்தான் தெரிந்ததோ கூட்டம் கூடிவிட்டது.

அன்பில் உடனடியாகச் சென்று திரைப்படத்தை ஆரம்பிக்கச் சொன்னபின் ஒருவழியாகத் திரை யரங்கம் அமைதியானது.

அண்ணாவுடன் அமர்ந்திருந்த அன்பில் தர்ம லிங்கமும், கவிஞர் கருணானந்தமும் சிரித்தனர்.

"என்னய்யா சிரிக்கிறீங்க?"

"பின்ன என்ன அண்ணா ஒரு முதலமைச்சர்

இப்படி திரையரங்கில் படம் பார்க்க வந்து விட்டாரே என்று மக்கள் உங்களைப் பற்றி தவறாக நினைக்க மாட்டார்களா?" என்றார் கவிஞர்.

உடனே அண்ணா, "நீ அப்படி ஏன்யா நினைக்கிறே? நம்ம அண்ணா என்னதான் முதலமைச்சரானாலும் பந்தா இல்லாம நம்மோடு சரிசமமா உட்கார்ந்து திரைப்படம் பார்க்கிறாரென்று நினைப்பாங்க. என் சுபாவமும் நான் நிறைய சினிமா பார்க்கிற வழக்கமும் தெரிஞ்சதுதானேயய்யா" என்று சிரித்தார் அண்ணா.

மக்களோடு மக்களாக வாழ்ந்த அன்றைய தலைவர்கள் எங்கே? மக்களையே சந்திக்காத இன்றைய தலைவர்கள் எங்கே?

12. ஐம்பது பேர் உருவில்

1962-ல் தேர்தல் வந்தது.

அண்ணா காஞ்சிபுரத்தில் நின்று தோற்றுப் போனார்.

கட்சி தொண்டர்களும், கட்சித் தலைவர்களும் அண்ணாவின் தோல்விக்காக வருந்தினர்.

தான் தோல்வி அடைந்ததை பற்றி பச்சையப்பன் கல்லூரி விழாவில் பேசும்போது,

"புனித ஜெருசலத்திற்காக ஐரோப்பிய நாடுகள் போர் புரிந்தன. பின்னர் நாடுகளுக்கு இடையே ஒப்பந்தம் போடப்பட்டன. ஒரு நிபந்தனையும் விதிக்கப்பட்டது. ஐரோப்பியப் படைக்குத் தலைமை வகித்த ரிச்சர்டு மன்னன் உள்ளே வரக்கூடாது, மற்றவர்கள் வரலாம்

கிளாசிக்	சிவரஞ்சன்
141	(வ.இளங்கோ)

என்பதே அந்த நிபந்தனை.

இதைக் கேட்ட அந்த மன்னன் நான் உள்ளே போகாவிட்டால் என்ன? என்படை உள்ளே போகிறது? என்றான். அதுபோல் சட்டசபையில் என்னை நுழையவிடவில்லை. அதனால் என்ன? என் தம்பிமார்கள் ஐம்பது பேர் உருவில் நான் செல்கிறேன்" என்றார்.

(தான் தோற்றாலும் தனக்குரியவர்கள் போனதை பெருந்தன்மையுடன் ஏற்றுக் கொள்ளும் மனப்பான்மை எத்தனை தலைவர்களுக்கு வரும்?)

13. ஆயிரம் ஆண்டுகள் ஆகும்

அறிஞர் அண்ணா எதிர்க்கட்சி தலைவர்களை எதிரிகளாக கருதியதே இல்லை. அவர்களிடமும் அன்பாகவே பழகினார்; குறிப்பாய் பெருந்தலைவர் காமராஜர் மீது பெருமதிப்பு வைத்திருந்தார்.

காமராஜர் காங்கிரஸ் கூட்டங்களில் தி.மு.க. தலைவர்களை 'என்ன பேசினாலும்' அண்ணா அவரை குற்றமாகவே பேசமாட்டார்.

1967ஆம் ஆண்டு தேர்தல் முடிவுகள் வந்த நேரம்.

அண்ணா அச்சமயம் தன் இல்லத்தில் இருந்தார். கட்சி பிரமுகர்களும் அங்கே இருந்தனர்.

விருதுநகரில் காமராஜர், சீனிவாசன் என்ற தி.மு.க. இளைஞரிடம் தோற்று விட்டார் என்ற செய்தியை கேட்டு கட்சிக்காரர்கள் ஆனந்தமாய் கூச்சல் போட்டனர்.

அங்கிருந்த அண்ணாவிற்கு வந்ததே கோபம்

"உங்கள் கூச்சலை நிறுத்துங்கள். காமராசர் தோற்க கூடாத நேரத்தில் தோற்றிருக்கிறார். இன்னொரு தமிழன் அவர் இருந்த இடத்திற்கு வருவதற்கு ஆயிரம் ஆண்டுகள் ஆகும்" என்று சொல்லிவிட்டு தன் அறைக்குள் நுழைந்து கொண்டார்.

(மக்களுக்கு சேவை செய்யும் நல்ல தலைவர் தோற்றுவிட்டாரே என்று வேதனையடைந்த அண்ணா வைப்போல ஒரு நற்குணத்தலைவரை இனி பார்க்க முடியுமா?)

14. காமராசர் தோற்றதில் வருத்தம்

விருது நகர் சட்டசபை தேர்தலில் காமராசரை தோற்கடித்த பெ.சீனிவாசன் 'அண்ணா'வின் ஆசியை பெற வந்தார்.

சீனிவாசனுக்கு மாலையிட்ட அண்ணா, "நீ வெற்றி பெற்றதில் மகிழ்ச்சி; ஆனால் காமராசர் தோற்றதில் வருத்தம்" என்றார்.

(இந்த குணம் எவருக்கு வரும்?)

15. பிகாஸ்

பேரறிஞர் அண்ணா ஆங்கிலேயர்களை அசத்தும் அளவிற்கு ஆங்கிலத்தை 'தாய்மொழி' போல பேசும் திறன் படைத்தவர். நேரு அவர்கள் ஆங்கிலத்தில் மிகச் சிறந்த பேச்சாளர். அவர் ஆரம்பக் கல்வி முதல் பாரிஸ்டர் சென்று பட்டப்படிப்பு வரை ஆங்கிலமே, ஆங்கிலத்தில் சிங்கம், அவரே அண்ணாவின் (பாராளு மன்றத்தில்...) ஆங்கிலப் பேச்சை கேட்டு வியந்திருக்

கிறார். அண்ணாவின் ஆங்கில அறிவை சோதிக்க விரும்பிய கல்லூரிப் பேராசிரியர் ஒருவர் அவரிடம், "பிகாஸ் (Because) என்ற ஆங்கில வார்த்தை வாக்கியத்தின் முதலில் வர முடியாது" என்றார்.

"ஆமாம், இரு வாக்கியங்களை இணைப்பதற்கு மட்டுமே பயன்படும்" என்றார் அண்ணா.

"இந்த வார்த்தையை தொடர்ச்சியாக மூன்று முறை வரும்படி வாக்கியம் அமைக்க முடியுமா?" என்று கேட்டார் ஆசிரியர்.

அண்ணா புன்னகைத்தபடி, "நோசென்டன்ஸ் பிகின்ஸ் வித் பிகாஸ், பிகாஸ், பிகாஸ் இஸ்எ கன்ஜங்ஷன்" என்றார்.

பேராசிரியர் வியப்பில் புருவங்களை உயர்த்தினார்; அவை இறங்க நேரமானது.

16. அண்ணாவிற்கே ஓட்டுப் போடுங்கள்

காஞ்சிபுரத்தில் நடைபெற்ற தேர்தலில் அண்ணா விற்காக, என்.எஸ்.கிருஷ்ணன் பிரச்சாரம் செய்தார். அவரை எதிர்த்து போட்டியிட்டவர் புகழ்பெற்ற மருத்துவர் டாக்டர் சீனிவாசன்.

அப்போது ஒரு கூட்டத்தில் கலந்து கொண்ட என்.எஸ்.கே.அவர்கள், "மக்களே டாக்டர் சீனிவாசன் மிகுந்த ராசிக்காரர், நல்லவர். ஏழை எளிய மக்களுக்கு காசு வாங்காமல் மருத்துவம் பார்ப்பவர். நடு இரவு என்றும் பார்க்காமல் அழைத்த இடத்திற்கு சென்று சிகிச்சை செய்பவர். ஏழைகளுக்கு இலவச மருந்து தருவார்" என சீனிவாசனை புகழ்ந்து பேச, கேட்டவர்கள் அனைவரும் அதிர்ந்தனர்.

"என்னடா இவர்? அண்ணாவுக்கு ஓட்டுக் கேட்பதைவிட்டு விட்டு, டாக்டர் சீனிவாசனை புகழ்ந்து பேசுகிறாரே" என்று ஒருவர்க்கொருவர் பேசிக் கொண்டனர்.

ஆனால் என்.எஸ்.கே. "இப்படிப்பட்ட மனித தெய்வமான சீனிவாசனை ஓட்டு போட்டு சட்ட மன்றம் அனுப்பிவிட்டால், உங்களை யார் கவனிப்பது? எனவே அவர் இங்கேயே இருக்கட்டும். நீங்கள் அண்ணாவுக்கு ஓட்டுப் போடுங்கள்!" என்றார் சாமர்த்தியமாக!

17. எனக்கேன் சிலை?

ஒருநாள் அறிஞர் அண்ணா இல்லத்திற்கு மாநகராட்சி தி.மு.கழகத்தினர் வந்தனர்.

வந்தவர்களை வரவேற்ற அண்ணா, "உங்களுக்கு என்ன வேணும்?" என்று கேட்டார்.

"அண்ணா."

"சொல்லுங்க?"

"உங்களுக்கு ஒரு சிலை வைக்கலாமென்று இருக்கிறோம்" என்று கூற...

"எனக்கு சிலை தேவையில்லை."

"நாங்கள் சிலை வைத்தே தீருவோம்" உறுதியாக கூறினர்.

"அப்படியென்றால் நான் சொல்லும்படி செய்யுங்கள். தமிழ்நாட்டின் சிறந்த சுதந்திர போராட்ட வீரர்களும், தமிழ் நாட்டின் புகழை உயர்த்திய வர்களுமான சத்தியமூர்த்திக்கும், காமராசருக்கும் சிலை வையுங்கள்" என்றார் அண்ணா.

(தி.மு.க.வை விமர்சிக்கும் எதிர்க்கட்சி தலைவர்களுக்கும் சிலை வைக்க சொன்ன அண்ணாவின் பரந்த மனம் எத்தனை தலைவருக்கு வரும்)

18. பேராசிரியரை போற்றிய மாணவர்

அறிஞர் அண்ணா தமிழறிஞர்களை, வயதில் மூத்தவர்களை மிகவும் மதிப்பார். மாற்று கருத்துக் கொண்டிருக்கும் அறிஞர்களை அவர்களின் 'தமிழறிவுக் காக' போற்றுவார்.

அண்ணாவுக்கு 'கம்பராமாயணத்தின்' கருத்தின் மீது எதிர்ப்பு இருந்தது.

ஒருமுறை 'இராமாயணம்' குறித்து நாவலர் சோமசுந்தர பாரதியாரோடு எதிர்வாதம் செய்ய வந்திருந்தார் அண்ணா. தமிழின் சிறந்த அறிஞர்களில் ஒருவர் நாவலர். சிறந்த பேச்சாளர், எழுத்தாளர்.

மேடையில் இருந்த ஒருவர் வாக்குவாதம் செய்யும் இவர்களை அறிமுகப்படுத்தும்போது, இரு பேராசிரியர்கள் இப்போது மோத இருக்கிறார்கள் என்று கூறினார்.

அண்ணா அவர்கள் பேச எழுந்தபோது, "தலைவர் அவர்கள் இரு பேராசிரியர்கள் பேசுவார்கள் என்று கூறினார். அது சரியல்ல; ஒரு பேராசிரியர் வந்திருக்கிறார். அவருடன் வாதம் செய்ய மாணவன் வந்திருக்கிறேன். நான் நாவலரின் கருத்தை மறுப் பேனே தவிர அவரது வயதை அறிவை மதிக்கத் தகுந்த வாழ்வை மறுப்பவர் அல்லன்" என்று கூறியபோது நாவலரே மனம் நெகிழ்ந்துவிட்டார்.

(பெரியோர்களை மதிக்கும் மனப்பான்மையை இன்றைய கட்சிக்காரர்கள் அண்ணாவிடம் கற்றுக் கொள்ள வேண்டும்)

19. என் பெயர்

கவிஞர் கண்ணதாசன் அண்ணாவின் மேல் மிகுந்த பற்றுக் கொண்டவர். அண்ணாவிற்கும் கண்ணதாசன் அவர்களின் கவிதைகள், திரைப்பட பாடல்கள் மற்றும் பேச்சுகள் மிகவும் பிடிக்கும்.

கண்ணதாசன் அவர்கள் வீட்டுக்கு ஒருமுறை அறிஞர் அண்ணா போய் இருந்தார். "உனக்கு ரெண்டு மனைவியாச்சே, ரெண்டு பேரும் இங்கேயா இருக்காங்க? எத்தனை குழந்தைகள்" என்று கேட்டார்.

ரெண்டு மனைவிகளும் ஒன்றாக இங்கேதான் இருக்கிறாங்க. எனக்கு மொத்தம் எட்டு புள்ளைங்க. ஒவ்வொரு மனைவிக்கும் தலா நாலு குழந்தைகள் என்று கண்ணதாசன் சொல்லிவிட்டுத் தன் பிள்ளைகளை அழைத்தார். பிள்ளைகளின் பெயர்கள் என்ன என்று அண்ணா கேட்டார்.

மூத்த பையன் காந்தி என்றார். நல்ல பெயர் என்றார் அண்ணா. அடுத்தவன் 'கமால் பாட்ஷா' என்றார். இது என்ன முஸ்லிம் பெயர் வைத்திருக்கிறாய் என்று கண்ணதாசனிடம் அண்ணா கேட்டார்.

முஸ்லிம் பெண்கள் முகத்தில் திரையிட்டுக் கொள்வதை நீக்க வேண்டுமென்று போராடினார். ஆகவே அந்தப் பெயரை வைத்தேன் என்றார் கண்ணதாசன்.

உடனே அண்ணா "அந்த பையனை முஸ்லிம் என்று நினைத்து விடுவார்கள். ஆகவே அவனுக்கு 'கமலநாதன்' என்று பெயர் வைத்துவிடு" என்றார்.

மூன்றாவதாக ஒரு பையனை அண்ணாவுக்கு அறிமுகப்படுத்திய கண்ணதாசன், "இவனுக்கு உங்கள் பெயரை அண்ணாதுரை என்று வைத்திருக்கிறேன்" என்றார்.

"உடனே அண்ணா சிரித்துக் கொண்டே, என்மீது உனக்குக் கோபம் வந்தால் என்னைத் திட்டலாமென்று எனது பெயரை வைத்திருக்கிறாயா கண்ணதாசா?" என்றார்.

அண்ணாவின் நகைச்சுவைக் கேட்டு ரசித்தபடி சிரித்தார் கண்ணதாசன்.

20. அண்ணா கொடுத்த 'ஒரு ரூபாய்'

ஒரு சமயம் தந்தை பெரியாரும், அண்ணாவும் ரயிலில் பயணம் செய்து கொண்டிருந்தனர். அப்போது ஒருபிச்சைக்காரன் தன்னுடைய துயரங்களை யெல்லாம் கொட்டி பரிதாபமாக பிச்சை கேட்டான்.

பெரியார் அவனை "போ... போ" என விரட்டினார்.

அண்ணாவோ அவன்மீது இரக்கப்பட்டு ஒரு ரூபாயை எடுத்துக் கொடுத்தார்.

பிச்சைக்காரன் போனதும் "இவனுங்களெல்லாம் ஏமாத்துப் பேர்வழிங்க; சும்மா வேஷம் போடறான். அது புரியாமல் ஒரு ரூபாயை தூக்கிக் கொடுத்துட்டியே" கோபித்துக் கொண்டார் பெரியார். "அய்யா... அவன் சொன்னது உண்மையாக இருந்தால் ஒரு ஏழைக்கு உதவிய திருப்தி எனக்குக்

கிடைக்கிறது. அது பொய்யாக இருந்தாலும் நஷ்டம் ஒன்றுமில்லை, நானே பரிதாபப்படும்படி அவன் நடித்தான் அல்லவா... ஒரு ரூபாய்க்கு ஒரு நல்ல நாடகத்தைப் பார்த்தேன் என்று திருப்தி அடைந்து கொள்கிறேன்" என்று அண்ணா பதில் கூற பெரியார் சிரித்தார்.

21. அண்ணாவின் ஆவேசம்

அண்ணா டில்லி மேல் சபை உறுப்பினராக இருந்த சமயம்.

இலங்கையில் நடக்கும் தமிழினப் படுகொலையை மிகுந்த வேதனையோடு அவையில் பேசினார்.

அதனைக் கேட்ட அன்றைய வெளியுறவுத் துறை அமைச்சர் அலட்சிய போக்கோடு, "இலங்கை அண்டை நாடு. அது நமக்கு பக்கத்து வீடுபோல, பக்கத்து வீட்டை எட்டிப் பார்ப்பது அநாகரிகம்" என்றார்.

உடனே அண்ணா, "பக்கத்து வீட்டில் கணவன் மனைவி கொஞ்சி குலாவி சந்தோஷமாக இருந்தால் எட்டிப் பார்ப்பது அநாகரிகம் தான். ஆனால் அங்கு நடப்பது பயங்கர சண்டை. அதில் கடுமையாக பாதிக்கப்படுவது, துயரப்படுவது என் சொந்த சகோதரி" என்றார் ஆவேசம் பொங்க.

22. 'எரித்து விடு'

அறிஞர் அண்ணா மாற்று கட்சியினரையும் மதிக்கும் நற்பண்பு கொண்டவர் என்பதை நாடே அறியும். குறிப்பாக காந்திஜி, நேருஜி, காமராசர்

போன்றவர்களை தவறாக பேசுபவர்களை, எழுதுபவர் களை கண்டிப்பார்.

ஒருமுறை கட்சி பத்திரிகை ஒன்றில் நேருவை பற்றி மட்டமாக எழுதி வெளியிடுவதற்கு தயாராக இருப்பதாக கேள்விபட்டார் அண்ணா!

உடனே அந்த பத்திரிகையாசிரியரை வர வழைத்தார்.

அவர் பத்திரிகையோடு அண்ணாவை சந்தித்தார்.

பத்திரிகையை வாங்கி பார்த்தார்.

நேருவை பற்றி மிகவும் மட்டமான செய்திகள்.

"நேருஜி நாட்டின் பிரதமர். தன் செல்வந்த வாழ்க்கையை நாட்டுக்காக இழந்தவர். அவர் நமது மாற்று கட்சி தலைவர்தான். அதற்காக இப்படி மட்டமாக எழுதக் கூடாது. கண்ணியமாக எழுத வேண்டும். இதை வெளியிடாதே."

ஆசிரியர் திடுக்கிட்டு, "அண்ணா, எல்லாம் அச்சாகிவிட்டதே."

"அதனால் என்ன அனைத்தையும் எரித்துவிடு" என்றார் அண்ணா.

ஆசிரியர் வாயடைத்து நின்றார்.

(மாற்றாரையும் மதிக்கும் இக்குணத்தை என்ன வென்று பாராட்டுவது?)

23. எண்ணெய்க் குளியல்

கலைவாணர் என்.எஸ்.கே. அவர்களுக்கு, அறிஞர் அண்ணா மேல் மிகுந்த பிரியம்.

அண்ணாவை புதுப்படம் ஒன்றிற்காக கதை எழுதச் சொல்ல வேண்டும் என்று அவரை பார்க்க காஞ்சிபுரம் சென்றார்.

என்.எஸ்.கே. அண்ணாவின் வீட்டிற்குள் நுழையும்போது அவர் எண்ணெய்க் குளியலுக்காக 'உடம்பு முழுக்க' எண்ணெய் தேய்த்து உட்கார்ந்திருந்தார்.

என்.எஸ்.கே.வை பார்த்ததும் உடனே எழுந்த அண்ணா எண்ணெய் உடம்பின் மேல் சட்டையை போட்டுக் கொண்டு காரில் ஏறினார்.

"என்ன இப்படியே கிளம்பிவிட்டீர்கள். நீங்கள் குளிக்காமல் என்னோடு புறப்படுவதைப் பார்த்து தொத்தா (சித்தி) முகம் தொங்கிபோய் விட்டதே!" என்றார் அண்ணா.

"அதனால் என்ன? இராமர் பட்டாபிஷேகத்திற்கு நாள் பார்த்தார் வசிஷ்டர். அதுகூடத் திடீரென்று நின்று போய்விட்டது. என்னுடைய எண்ணெய்க் குளியல் நின்று போனால் என்ன?" என்றார் அண்ணா.

24. அதுவே நியாயம்

1967 ஜூலை மாதம். அறிஞர் அண்ணா முதல்வராக பொறுப்பேற்றுக் கொள்வதற்குச் சில வாரங்களுக்கு முன் சென்னை சட்டக் கல்லூரி தமிழ் மன்றத்தில் பேச ஏற்பாடு செய்திருந்தனர்

மாணவர்கள்.

அன்றைக்கு குறித்த நேரம் கழித்த பின்னர் அவர் அரங்கம் நாடி வந்தார்.

"நீண்ட நேரம் எங்களை காக்க வைத்துவிட்டீர் கள்; ஆகவே நீங்கள் நீண்ட நேரம் பேசவேண்டும்" என்று தமிழ் மன்றத் தலைவர் அண்ணாவை அன்புடன் கேட்டுக் கொண்டார்.

"நீண்ட நேரம் காத்திருந்தவர்களை விரைவில் அனுப்புவதுதான் நியாயம். நீண்ட நேரம் காத்திருந்த வர்களை நீண்ட நேரம் கழித்து அனுப்புவது என்கிற நல்ல கொள்கையை நீங்கள் வழக்கறிஞர் ஆனதும் உங்கள் கட்சிக்காரர்களிடம் வைத்துக் கொள்ளுங்கள் தம்பி" என அண்ணா கூறியதும் தலைவர் மற்றும் பேரவை செயலாளர் உட்பட அனைவருமே வாய் விட்டு சிரித்தனர்.

25. எதிரிக்கும் உதவி

அண்ணா தந்தை பெரியாரைவிட்டு பிரிந்து தி.மு.கழகம் துவக்கினார். பெரியாருக்கு ஆதரவாக குத்தூசி சா.குருசாமி என்பவர் தி.மு.கழகத்தை எதிர்த்து கடுமையாக தாக்கி எழுதி வந்தார். சமூக கருத்துக்களை முன் வைத்து எழுதுவதில் சிறந்தவர்; அவரின் எழுத்துகள் எதிரிகளை அம்பாய் தாக்கும். குறிப்பாய் அண்ணாவை தாக்கி எழுதி வந்தார் தொடர்ந்து...

தி.மு.க.சென்னை மாநகராட்சியைக்கைப்பற்றியது. தி.மு.கவை எதிர்த்து பெரியார் போன்றவர்கள்

கிளாசிக் — சிவரஞ்சன் (வ.இளங்கோ)

பேசியும் நகராட்சி தேர்தலில் தி.மு.க. வென்றது.

அச்சமயம் மாநகராட்சியின் கல்வி அலுவலர் பதவி காலியானது; பணி மூப்பின் காரணமாக அந்த பதவிக்கு வரவேண்டியவர் குத்தூசி குருசாமியின் மனைவி திருமதி குஞ்சிதம் அவர்கள்.

அண்ணாவிடம் கழக உறுப்பினர்கள், அண்ணாவை சந்தித்து, அலுவலகப் பணி சம்பந்தமாய் பேசினர்.

"குஞ்சிதம் அம்மையாரையே கல்வி அலுவலராக அமர்த்துங்கள்" என்றார் அண்ணா.

வந்தவர்கள் அதிர்ந்தனர்.

"என்ன அண்ணா சொல்லுகிறீர்கள்? நமது கட்சியையும், தங்களையும் குருசாமி அவர்கள் பத்தாண்டுகளாய் கடுமையாய் தாக்கி எழுதி வருகிறார். அவரின் மனைவிக்கு பணியை கொடுக்கச் சொல்கிறீர்கள்?" என்று குமுறினர்.

"நான் எனது தலைவரை பிரிந்து வந்தபின் குத்தூசி அவருக்கு உறுதுணையாக இருக்கிறார். மேலும் அவர் நம்மை, திட்டி எழுதினாலும், பேசினாலும், மக்களுக்கு சேவை புரிகிறார். சமூக மூடநம்பிக்கைகளை சாடுகிறார். சொந்த விருப்பு, வெறுப்புகளுக்கு இப்போது இடமில்லை. பொது நிறுவனங்கள், எவர் தகுதியானவர் என்பதை மட்டுமே பார்த்து பதவி வழங்கவேண்டும். நேர்மையும், தகுதியும், திறமையும் ஒருங்கே கொண்ட குஞ்சிதம் அம்மையாருக்கே அப்பதவியை வழங்க வேண்டும்" என ஆணையிட்டார் அண்ணா.

(அண்ணாவின் இந்த பெருந்தன்மையை இன்றைய அரசியல்வாதிகள் பின்பற்றவேண்டும். தன்னை தாக்குபவராக இருப்பினும், அவர்தம் திறமையை பயன்படுத்திக் கொள்ள வேண்டும் என்ற அவரின் மனப்பான்மையை எவ்வளவு பாராட்டினாலும் தகும்.)

இங்கே இன்னொரு செய்தி : திடீரென குத்தூசி குருசாமி மறைந்தார்; தன்னை தாக்கி எழுதினாரே… அவர் மரணத்துக்கு செல்லலாமா என அண்ணா நினைக்கவில்லை. அவர் மரணத்துக்கு சென்றார். இறுதிப் பயணத்திலும் கலந்து கொண்டு நடந்தார்.

(எத்தகைய நற்குணம் பாருங்கள், தாக்கிய வருக்கும் பூச்சொரியும் இந்த குணம் ஒவ்வொரு அரசியல்வாதிக்கும் இருப்பின் நாடு எப்போதோ முன்னேறி இருக்கும். தன்னை தாக்கிய பத்திரிகையாளர்களை கொல்வதுதான் அரசியலாகிவிட்டது. இது கொடுமை.)

26. கடமை தவறாத கண்ணியவான்

அண்ணா தான் நோய்வாய்ப்பட்டாலும் சட்ட சபைக்குத் தவறாமல் வந்து கலந்து கொள்வார். திடீரென எழுந்து தமது அறைக்கு செல்வார். அங்கு டாக்டர் ஊசி மருந்து தயாராக வைத்திருப்பார். அதைப் போட்டுக் கொண்டு, கையைத் தேய்த்துக் கொண்டே மீண்டும் சபைக்கு வந்து கலந்து கொள்வார்.

உணவுக் குழாயில் அவருக்கு நோய் முற்றிவிடும் வேளை. சாப்பாட்டு வேளையில் கஞ்சியை எடுத்து

வாயில் ஊற்றுவார். கஞ்சி உள்ளே இறங்காது லேசாகத் தொண்டைக் குழியை தடவி விட்டுக் கொண்டு அந்தக் கஞ்சியை உள்ளே இறக்குவார். உடனே மறுபடியும் சபைக்கு வந்து ஒரு மணி நேரம், இரண்டு மணிநேரம் நோயின் வலியைச் சகித்துக் கொண்டு உரையாற்றுவார்.

(இங்கே கொஞ்சம் யோசியுங்கள். சட்டசபைக்கு, பாராளுமன்றத்துக்கு எத்தனை பேர் ஒழுங்காக செல்கிறார்கள்! நோயுடன் மக்களுக்கு சேவை செய்யும் குணம் கொண்ட அண்ணாவை என்ன சொல்லி பாராட்டுவது?)

27. வாதத்திலும் நயம்

அண்ணாவின் நோயைப் பற்றியும், முடிவைப் பற்றியும் அறியாத காலத்தில் சட்டசபையில் ஒரு வாக்குவாதம் நடைபெற்றது.

உறுப்பினர் : நீங்கள் மக்களுக்கு நல்லாட்சியை வழங்கவில்லை. Your days are Counted (உங்களுடைய நாட்கள் எண்ணப்படுகின்றன).

அண்ணா : உறுப்பினர் கவலை கொள்ள வேண்டாம். My Steps are Measured (எனது காலடிகளை அளந்தே எடுத்து வைக்கிறேன்).

இந்தச் சட்டமன்ற விவாதம், அண்ணாவின் வாதத் திறமைக்குத் தகுந்த சான்று.

28. அண்ணாவின் கண்ணீர்

அறிஞர் அண்ணா முதலமைச்சராக பதவி ஏற்றதும், தென்மாவட்டங்களில் சுற்றுப் பயணங்கள்

மேற்கொண்டார்.

பாளையங்கோட்டையை ஒட்டிய கிராமங்களில் சுற்றுப் பயணம் மேற்கொண்டு விட்டு சுற்றுலா மாளிகையில் தங்கினார்.

அவரைக் காண முதிய பெண்மணி ஒருவர் கையில் மனுவோடு நின்றிருந்தார். அப்பெண்மணி முதல்வரைக் காண வேண்டும் என்று காவலரை கெஞ்சிக் கொண்டிருந்தார். அக்காவலரோ, அவரை உள்ளேவிட மறுத்துக் கொண்டிருந்தார்.

வெளியே சிறு சப்தம் ஏற்படுவதைக் கேட்ட முதல்வர் அண்ணா அவர்கள் 'சன்னல்' வழியே அதைப் பார்த்து விட்டு உடனே அப்பெண்மணியை உள்ளே அனுப்புமாறு உதவியாளரிடம் சொல்லி அனுப்பினார்.

அந்த முதியப் பெண்மணி உள்ளே வந்ததும் அவரை அமர வைத்து, "தாங்கள் யார்? தங்களுக்கு என்ன வேண்டும்?" என்று கனிவாக கேட்டார்.

"ஐயா, நான் சுதந்திரப் போராட்டத்தில் வீரமரணம் அடைந்த வாஞ்சிநாதனின் மனைவி. தியாகிகளுக்கு வழங்கும் ஓய்வூதியம் ஐம்பதுதான் எனக்கு கிடைக்கிறது. இந்தத் தொகையை உயர்த்தி கொடுத்தால் கொஞ்சம் சிரமம் குறையும்" என்று அவர் கேட்டதும்,

அண்ணாவின் கண்களிலிருந்து கண்ணீர் பெருகியது.

உடனே அவர் வாஞ்சிநாதனின் மனைவிக்கு

மட்டுமல்ல, தமிழகத்தில் உள்ள அனைத்து தியாகி களின் ஓய்வூதியத்தையும் உயர்த்திக் கொடுக்க ஆணை பிறப்பித்தார், அங்கிருந்தே.

29. மாணவர்களை ஈர்த்த அண்ணா!

திராவிடர் இயக்கத்தில் அண்ணாதுரை, அவர்கள் பணியாற்றியபோது, 'ஆற்றோரம்' என்ற தலைப்பில் தமிழிலும், 'உலகம் புதியதும், பழையதும்' என்ற தலைப்பில் ஆங்கிலத்திலும் சொற்பொழிவாற்றினார்; அந்தச் சொற்பொழிவுகளைக் கேட்ட இரண்டு மாணவர்கள் அண்ணாவிடம் உள்ளத்தைப் பறி கொடுத்தனர்.

அண்ணாவைத் தனி அறையில் அவர்கள் இரு வரும் சந்தித்தனர். அண்ணாவின் எல்லா அம்சங்களும் அவர்களுக்கு பிடித்துப்போனது ஒன்றைத்தவிர, அதை வெளிப்படையாக அவரிடம் கேட்டனர்.

"அண்ணா, உங்கள் பேச்சில் சமதர்மக் கருத்து கள் இருக்கின்றன. அப்படியிருக்க நீங்கள் ஏன் பிற்போக்கான பதவி வெறிபிடித்த பணக்கார கட்சியான ஜஸ்டிஸ் கட்சியில் இருக்கிறீர்களே?" என்று கேட்டனர்.

அதற்கு அண்ணா, 'ஜஸ்டிஸ் கட்சி அப்படிப் பட்ட கட்சி அல்ல என்று கூறுவார்' என்று அந்த மாணவர்கள் எதிர்பார்த்தனர். உண்மையை ஏற்றுக் கொண்டு தம்மைத் திருத்திக் கொள்ளும் பண்பாளர் அல்லவா அண்ணா ஆகவே, வெளிப்படையாக,

"ஆம்... அது அப்படிப்பட்ட கட்சிதான்! அதைத்

திருத்தி ஜனநாயக சமதர்மக் கட்சியாக்கவே அங்கு இருக்கிறேன். உங்களைப் போன்றவர்களின் துணை கிடைத்தால் விரைவில் ஆசை பூர்த்தியாகும்" என்றார்.

அந்த மாணவர்கள் பெரிதும் மனம் நெகிழ்ந்து போனார்கள். அந்தக் கணத்திலிருந்து அண்ணாவின் 'தம்பி' ஆனார்கள்.

அந்த மாணவர்கள் தான் நாவலர் நெடுஞ்செழியனும், பேராசிரியர் அன்பழகனாரும்.

30. பெரியாரின் பாராட்டு!

குடியரசு இதழில் அறிஞர் அண்ணா பணிபுரிந்த போது எழுதிய முதல் கட்டுரையைப் படித்த ஈ.வெ.ரா. பெரியார், அண்ணாவை நேரில் பாராட்ட வேண்டும் என்பதற்காக அறுபது வயதை கடந்த நிலையில் தன் வீட்டு மூன்றாவது மாடியில் இருந்த அண்ணாவைத் தேடிக் கொண்டு மாடிக்குச் சென்றார்.

அண்ணாவைப் பார்த்து அவர் எழுதிய கட்டுரையை மனமாரப் பாராட்டிப் பேசினார்.

"கட்டுரையைப் பாராட்டிப் பேசவா மூன்று மாடி ஏறி வந்தீர்கள்? இதை நான் கீழே வந்த பிறகு சொல்லியிருக்கலாமே?" என்றார் அண்ணா அமைதியாக.

"எனக்கு உடனே பாராட்டிச் செல்ல வேண்டும் போலிருந்தது. அதுதான் வந்தேன்" என்றார்

பெரியார்.

31. நான் கொட்டிக் கிடக்கும் செங்கல்

ஒருமுறை அறிஞர் அண்ணாவிடம் ஒரு நண்பர் நேருவைவிட தாங்களே நிறைந்த படிப்பாளி, பேச்சாளர், எழுத்தாளர் என்று அடுக்கிக் கொண்டே போனார்.

"நண்பரே! என்னை புகழ்வதை நிறுத்தும், நேரு அவர்கள் கட்டி முடிக்கப்பட்ட கோபுரம். நான் கொட்டிக் கிடக்கும் செங்கல், அவருக்கு இணை அவரே, நானல்ல" என்று பணிவாய் கூறினார் அண்ணா!

32. கலைஞர் கருணாநிதியிடம் பந்தயம்

சென்னை மாநகராட்சித் தேர்தல் நடந்து கொண்டிருந்த நேரம். எவ்வளவு இடங்கள் தி.மு.கழகத் திற்கு வரும் என்ற பேச்சு தலைவர்களிடையே வந்தது. தேர்தல் கலையில் வல்லவரான கருணாநிதி '40-45 இடங்கள் வரும்' என்றார்.

"அவ்வளவு வராது தம்பி" என்றார் அமைதியுடன் அண்ணா.

"எவ்வளவு பந்தயம்" என்று கேட்டார் கலைஞர்.

"ஒரு பவுன் மோதிரம் போடுகிறேன்" என்றார் அண்ணா.

கருணாநிதி சொன்னது போல தி.மு.கழகம் 45 இடங்களில் வெற்றி கண்டது. பேசாமல் அண்ணா ஒரு

பவுன் மோதிரம் வாங்கிப் போட்டார் கருணாநிதிக்கு...! அதைப் பற்றி அவரே கடற்கரைக் கூட்டத்தில் :

"நான் திருமணமாகி இன்னும் என் மனைவிக்கு என் கையால் ஒரு நகை வாங்கிப் போட்டதில்லை. ஆனால் இந்தக் கருணாநிதியிடம் போட்ட பந்தயத்தால் கொளுத்தும் வெயிலில் கடை கடையாகச் சென்று பார்த்து ஒரு மோதிரம் வாங்க வேண்டியிருந்தது" என்றார் அண்ணா.

கட்சிக்காக உழைப்பவர்களை ஊக்குவிப்பார் அண்ணா.

33. பெரியாரிடம் வாழ்த்து

அறிஞர் அண்ணா சில பிரச்னைகளால் தந்தை பெரியாரை விட்டு விலகி தி.மு.கழகத்தை துவக்கினார்.

தந்தை பெரியார் தன்னிடம் இருந்து விலகிய தி.மு.கவினரை 'கண்ணீர்த் துளிகள்' என்றார். மேலும் தொடர்ந்து, அண்ணாவையும், கட்சிக்காரர்களை வசைமாரி பொழிந்தார்.

தந்தை பெரியார் தன்னையும், கட்சியையும் திட்டினாலும், அண்ணா 'பெரியாரை' ஒரு வார்த்தை கூட தவறாக பேசமாட்டார்.

தி.மு.க.வையும் தி.கழகத்தையும் இரட்டை குழல் துப்பாக்கிகள் என்றார் அண்ணா.

என் தலைவர் பெரியார்தான். அவரைத் தவிர வேறு யாரும் தலைவர் கிடையாது என்றார்.

நமது தலைவர் பெரியார் மட்டுமே. எனவே

நமது கட்சிக்கென்று தலைவர் வேண்டாம். பொது செயலாளர் என்றே இருக்க வேண்டும். தலைவர் இருக்கை எப்போதும் காலியாகவே இருக்கும். எனினும் அங்கே தலைவராக இருப்பவர் பெரியார் தான் (எவ்வளவு பெரிய மனம் பாருங்கள் அண்ணா விற்கு) என்றார்.

தனது கட்சியினரிடம் பேசும்போது, தந்தை பெரியார் பற்றி எவரும் குறை கூறக்கூடாது என்று ஆணையிட்டார்.

1967 ஆம் ஆண்டு தேர்தலில் தி.மு.கழகம் வெற்றிப் பெற்று ஆட்சிக் கட்டிலில் ஏறியதும், அவர் பதவி ஏற்பதற்கு முன்னர் திருச்சியில் தங்கியிருந்த பெரியாரை தனது அமைச்சர்களோடு சென்று சந்தித்து ஆசிர்வாதம் பெற்றார்! 'இந்த ஆட்சி தங்களுக்கு சமர்ப்பணம்' என்றார் அண்ணா.

இதைப் பற்றி பெரியார் குறிப்பிடும்போது, "நான் எவ்வளவோ அவர்களைத் திட்டினேன். ஒரு வார்த்தை திருப்பிச் சொல்லவில்லை. அதிகாரம் கிடைத்தபோது தந்தையிடம் மகன் வருவதுபோல் எந்தவிதமான சங்கோஜமும் இல்லாமல் வந்தார்கள். எனக்குத்தான் அவர்கள் முகத்தைப் பார்க்கவே வெட்கமாய் இருந்தது…" என்றார்.

34. அண்ணாவின் ஆங்கிலப் புலமை

தமிழகம் பெற்றெடுத்த அறிஞர்களில் ஒருவர் பேரறிஞர் அண்ணா. இவரைக் காண ஆங்கில பத்திரிகை நிருபர் ஒருவர் வந்தார். அவர் அண்ணா விற்கு ஆங்கிலப் புலமை இருக்காது என எண்ணி

‘பன்னாட்டு அவையை (UNO) பற்றித் தங்களுக்கு தெரியுமா’ என்று கேட்டார்.

அப்போது என்ன சொன்னார் தெரியுமா?

ஐ நோ யுனோ, ஐ நோ யுநோ யுனோ, பட் யு டோண்ட் நோ ஐ நோ யுனோ **(I know UNO, I know you know UNO, But you don’t know, i know UNO)**

இந்த வார்த்தைகளைக் கேட்டு ஆங்கில நிருபர் அசந்தே போனாராம்.

35. என் இதயக்கனி எம்.ஜி.ஆர்.

1967 ஆம் ஆண்டு நான்காம் முறை தேர்தல் வந்தது.

மக்கள் திலகம் எம்.ஜி.ஆர். அவர்களுக்கு அண்ணா மேல் மிகுந்த பக்தி. அவரை தனது வழி காட்டியாக கொண்டு செயல்பட்டவர். தனது மூத்த சகோதரரைப்போல நேசித்தார்.

“தான் கட்சிக்கு எவ்வளவு நிதி தரவேண்டும்” என்று கேட்டார் அண்ணாவிடம் எம்.ஜி.ஆர்.

இது குறித்து ஒரு தேர்தல் கூட்டத்தில் அண்ணா பேசும்போது,

“தம்பி எம்.ஜி.ஆர். கட்சி தேர்தல் நிதிக்காக எவ்வளவு கொடுக்க வேண்டும் என்று கேட்டார். எம்.ஜி.ஆர். கொடுப்பதற்கு அசராதவர். இதுவரை எவரும் கொடுக்க முடியாததை அவர் கொடுப்பார் என்பதை நாம் அறிவோம். எம்.ஜி.ஆர். கட்சி தேர்தல் நிதி கொடுப்பதைவிட தன்னுடைய அன்பு முகத்தை ஊர் ஊராய், கிராமம் கிராமமாய் காண்பித்

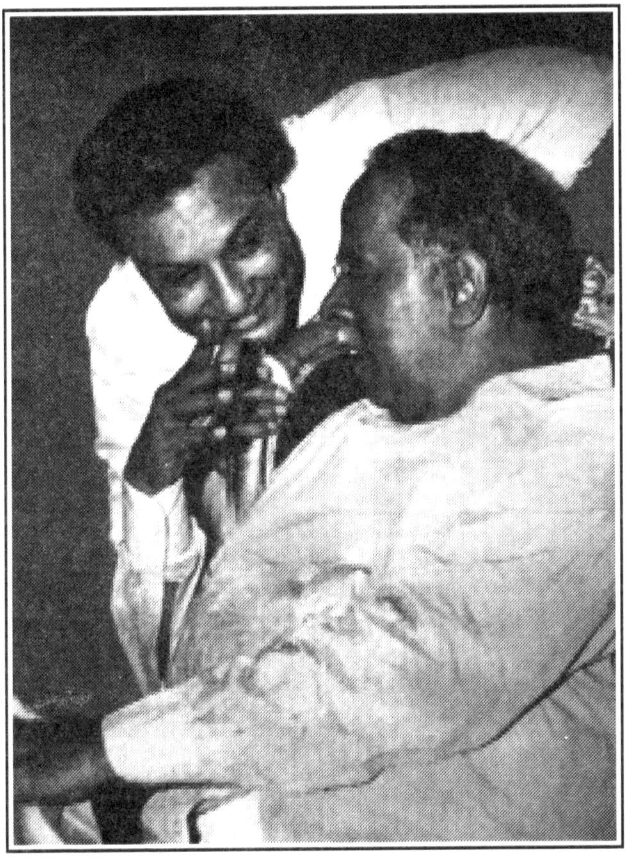

| கிளாசிக் 163 | சிவரஞ்சன் (வ.இளங்கோ) |  |  |

தால் போதும். நாம் வெற்றிப் பெற்று விடுவோம். எம்.ஜி.ஆர். அதைச் செய்தால் போதும்" என்றார்.

இன்னொரு கூட்டத்தில் அண்ணா எம்.ஜி.ஆர் அவர்களைப் பற்றி கூறும்போது,

கனி ஒன்று மரத்தில் குலுங்கக் கண்டேன் அக்கனி எங்கு விழுமோ என நினைக்கையில் அக்கனியானது என்மடி மீது வந்து விழக் கண்டேன். அதையெடுத்து என் இதயத்தில் வைத்து பத்திரமாக பூட்டிக்

கொண்டேன். அதுதான் என் தம்பி எம்.ஜி.ஆர் எனும் இதயக்கனி.

அருமை அண்ணாவின் வார்த்தைகளை கேட்டு நெகிழ்ந்து போனார். (அண்ணாவின் படங்களையும், அவரின் பெயரையும் தனது படங்களில் பயன்படுத்தி அவருக்கு பெருமை சேர்த்தார் எம்.ஜி.ஆர்.)

36. நடிகர் எஸ்.எஸ்.ஆரின் பக்தி

அறிஞர் அண்ணாமேல் நடிகர் எஸ்.எஸ்.ஆர். அவர்களும் மிகுந்தபக்திகொண்டிருந்தார். அண்ணாவுக்காக உயிரையும் கொடுக்கவும் தயாராக இருந்தார்.

அண்ணா அவர்களுக்கு 51ஆம் பிறந்த நாள்.

எஸ்.எஸ்.ஆர். அவர்கள் அண்ணாவுக்கு 50 பொருள்களை வாங்கி அவர் முன் பரப்பினார்.

"என்னப்பா 50 பொருள்களை வைத்துவிட்டாய் 51ஆவது பொருள் என்ன என்று அண்ணா சிரித்தபடி கேட்டார்.

எஸ்.எஸ்.ஆர். அவர்கள் தன் பாக்கெட்டிலிருந்து ஒரு சீட்டை எடுத்து, அவரிடம் கொடுத்தார்.

அதைப் பிரித்து பார்த்தார். அதில் 'என் உயிர்' என்றிருந்தது.

எஸ்.எஸ்.ஆரின் பேரன்பை நினைத்து நெகிழ்ந்து போனார்.

37. எங்கிருந்தாலும் வாழ்க!

நடிகர் திலகம் சிவாஜி கணேசன் அவர்கள்

கிளாசிக் — சிவரஞ்சன் (வ. இளங்கோ)

அண்ணாவோடு மிகவும் நெருங்கியே இருந்தார். அண்ணாவின் 'சிவாஜி கண்ட இந்து சாம்ராஜ்ஜியம்' நாடகத்தில் நடித்து புகழ் பெற்றவர்; அந்த நாடகத்தை கண்ட தந்தை பெரியார் அவர்கள் கணேசனின் நடிப்பை மெச்சி 'சிவாஜி' என்ற பட்டப் பெயரை கொடுக்க உலகம் புகழும் சிவாஜி கணேசன் ஆனார். தான் 'சிவாஜி கணேசன்' ஆனதற்கு முக்கிய காரணம் அண்ணா என்பதால் அவர்மேல் இறுதிவரை மதிப்பும், மரியாதையும், பாசமும் கொண்டிருந்தார்.

திராவிட முன்னேற்றக் கழகத்தில் அண்ணாவோடு இருந்த சிவாஜி கணேசன், காங்கிரஸ் மீது பற்றுக் கொண்டு காமராஜரின் அன்பு தொண்டனாக திகழ்ந் தார்.

'வீரபாண்டிய கட்டபொம்மன்' வெற்றிவிழா விற்கு 'அண்ணா'வை தலைமை தாங்க அழைத் திருந்தார் சிவாஜி கணேசன்.

எங்கே காங்கிரஸ்காரர் சிவாஜியை புறக்கணித்து விடுவாரோ அண்ணா என்று விழா கமிட்டி மெம்பர் கள் நினைத்தனர்.

அண்ணா வந்தார்; தலைமை தாங்கி பேசும் போது "தம்பி சிவாஜி கணேசன் எதிர் அணியில் இருந்தாலும், எனது பாசத்துக்குரியவர், மிகச் சிறந்த நடிகர். மாற்றான் தோட்டத்து மல்லிகையும் மணக்கும் அவர் எங்கிருந்தாலும் வாழ்க!" என்று ஆசிர்வதித்தார்.

இந்த பண்புதான் அவரை கோடான கோடி மக்களின் இதயங்களில் வாழ வைத்தது.

38. அண்ணாவின் பண்பாடு

அண்ணா தன்னை தாக்குபவரையும் தவறாக ஒரு வார்த்தை பேசமாட்டார். இப்படியான அரசியல் நாகரிகத்தை அவர்தான் தமிழகத்தில் துவக்கினார் எனலாம்.

பெரியார் அவர்கள் அண்ணாவையும், திமுகழகத்தையும் தாக்கி பேசிக் கொண்டிருந்தார்.

1951ஆம் ஆண்டு.

கோவை சிதம்பரம் பூங்காவில் அண்ணா பேசுகின்றபோது,

'இங்கே எனக்கு முன்னர் பேசியவர்கள் பெரியார் அவர்கள் என்னையும், கட்சியையும் கடுமையாக தாக்கி பேசுகிறார்கள்' என்று கோபப்பட்டார்கள். நண்பர்களே! தாய் யானை தான் பெற்ற குட்டியைக் காலால் போட்டு மிதிக்கும். அப்படி செய்வதற்கு காரணம் தான் பெற்ற குட்டியைத்தானே மிதித்துக் கொன்றுவிடவேண்டும் என்ற நோக்கம் அல்ல; அதற்கு மாறாக, வனாந்தரங்களில் இருக்கும் மற்ற மிருகங்கள் வந்து தாக்கும்போது, தன் குட்டி அதைத் தாங்குவதற்குரிய பயிற்சியை பக்குவத்தை பலத்தை பெற வேண்டும் என்பதுதான்.

அப்படித்தான் பெரியார் எங்களைத் தாக்குவ தும், எங்களை தாக்கி அழித்துவிட வேண்டும்

என்பதற்காக அல்ல.

அதற்கு மாறாக, மாற்றுக்கட்சியினர் எங்களை தாக்கும்போது அதைத் தாங்கப் பழகிக் கொள்ளும் பயிற்சியை பக்குவத்தை பலத்தை நாங்கள் பெற வேண்டும் என்பதற்காகத்தான் என்றார் அண்ணா.

எத்தகைய பண்பாடு பாருங்கள். இத்தகைய அரசியல் பண்பாடு வளர்ந்தால்தான் நாடு முன்னேறும்.

அண்ணா 'அறிஞர்' ஆன வரலாறு

1946க்கு முன் அண்ணாவை யாரும் 'அறிஞர்' என அழைக்கவில்லை. அதனை அண்ணாவும் நினைக்கவும் இல்லை. பெரியாரின் தொண்டனாக இருந்தபோது அவர் 'தளபதி' 'அண்ணாதுரை' என்றுதான் அழைக்கப்பட்டார்.

1946ஆம் ஆண்டு தஞ்சையில் நடிப்பிசைப் புலவர் கே.ஆர்.ஆர் 'ஓர் இரவு' நாடகத்தை மேடையேற்றி 10 மாதங்களாக தமிழகம் முழுக்க நடத்தி வந்தார்.

புரட்சிக் கவிஞர் பாரதிதாசன் அவர்கள் ஓர் இரவு நாடகத்தின் 75ஆவது பவள விழா நாடகத்திற்கு தலைமை ஏற்று நாடகத்தை மிகவும் பாராட்டி

கிளாசிக் | சிவரஞ்சன் (வ.இளங்கோ)

பேசினார்.

புரட்சிக் கவிஞர் பாரதிதாசன் உரையை தொடரும்போதே, இந்த நாடகத்தை எனது தலைவர் (மாபெரும் கவிஞர் அண்ணாவை தனது தலைவர் என்று சொல்ல எத்தனை விரிந்த மனப்பான்மை வேண்டும்) அறிஞர் அண்ணாதுரை அவர்கள் எழுதி இருக்கிறார்கள். கரும்பை நுனியிலிருந்து தின்ன ஆரம்பித்தால் அதன் ருசி எப்படி இருக்குமோ அப்படி இந்த நாடகத்தின் சிறப்பு இருக்கிறது என்று குறிப்பிட்டு கூறினார்.

அதன் பின்னரே நாடக விளம்பரங்களில் அண்ணாதுரை எம்.ஏ. என்பதற்குப் பதிலாக 'அறிஞர் அண்ணாதுரை' என்று விளம்பரப்படுத்தப்பட்டது.

அண்ணா அவர்கள் அப்போதே அறிஞர் என்று விளம்பரப்படுத்துவதை விருப்பப்படவில்லை. இது ஒரு பட்டத்தைப் போடுவதுபோல் இருக்கிறது என்ற கருத்தை தெரிவித்தார்கள்.

ஆனால் அன்றைக்கு நாடக நிறுவனத்திற்கு

பொறுப்பேற்றுக் கொண்டிருந்தவர்கள். அண்ணா மறுப்பு தெரிவித்தும் 'அறிஞர்' என்றே 'அண்ணா'வின் பெயருக்கு முன் போட்டு வந்தார்கள்.

காலப்போக்கில் பொதுமக்கள் 'அறிஞர் அண்ணா'வை ஏற்றுக் கொண்டார்கள். உண்மையில் 'அறிஞர்' என்ற பட்டத்திற்கு முழு தகுதி படைத்தவராகவே அவர் திகழ்ந்தார்.

ஒரு சிலர், எழுத்தாளர் 'கல்கி' அண்ணாவின் வேலைக்காரி நாடகத்தை பார்த்து வியந்து அறிஞர் பட்டத்தை கொடுத்ததாகவும் சொல்வார்கள்.

எனினும் பாவேந்தர் பாரதிதாசன் அவர்கள் வழங்கிய பட்டமே அறிஞர் என்பதே உறுதியாகிறது.

தமிழகத்தில் எத்தனையோ 'அறிஞர்'கள் இருப்பினும் 'அறிஞர்' என்றால் 'அண்ணா'வை மட்டுமே குறிப்பதாக இருக்கிறது.

இதுதான் 'அறிஞர் அண்ணா' என்று அழைக்கப் பட்டதன் வரலாறு ஆகும்.

விடுதலை வீரனை காத்த நல்நெஞ்சர்

அண்ணா அமெரிக்காவில் 'யேல்' பல்கலைக் கழகத்தில் தனது ஒப்பற்ற ஆங்கிலச் சொற்பொழிவால் அனைத்து பல்கலைக்கழக ஆசிரியர்களையும், மாணவர்களையும் ஒட்டு மொத்த மாய் ஈர்த்தார்.

அடுத்து வாடிகன் நகரில் வாழும் உலக கத்தோலிக்க கிறிஸ்தவ மதகுருவான போப் ஆண்டவரை சந்திக்க விரும்பினார் அண்ணா.

அவரை போப் ஆண்டவரிடம் அழைத்துச்

சென்று 'போப்'பிடம் அறிமுகப்படுத்தி வைத்தனர்.

அண்ணாவின் அறிவுப்பூர்வமான ஆங்கில மொழி உச்சரிப்பும், அடக்கமான உரையாடலும் போப்பை கவர்ந்தன.

பத்து நிமிடமே உரையாடல் நேரம். ஆனால் அது அரை மணி நேரம் நீடித்தது.

'போப்'பிடமிருந்து விடை பெறும்போது அண்ணா, "ஐயா... தங்களிடம் சிறு கோரிக்கை... அதை உங்களால் மட்டுமே நிறைவேற்றி வைக்க முடியும்?" என்றார்.

"சொல்லுங்கள்?" போப் கேட்டார்.

"கோவா நாட்டின் விடுதலைகளுக்காக போராடி

யவர் ரானடே. போர்ச்சுக்கீசியரால் கைது செய்யப் பட்டு போர்ச்சுகல் நாட்டு சிறையில் பல்லாண்டு களாக சித்ரவதையை அனுபவித்து வருகிறார். அவரை விடுதலை செய்ய தாங்கள் ஆவன செய்ய வேண்டும்" என்று அண்ணா கேட்டு கொள்ள போப் ஒரு கணம் திகைத்தார்.

யாரும் இதுவரை இப்படி கேட்டதில்லை.

தனக்காக எதையும் கேட்காமல், துயரப்படும் இன்னொரு ஆத்மாவிற்காக இளகும் அண்ணாவின் கருணை மனதை எண்ணி நெகிழ்ந்தார் போப்.

சுயநலமில்லாத அண்ணாவை பார்த்து, "இது தான் உங்கள் கோரிக்கையா? உங்களுக்கென்று எதுவும் வேண்டாமா?" என்று கேட்டார்.

"ஐயா, எனக்கு ரானடே விடுதலையாக வேண்டும் அவ்வளவுதான். எனக்கென்று ஒன்றும் தேவையில்லை அவரின் விடுதலைக்காகத்தான் தங்களை காண வந்தேன்" என்றார்.

அண்ணாவின் மனிதாபிமான வேண்டுகோளை ஏற்று போப் உடனே போர்ச்சுக்கல் அரசுக்கு தகவல் அனுப்பினார். சிறையில் இருக்கும் ரானடேவை விடுவிக்கும்படி கேட்டுக்கொள்ள ரானடே உடனே விடுதலை செய்யப்பட்டார்.

ரானடே விடுதலையாகி கோவா சென்றார்.

தன்னை தமிழகத்தை சேர்ந்த அண்ணா என்பவர், போப்பிடம் சொல்லி விடுதலை வாங்கிக் கொடுத்தார் என்பதை அறிந்து அவரை சந்தித்து தனது நன்றியை

தெரிவிக்க விரும்பினார்.

உடனே தமிழ்நாடு புறப்பட்டு, சென்னை வந்த வருக்கு அதிர்ச்சி காத்திருந்தது; ஆம்... மனிதாபிமான இதயம் கொண்ட அண்ணா மறைந்துவிட்டாராம். அவரின் சமாதிக்குச் சென்று கண்ணீர் விட்டு அழுதார்.

முன்பின் அறியாத தன் விடுதலைக்காக பாடு பட்ட அண்ணாவை நெஞ்சில் சுமந்தபடி கோவா திரும்பினார் ரானடே.

எங்கோ ஒரு நாட்டு விடுதலை வீரனின் விடு தலைக்காக பாடுபட்ட அண்ணாவின் பெரும் குணம் தான் எத்தகையது!

அண்ணாவின் படைப்பாளுமை
(சிறுகதை)

அறிஞர் அண்ணாவின் படைப்பாளுமை பல பரிமாணங்களை கொண்டது; இலக்கியப் படைப்புகளின் பக்கம் சென்ற உலக அரசியல் தலைவர்களை விரல்விட்டு எண்ணி விடலாம்; அது அம்மைந்து விரல்களிலே... லெனின், ஸ்டாலின் போன்றவர்கள் பத்திரிகைகளின் கட்டுரைகள் எழுது வார்கள்... பத்திரிகைகள் பல நடத்தியதோடு, கதை, கவிதைகள், கடிதங்கள், நாவல்கள், சிறுகதைகள், நாடகங்கள், திரைக்கதைகள் எழுதி இருப்பார்களா சந்தேகமே! வின்ஸ்டன் சர்ச்சில் இலக்கியத்திற்காக நோபல் பரிசை பெற்றதாக கூறுகிறார்கள். இவரும் அண்ணாவைப்போல 'பலவிதமான' படைப்புகளை

கொடுத்திருப்பாரா... வாய்ப்பில்லை.

கியூபா அதிபராக நாற்பதாண்டுகள் நாட்டை ஆண்ட பிடல் காஸ்ட்ரோ... சிறந்த படிப்பாளி. கட்டுரைகள் எழுதியிருக்கலாம், சேகுவேரா கட்டுரைகள் கவிதைகள் சில எழுதியிருப்பதாக அறிகிறோம்.

ஆனால் உலக அரசியல் தலைவர்களில் அண்ணா வைப்போல 'படைப்புத்திறன்' கொண்டவர் எவருமே இல்லை. (இவருக்கு அடுத்த அவரைப்போல இயங்கியவர் கலைஞர் மு.கருணாநிதி அவர்கள்) சில தலைவர்கள் நன்கு பேசுவார்கள்; சிலர் நன்கு எழுதுவார்கள் மக்களை ஈர்க்கும் அளவிற்கு எழுத மாட்டார்கள்... இந்த இரண்டிலும் உலகம் வியக்கும் அளவிற்கு செயல்பட்டவர் பேரறிஞர் அண்ணா!

மூடநம்பிக்கைகள், ஜாதி வெறியில் அழுந்தி கிடக்கும் தமிழ் சமூகத்தை எழுச்சி பெற அண்ணா இலக்கியத்தில் பல அவதாரங்களை எடுத்தார் என்றே சொல்லலாம்.

கதையாசிரியர்

நாவலாசிரியர்

நாடகாசிரியர்

கட்டுரையாளர்

பத்திரிகையாளர்

பேச்சாளர்

திரைக்கதை ஆசிரியர்... சகல துறைகளிலும் தமது கருத்துகளை மக்களின் மீது அள்ளி வீசி

அவர்களை எழுச்சி பெறச் செய்தார்.

அவர் தனது படைப்புகளை நம்நாடு, முரசொலி, நவயுகம், விடுதலை, குடியரசு இதழ்களிலும், தான் சொந்தமாக தொடங்கிய திராவிட நாடு, காஞ்சி, ஹோம்லேண்ட், ஹோம்ரூல் (இரண்டும் ஆங்கில இதழ்கள்) இதழ்களிலும் ஓய்வின்றி படைத்தார்.

இவர் தனது படைப்புகளை பல்வேறு புனைப் பெயர்களில் எழுதினார்.

பரதன், சமதர்மன், காலன், சௌமியன், குறிபோபன், வழிப்போக்கன், வீரன், சாவடி, பேகன், சம்மட்டி, நக்கீரன், தமிழன்பன், தமிழ்த் தொண்டன், பாரதி, மணிமொழி, வீனஸ், துரை, ஒற்றன், ஆணி, கொழு, குயில், கீரதர், சிறை புகுந்தோன்... (எழுதவே மூச்சு வாங்குகிறது)....

இத்தனை பெயர்களில் தமிழ் மக்களின் முன்னேற்றத்திற்காக எழுதி குவித்தார் என்பது ஆச்சர்யமாக இருக்கிறது.

அவர் எழுதிய படைப்புகளின் கணக்கு :

சிறு கதைகள்	- 138
நாவல்	- 5
குறுநாவல்கள்	- 31
நாடகங்கள்	- 12 (பெரியது)
ஓரங்க நாடகங்கள்	- 60
கவிதைகள்	- 63

சிவரஞ்சன் (வ.இளங்கோ)	கிளாசிக் 178

கடிதங்கள்	-	290
கட்டுரைகள்	-	2000த்திற்கு குறையாது
ஆங்கிலக் கட்டுரைகள்	-	350
ஆங்கிலக் கடிதங்கள்	-	100
ஆங்கிலச் சொற்பொழிவுகள்	-	400க்கும் குறையாது.
தமிழ்ச் சொற்பொழிவுகள்	-	12775...

நன்றி : டாக்டர் அண்ணா பரிமளம்

தனது 35 ஆண்டு கால வாழ்க்கையில் சிறிது ஓய்வின்றி... நிற்காத பம்பரமாய் சுழன்று இலக்கிய படைப்புகளை வழங்கி இருக்கிறார் அண்ணா.

அவரின் முதல் படைப்புகள் :

கட்டுரைகள்	-	மாணவர் தந்தை 2 ஜூன் 1930
சிறுகதைகள்	-	கொக்கரக்கோ 1934-ல் ஆனந்த விகடனில் வெளியானது
குறுநாவல்கள்	-	கயோதிபுரத்து காதல் 1939 விடுதலையில் வெளியானது
நாவல்கள்	-	என் வாழ்வு, 1940 குடியரசுவில் வெளியானது
கவிதைகள்	-	காங்கிரஸ் ஊழல் 1937 விடுதலையில் வெளியானது
கடிதங்கள்	-	காகிதக்கப்பலில் கவனம் செலுத்தாதே தம்பி, 1955 திராவிட நாடு

1930-ல் பேனாவை பிடித்த கை 1969-ல் தான்

ஓய்ந்தது... தமிழ் சமூக முன்னேற்றத்திற்காக எழுத்தும், பேச்சுமாக தன் வாழ்நாளை அர்ப்பணித்தார்... என்றே சொல்ல வேண்டும்.

முதலில் அவரின் சிறுகதை ஒன்றை காணலாம்.

138 கதைகள் ஒவ்வொன்றும் ஒவ்வொரு விதமான கருத்துக்களை கூறுகிறது. முதல் கதையே முத்திரை கதை. ஆனந்த விகடனில் வெளி வந்தது. சௌமியன் என்ற புனை பெயரில் வெளிவந்தது, படித்தவர்கள் பாராட்டிய கதை.

அவரின் செவ்வாழை கதை 1.5.1949-ல் திராவிட நாடுவில் வெளி வந்தது. மிகச் சிறந்த கதை... ஒரு ஏழை விவசாய குடும்பத்தின் ஆசை நிராசையாகும் கதை. இக்கதை பாட நூல்களில் வெளிவந்தது. படிப்பவர் மனதை பிசையும் கதை. பலராலும் மிகவும் பாராட்டப்பட்ட கதை.

சிறுகதை : செவ்வாழை

செங்கோடன் அந்தச் செவ்வாழைக் கன்றைத் தன் செல்லப் பிள்ளை போல வளர்த்து வந்தான். இருட்டுகிற நேரம் வீடு திரும்பினாலும்கூட வயலிலே அவன்பட்ட கஷ்டத்தைக் கூடப் பொருட்படுத் தாமல், கொல்லைப்புறம் சென்று, செவ்வாழைக் கன்றை பார்த்து விட்டு, தண்ணீர் போதுமானபடி பாய்ச்சப் பட்டு இருக்கிறதா என்று கவனித்துவிட்டு தான், தன் நான்கு குழந்தைகளிடம் பேசுவான்.

அவ்வளவு பிரேமையுடன் அந்த செவ்வாழையை அவன் வளர்த்து வந்தான். கன்று வளர வளர அவன்

களிப்பும் வளர்ந்தது, செவ்வாழைக்கு நீர் பாய்ச்சும் போதும், அவன் கண்கள் பூரிப்படையும் மகிழ்ச்சி யால், கரியனிடம் அவனுடைய முதல் பையன், காட்டியதைவிட அதிகமான அன்பும், அக்கறையும் காட்டுகிறாரே என்று ஆச்சரியம், சற்றுப் பொறாமை கூட ஏற்பட்டது. குப்பிக்கு.

"குப்பி! ஏதாச்சும் மாடுகீடு வந்து வாழையை மிதிச்சுவிடபோகுது... ஜாக்கிரதையா கவனிச்சுக்கோ, அருமையான கன்று, ஆமாம் செவ்வாழைன்னா சாமான்யமில்லே... குலை எம்மாம் பெரிசா இருக்கும் தெரியுமா? பழம், வீச்சு வீச்சா இருக்கும். உருண்டை யாவும் இருக்கும். ரொம்ப ருசி - பழத்தைக் கண்ணால பார்த்தாக்கூட போதும், பசியாறிப்போகும் என்று குப்பியிடம், பெருமையாகப் பேசுவான் செங்கோடன்.

அப்பா சொல்லுவதை நாலு பிள்ளைகளும் ஆமோதிப்பார்கள். அது மட்டுமா - பக்கத்து குடிசை, எதிர்க் குடிசைகளிலே உள்ள குழந்தைகளிடமெல்லாம், இதே பெருமையைத்தான் பேசிக் கொளவார்கள். உழவர் விட்டுப் பிள்ளைகள் வேறு எதைப்பற்றிப் பேசிக் கொள்ள முடியும். அப்பா வாங்கிய புதிய மோட்டாரைப் பற்றியோ அம்மாவின் வைரத்தோடு பற்றியோ, அண்ணன் வாங்கி வந்த ரேடியோவைப் பற்றியா, எதைப் பற்றிப் பேச முடியும்? செவ்வாழைக் கன்று தான் அவர்களுக்கு, மோட்டார், ரேடியோ, வைரமாலை சகலமும்!

மூத்த பயல் கரியன், செவ்வாழைக் குலை தள்ளிய தும், ஒரு சீப்புப் பழம் எனக்குத்தான் என்று

சொல்லுவான்.

"ஒண்ணுகூட எனக்குத் தரமாட்டாயாடா - உனக்கு மாம்பழம் தந்திருக்கிறேன். கவனமிருக்கட்டும் வறுத்த வேர்க்கடலை கொடுத்திருக்கிறேன். கவன மிருக்கட்டும்" என்று எதிர்க் குடிசை எல்லப்பன் கூறுவான்.

கரியனின் தங்கை காமாட்சியோ கண்ணைச் சிமிட்டிக் கொண்டே "உனக்கு ஒரு சீப்புன்னா எனக்கு இரண்டு தெரியுமா? - அம்மாவைக் கேட்டு ஒரு சீப்பு, அப்பாவைக் கேட்டு ஒரு சீப்பு..." என்று குறும்பாக பேசுவாள்.

மூன்றாவது பையன் முத்து, "சீப்புக் கணக்குப் போட்டுகிட்டு ஏமாந்து போகாதீங்க - ஆமா பழமா வதற்குள்ளே யாரார் என்னென்ன செய்திடுவாங்களோ யார் கண்டாங்க" என்று சொல்லுவான் - வெறும் வேடிக்கைக்காக அல்ல திருடியாவது மற்றவர்களை விட அதிகப்படியான பழங்களை தின்றே தீர்த்து விடுவது என்று தீர்மானித்தே விட்டான்.

செங்கோடனின் செல்லப்பிள்ளையாக வளர்ந்து வந்தது செவ்வாழை. உழைப்பு அதிகம். வயலில் பண்ணை மானேஜரின் ஆர்ப்பாட்டம் அதிகம். இவ்வளவையும், சகித்துக் கொளவான் - செவ்வாழை யைக் கண்டதும் சகலமும் மறந்து போகும். குழந்தைகள் அழுதால், செவ்வாழையைக் காட்டித் தான் சமாதானப்படுத்துவான்! துஷ்டத்தனம் செய்கிற குழந்தையை மிரட்டவும், செவ்வாழையை தான் கவனப்படுத்துவான். குழந்தைகள், பிரியமாகச்

சாப்பிடுவார்கள் செவ்வாழையை என்ற எண்ணம் செங்கோடனுக்கு.

பண்ணை வீட்டுப் பிள்ளைகள், ஆப்பிள், திராட்சை தின்ன முடிகிறது. கரியனும், முத்துவும் எப்படி விலை உயர்ந்த அந்தப் பழங்களை பெற முடியும்? செவ்வாழையைத் தந்து தன் குழந்தைகளைக் குதூகலிக்கச் செய்ய வேண்டும் என்ற எண்ணம்தான், செங்கோடனை, அந்தச் செவ்வாழைக் கன்றைச் செல்லமாக வளர்க்கும்படி செய்தது. உழவன் செங்கோடனிடம் எவ்வளவு பாடுபட்டாலும் குழந்தைகளுக்குப் பழமும் பட்சணமும் வாங்கித் தரக் கூடிய பணம் எப்படிச் சேர முடியும்?

கூலி நெல், பாதி வயிற்றை நிரப்பவே உதவும். குப்பியின் ‘பாடு’ குடும்பத்தின் பசியை போக்க கொஞ்சம் உதவும். இப்படிப் பிழைப்பு! உழைப்பின் பெரும்பகுதியோ வயலிலே செலவாகிறது. அதன் பலனில் பெரும் பகுதியோ பண்ணைக்குச் சேர்ந்து விடுகிறது.

இந்த செவ்வாழை ஒன்றுதான் அவன் சொந்தமாக - மொத்தமாக பலன் பெறுவதற்கு உதவக் கூடிய உழைப்பு! இதிலே பங்கு பெற பண்ணையார் குறுக்கிட முடியாதல்லவா? அவருக்காகப் பாடுபட்ட நேரம் போக, மிச்சமிருப்பதிலே அலுத்துப் படுக்க வேண்டிய நேரத்திலே, பாடுபட்டுக் கண்ணைப் போல வளர்த்து வரும் செவ்வாழை! இதன் முழுப் பயனும் தன் குடும்பத்துக்கு! இது ஒன்றிலாவது தான்பட்ட பாட்டுக்கு உரிய பலனைத் தானே பெற

முடிகிறதே என்ற சந்தோஷம் செங்கோடனுக்கு...

இவ்வளவும் அவன் மனதிலே தெளிவாகத் தோன்றிய கருத்துக்கள் அல்ல. புகைப்படம் போல, அந்த எண்ணம் தோன்றும், மறையும் - செவ்வாழையைப் பார்க்கும்போது பூரிப்புடன் பெருமையும் அவன் அடைந்ததற்குக் காரணம் இந்த எண்ணம்-தான்.

கன்று வளர்ந்தது, கள்ளங்கபடமின்றி செங்கோடனுக்கு களிப்பும் வளர்ந்தது. செங்கோடனின் குழந்தைகளுக்கு இப்போது விளையாட்டு இடமே செவ்வாழை இருந்த இடந்தான்! மலரிடம் மங்கையருக்கும், தேனிடம் வண்டுகளுக்கும் ஏற்படும் பிரேமைபோல, அந்த குழந்தைகளுக்குச் செவ்வாழையிடம் பாசம் ஏற்பட்டுவிட்டது?

“இன்னும் ஒரு மாசத்திலே குலை தள்ளுமாப்பா?” கரியன் கேட்பான் ஆவலுடன் செங்கோடனை.

“இரண்டு மாசமாகும்டா கண்ணு” என்று செங்கோடன் பதிலளிப்பான்.

செவ்வாழை குலை தள்ளிற்று. செங்கோடனின் நடையிலேயே ஒரு புது முறுக்கு ஏற்பட்டு விட்டது. நிமிர்ந்து பார்ப்பான் குலையை பெருமையுடன்.

பண்ணை பரந்தாம முதலியார், தமது மருமகப் பெண் முத்து விஜயாவின் பொன்னிற மேனியை அழகுபடுத்திய வைர மாலையைக்கூட அவ்வளவு பெருமையுடன் பார்த்திருக்கமாட்டார். செங்கோடனின் கண்களுக்கு, அந்த செவ்வாழை குலை, முத்து விஜயாவின், வைர மாலையைவிட விலை மதிப்புள்ள

தாகத்தான் தோன்றிற்று. குலை முற்ற முற்ற செங்கோடனின் குழந்தைகளின் ஆவலும், சச்சரவும், பங்கு தகராறும், அப்பாவிடமோ, அம்மாவிடமோ அப்பீல் செய்வதும், ஓங்கி வளரலாயின.

"எப்போது பழமாகும்? என்று கேட்பாள் பெண். எத்தனை நாளைக்கு மரத்திலேயே இருப்பது என்று கேட்பான் பையன். செங்கோடன் பக்குவமறிந்து குலையை வெட்டி பதமாக பழுக்க வைத்து பிள்ளை களுக்குத் தர வேண்டுமென்று எண்ணிக் கொண் டிருந்தான். உழைப்பின் விளைவு முழுப்பலனை நாம் பெறப் போகிறோம். இடையே தரகர் இல்லை - முக்காலே மூன்று வீசும் பாகத்தைப் பறித்துக் கொள்ளும் முதலாளி இல்லை. உழைப்பு நம்முடையது என்றாலும் உடைமை பண்ணையாருடையது. அவர் எடுத்துக் கொண்டது போக மீதம்தானே தமக்கு என்று வயலில் விளையும் செந்நெல்லைப் பற்றி எண்ண வேண்டும். அதுதானே முறை! ஆனால் செவ்வாழை அப்படி அல்ல! உழைப்பும் உடைமையும் செங்கோடனுக்கே சொந்தம்!

இரண்டு நாளையிலே குலையை வெட்டி விடத் தீர்மானித்தான். பிள்ளைகள் துள்ளின சந்தோஷத் தால். மற்ற உழவர் வீட்டுப் பிள்ளைகளிடம் சேதி பறந்தது. பழம் தர வேண்டும் என்று சொல்லி அவ-லோ, கடலையோ, கிழங்கோ, மாம்பிஞ்சோ, எதை எதையோ அச்சாரம் கொடுத்தனர் பல குழந்தைகள் கரியனிடம்,

பாடுபட்டோம்... பலனைப் பெறப் போகிறோம். இது ஏற்படுத்துகிற மகிழ்ச்சிக்கு ஈடு எதுவும் இல்லை.

கிளாசிக் | சிவரஞ்சன் (வ.இளங்கோ)

இதைப் போலவே, வயலிலும் நாம் பாடுபடுவது நமக்கு முழுப் பயன் அளிப்பதாக இருந்தால் எவ்வளவு இன்பமாக இருக்கும். செவ்வாழைக்காக நாம் செலவிட்ட உழைப்பு பண்ணையாரின் நிலத்துக்காகச் செலவிட்ட உழைப்பிலே நூற்றுக்கு ஒரு பங்குகூட இராது. ஆனால் உழைப்பு நம்முடையதாகவும் வயல் அவருடைய உடைமையாகவும் இருந்தது. இந்த செவ்வாழை நம்ம கொல்லையிலே நாம் உழைத்து வளர்த்தது. எனவே பலன் நமக்கு கிடைக்கிறது. இது போல நாம் உழைத்துப் பிழைக்க நம்முடையது என்று ஒரு துண்டு வயல் இருந்தால், எவ்வளவு இன்பமாக இருக்கும். அப்படி ஒரு காலம் வருமா? உழைப்பவனுக்கே நிலம் சொந்தம். பாடுபடாதவன் பண்ணையாராக இருக்கக் கூடாது என்று சொல்லும் காலம் எப்போதாவது வருமா? என்றெல்லாம்கூட லேசாகச் செங்கோடன் எண்ணத் தொடங்கினான். செவ்வாழை, இதுபோன்ற சித்தாந்தங்களைக் கிளறிவிட்டது, அவன் மனதில். குழந்தைகளுக்கோ நாக்கிலே நீர் ஊறலாயிற்று.

செங்கோடன் செவ்வாழைக் குலையைக் கண்டு களித்திருந்த சமயம். பண்ணை பரந்தாமர், தமது மருமகப் பெண் முத்து விஜயாவின் பிறந்த நாள் விழாவை விமரிசையாகக் கொண்டாட ஏற்பாடுகள் செய்து கொண்டிருந்தார். அம்பிகை கோயில் அபிஷேக ஆராதனை செய்வதற்காக, 'ஐயரிடம் சொல்லிவிட்டார். கணக்கப் பிள்ளையைக் கூப்பிட்டு 'பட்டி' தயாரிக்கச் சொன்னார். பல பண்டங்களைப்

பற்றிக் குறிப்பு எழுதும்போது, 'பழம்' தேவை என்று தோன்றாமலிருக்குமா? இரண்டு சீப்பு வாழைப்பழம் என்றார் பண்ணையார்.

"ஏனுங்க பழக்கடையிலே நல்ல பழமே இல்லை; பச்சை நாடாகத்தான் இருக்கு" என்று இழுத்தான் சுந்தரம் கணக்குப் பிள்ளை.

"சரிடா, அதிலேதான் இரண்டு சீப்பு வாங்கேன்? வேறே நல்ல பழம் எங்கே இருக்கு" என்று பண்ணையார் சொல்லி முடிப்பதற்குள், சுந்தரம், "நம்ம செங்கோடன் கொல்லையிலே, தரமா, ஒரு செவ்வாழைக் குலை இருக்குதுங்க... அதைக் கொண்டுகிட்டு வரலாம்" என்றான் - சரி என்றார் பண்ணையார்!

செங்கோடனின் செவ்வாழைக் குலை! அவனுடைய இன்பக் கனவு! உழைப்பின் விளைவு! குழந்தைகளின் குதூகலம்.

அதற்கு மரண ஓலை தயாரித்து விட்டான் சுந்தரம்.

எத்தனையோ பகல் பார்த்து பார்த்து செங்கோடனின் குடும்பம் பூராவும் பூரித்தது அந்தக் குலையை! அதற்கு கொலைகாரன் ஆனான் சுந்தரம். மகிழ்ச்சி, பெருமை நம்பிக்கை இவைகளைத் தந்து வந்த, அந்தச் செவ்வாழைக் குலைக்கு வந்தது ஆபத்து.

தெருவிலே, சுந்தரமும் செங்கோடனும் பேசும் போது குழந்தைகள் செவ்வாழையைப் பற்றியதாக இருக்கும் என்று எண்ணவே இல்லை! செங்கோடனுக்குத் தலை கிறுகிறுவென்று சுற்றியது. நாக்கு குழறிற்று. வார்த்தைகள் குழகுழவென்று கிளம்பி

கிளாசிக் 187 — சிவரஞ்சன் [வ. இளங்கோ]

தொண்டையில் சிக்கிக் கொண்டன.

மாட்டுப் பெண்ணுக்குப் பிறந்த நாள் பூஜை என்று காரணம் காட்டினான் சுந்தரம். என்ன செய்வான் செங்கோடன்! என்ன சொல்வான்! அவன் உள்ளத்திலே, வாழையோடு சேர்த்து வளர்ந்த ஆசை - அவன் குழந்தைகளின் நாக்கில் நீர் ஊறச் செய்த ஆசை - இன்று, நாளை என்று நாள் பார்த்துக் கொண்டிருந்த ஆவல் எனும் எதைத்தான் சொல்ல முடியும்? கேட்பவர் பண்ணை பரந்தாமர்! 'எவ்வளவு அல்பமா, வாழைக் குலையை அவர் வாய் திறந்து, உன்னை ஒரு பொருட்டாக மதித்துக் கேட்டனுப் பினால் முடியாது என்று சொல்லி விட்டாயே! அவருடைய உப்பை தின்று பிழைக்கின்றவனுக்கு இவ்வளவு நன்றி கெட்டத்தனமா? கேவலம் ஒரு வாழைக்குலை! அவருடைய அந்தஸ்துக்கு இது ஒரு பிரமாதமா! என்று ஊர் ஏசுகிறதுபோல், அவன் கண்களுக்குத் தெரிகிறது.

அப்பா! ஆசை காட்டி மோசம் செய்யாதே! நான் கூடத்தான் தண்ணீர் பாய்ச்சினேன் - மாடு மிதித்து விடாதபடி பாதுகாத்தேன் - செவ்வாழை ருசியாக இருக்கும். கல்கண்டு போல இருக்கும் என்று நீதானே என்னிடம் சொன்னாய் அப்பா! தங்கச்சிக்குக்கூட, உசிர் அந்த பழத்திடம், மரத்தை அண்ணாந்து பார்க்கும்போதே, நாக்கிலே நீர் ஊறும். எங்களுக்கு தருவதாக சொல்லிவிட்டு ஏமாற்றுகிறாயே.

நாங்கள் என்னப்பா... உன்னை கடையில் காசு போட்டுத் திராட்சை, கமலாவா வாங்கித் தரச் சொன்னோம். நம்ம கொல்லையிலே நாம் வளர்த்த

தல்லவா! என்று அழுகுரலுடன் கேட்கும் குழந்தை களும், குழந்தைகளைத் தவிக்கச் செய்கிறாயே, நியாயமா என்று கோபத்துடன் கேட்கும் மனைவியும், அவன் மனக் கண்களுக்குத் தெரிந்தனர். எதிரே நின்றவரோ, பண்ணைக் கணக்குப் பிள்ளை!

அரிவாள் இருக்குமிடம் சென்றான்.

"அப்பா குலையை வெட்டப் போறாரு செவ்வாழைக் குலை" என்று ஆனந்த கூச்சலிட்டுக் கொண்டு, குழந்தைகள் கூத்தாடின. செங்கோடயனின் கண்களிலே நீர்த் துளிகள் கிளம்பின. குலையை வெட்டினான். உள்ளே கொண்டு வந்தான். அரிவாளைக் கீழே போட்டான். குலையைக் கீழே வை அப்பா, தொட்டுப் பார்க்கலாம் என்று குதித்தன குழந்தைகள், கரியனின் முதுகைத் தடவினான் செங்கோடன்.

"கண்ணு! இந்தக் குலை நம்ம ஆண்டைக்கு வேணுமாம் கொண்டு போகிறேன் அழாதீங்க. இன்னும் ஒரு மாசத்திலே, பக்கத்துக் கண்ணு மரமாகிக் குலை தள்ளும், அத உங்களுக்குக் கட்டாயமாகக் கொடுத்து விடுகிறேன்" என்று கூறிக் கொண்டே வீட்டை விட்டு கிளம்பினான். குழந்தையின் அழுகுரல் மனதை பிளப்பதற்குள்.

செங்கோடன் குடிசை அன்று பிணம் விழுந்த இடம் போலாயிற்று. இரவு நெடுநேரத்திற்குப் பிறகுதான் செங்கோடனுக்குத் துணிவு பிறந் தது வீட்டுக்கு வர! அழுது அலுத்து தூங்கிவிட்ட

குழந்தைகளை பார்த்தான். அவன் கண்களிலே குழகுழவெனக் கண்ணீர் கிளம்பிற்று. துடைத்துக் கொண்டு படுத்துப் புரண்டான். அவன் மனதிலே ஆயிரம் எண்ணங்கள்... செவ்வாழையை செல்லப் பிள்ளை போல வளர்த்து என்ன பலன்...! எத்தனை இரவு அதைப் பற்றி இன்பமான கனவுகள் எத்தனை ஆயிரம் தடவை, குழந்தைகளுக்கு ஆசைக்காட்டி யிருப்பான்! உழைப்பு எவ்வளவு அக்கறை எத்துணை எல்லாம் ஒரு நொடியில் அழிந்தன.

நாலு நாட்களுக்குப் பிறகு வெள்ளித் தட்டிலே ஒரு சீப்பு செவ்வாழைப் பழத்தை வைத்துக் கொண்டு அன்ன நடை நடந்து அழகுமுத்து விஜயா, அம்பிகை ஆலயத்துக்குச் சென்றாள்.

நாலு நாட்கள் சமாதானம் சொல்லியும் குழந்தைகளின் குமுறல் ஓயவில்லை. கரியன் ஒரே பிடிவாதம் செய்தான். ஒரு பழம் வேண்டுமென்று குப்பி, பழங்கலயத்திலிருந்து ஒரு காலணாவை எடுத்துக் கொடுத்தனுப்பினாள். பழம் வாங்கிக் கொள்ளச் சொல்லி, பறந்தோடினான் கரியன்.

கடையிலே, செவ்வாழைச் சீப்பு அழகாகத் தொங்கிக் கொண்டிருந்தது. கணக்குப் பிள்ளை பண்ணை வீட்டிலே இருந்து நாலு சீப்பை முதலி லேயே தீர்த்து விட்டான். அவன் விற்றான் கடைக் காரனுக்கு - அதன் எதிரே ஏக்கத்துடன் நின்றான் கரியன். "பழம்; ஒரு அணாடா, பயலே காலணாவுக்குச் செவ்வாழை கிடைக்குமோ போடா" என்று விரட்டினான் கடைக்காரன். கரியன் அறிவானா

பாவம், தன் கொல்லையில் இருந்த செவ்வாழை இப்போது கடையில் கொலு வீற்றிருக்கிறது என்ற வித்தையை! பாவம்! எத்தனையோ நாள். அந்தச் சிறுவன். தண்ணீர் பாய்ச்சினான். பழம் கிடைக்கும் என்று. பழம் இருக்கிறது. கரியனுக்கு எட்டாத இடத்தில்! விசாரத்தோடு வீட்டிற்கு வந்தான். வறுத்த கடலையை வாங்கிக் கொறித்துக் கொண்டே செங்கோடன். கொல்லைப் புறத்திலிருந்து வெளியே வந்தான் வாழை மரத்துண்டுடன்.

"ஏம்பா! இதுவும் பண்ணை வீட்டுக்கா?" என்று கேட்டான் கரியன்.

"இல்லேடா, கண்ணு! நம்ம பார்வதி பாட்டி செத்துப் போயிட்டா. அந்தப் பாடையிலே கட்ட" என்றான் செங்கோடன்.

அலங்காரப் பாடையிலே, செவ்வாழையின் துண்டு!

பாடையைச் சுற்றி அழுகுரல்.

கரியனும், மற்ற குழந்தைகளும், பின்பக்கம்.

கரியன் பெருமையாகப் பாடையைக் காட்டிச் சொன்னான் "எங்க வீட்டுச் செவ்வாழைடா" என்று,

எங்க கொல்லையிலே இருந்த செவ்வாழைக் குலையைப் பண்ண வீட்டுக்குக் கொடுத்து விட்டோம். மரத்தை வெட்டி "பாடை"யிலே கட்டிவிட்டோம்" என்றான் கரியன்.

பாவம்! சிறுவன்தானே! அவன் என்ன கண்டான், செங்கோடனின் செவ்வாழை, தொழிலாளர் உலகிலே சர்வசாதாரணச் சம்பவம் என்பதை.

ஜூலியஸ் சீசரின் மனைவிமார்

இத்தாலி, கிரீஸ், திரேஸ், மாசிடோனியா, ஸ்பெயின், பிரான்ஸ், பிரிட்டன், சிரியா, பலெஸ்தீன், ஈஜிப்ட், ஆப்பிரிக்கா, ஆசியா, மத்திய தரைக்கடல் தீவுகள் ஆகிய எங்கும் ரோம் சாம்ராஜ்யத்தின் வெற்றிக் கொடி ஒரு காலத்தில் கம்பீரமாகப் பறந்துக் கொண்டிருந்தது.

எந்த நாகரிக நகரிலும் ரோம் சாம்ராஜ்ய அதிகாரி அரண்மனையில் கொலுவீற்றிருக்கவும், எந்தக் கோட்டையைச் சுற்றியும் அஞ்சாநெஞ்சின ரான ரோம் நாட்டு ரணகளச் சூரர்கள் காவல் புரியவும், எந்த நாட்டுப் பொருளும் ரோம் நகரக் கடை வீதிகளில் குவிக்கப்பட்டும், எந்த நாட்டவர்க்கும் எஜமானர்களாக ரோம் நாட்டவர் இருந்த கால முண்டு, ரோம் நாட்டு வீரர்களின் குதிரைப்படை யின் குளம்புகளின் கீழ் சிக்கிச் சிதைந்தவர்கள் எண்ணற்றவர்கள்.

எத்தனையோ மண்டலங்களில் மண் குருதியுடன் கலந்து சேறாகி, புதைப்பாரற்ற பிணத்தைக் கழுகுகள் கொத்தித் தின்று கொண்டிருக்க நாற்றம் நாளா பக்கங்களிலும் வீசிக் கொண்டிருந்தது.

ரோம் சாம்ராஜ்யத்தின் மதிப்பும், மணமும் இந்த நாற்றத்தையும் அடக்கிவிட்டு, மேதினியில் பரவிய துண்டு, அத்தகைய ரோம் சாம்ராஜ்யம் எங்கே?

தேய்ந்துபோன தேஜஸ் திவ்வியமாகப் பிரகாசித்துக் கொண்டிருந்த காலத்தில், காவலர்

பல கட்டழகிகளுடன் கவலையற்று வாழ்ந்து வந்தனர். காதலைப் பொழுதுபோக்காகக் கொண்டு காலந்தள்ளினர்.

சங்கீதத்தை, சுரசிகள், மீட்டும் வீணையிலல்ல அவர்களின் சதங்கை ஓசையில் கேட்டு மகிழ்ந்தனர். திராட்சை ரசப் பானத்தைப் பருகித் திருப்தி ஏற்படாது. கன்னியின் கனிரச மொழிச் சுவையைப் பருகினராம்.

போக போக்கியத்தில் இங்ஙனம் புரளும் முன்னம் புரள வசதி ஏற்பட, போர் வீரர்கள் பல்லாயிரவர் தமது உயிரைப் பலி கொடுத்தனர். அத்தகைய வீரர்களின் வேந்தன் ஜூலியஸ் சீசர்.

கிரீஸ் என்றதும் எங்கனம் அலெக்சாண்டர் என்ற வீரர் நம் மனக்கண்முன் நிற்கிறாரோ, அதுபோல ரோம் என்றதும் ஜூலியஸ் சீசர் நமது மனக்கண்முன் நிற்பான்.

ரோம் சாம்ராஜ்ய வளர்ச்சிக்காக அவன் பட்டப்பாடு கொஞ்சம் நஞ்சமல்ல. அவன் காணாத போர்க்களமில்லை. அனுபவியாத அதிகாரமில்லை. அவனது புகழ் பரவாத இடமில்லை. அவனுக்கு பிற்காலத்தில் கிளம்பாத பகை இல்லை.

ரோம் சாம்ராஜ்யத்தைச் சித்திரிக்க வாளை எழுதுகோலாகவும், இரத்தத்தை மையாகவும் கொண்டு, பல காலும் முயன்று வாகை சூடிய சீசர், வாழ்க்கையில் இன்பங்காணவும் போர் புரிய வேண்டி நேரிட்டது.

இரண்டாயிரம் ஆண்டுகளுக்கு முன்னாலே எழுதப்பட்ட திருக்குறளிலே ஹைட்ரஜன் இல்லையே அணுகுண்டு இல்லையே என்று சொல்வது பொருந்தாது. எழுதப்பட்ட காலத்தையும் முறையோடு ஒப்பு நோக்க வேண்டும்.

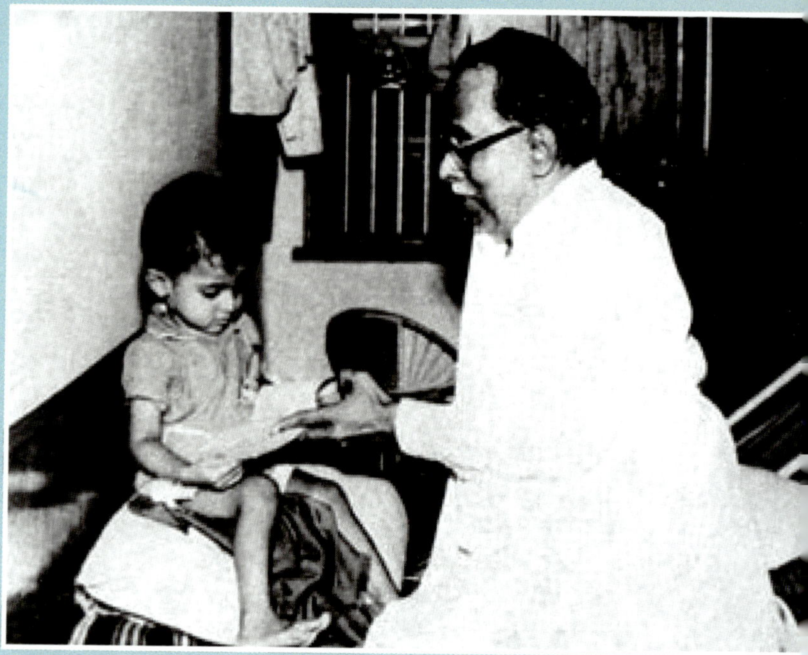

நாடாண்ட தமிழ் மக்கள் இன்று நாடோடிகளான காரணம் என்ன?
வீரம் செறிந்த இந்நாட்டிலே இன்று வீணர் மிகுந்தது எப்படி?
இமயத்திலே வெற்றிக்கொடி நாட்டிய இனம் என்று
ஏங்கிக் கிடப்பது ஏன்?

எது முறையோ அதன் வழி நடவுங்கள், அறிவுக்கு ஒத்ததைக்
கொள்ளுங்கள், எதிர்ப்புக்கு அஞ்சாதீர். மதத்தின் முன்
மண்டியிடாதீர். மானமே மனிதனை மனிதனாக்குகிறது என்பதை
உணருங்கள். உளுத்தர் பேச்சை உதறித் தள்ளுங்கள். சமத்துவம்
நாடுங்கள். சகோதரத்துவம் கோருங்கள். சாதி பேதத்தை
சாடுங்கள்; தோல்வி கண்டு சலிப்புறாதீர். மாற்றார் மமதை கண்டு
மனம் மருளாதீர், சிந்தித்து முடிவுக்கு வாருங்கள்;
அதன் வழி செயலாற்றுங்கள் செம்மல்களே!

அறிவுத்துறையிலே ஆற்றல் உள்ளவர்களாக இருந்து,
அழியாப் புகழ்பெற்ற அருந்தமிழ்ப் புலவர்கள் அளித்த
கருத்துக் கருவூலம், சங்க இலக்கியம்.
ஆரிய போதை அகலவேண்டுமானால்
அந்த இலக்கியத் தேனைப் பருக வேண்டும் தமிழர்கள்.

வாழப் பிறந்தோம், அதற்கேற்ப இந்த வையத்தை மாற்றி அமைப்போம் என்ற நோக்கம் வேண்டும்.

தமிழன் யாருக்கும் தாழாமல், யாரையும் தாழ்த்தாமல், எவரையும் சுரண்டாமல், எவராலும் சுரண்டப்படாமல், யாருக்கும் எசமானாக இல்லாமல் - உலகில் எவருக்கும் அடிமையாக இல்லாமல் நல்வாழ்வு வாழ வேண்டும் என்பதே எனது எண்ணம்.

பழைமையை விரும்பும் முதியவர்
களைக் கொண்டு புதுமைச்
சித்திரத்தைத் தீட்ட முடியாது;
அவர்கள் ஏதோ ஒருவகை
ஓவியத்தைத் தீட்டிய பிறகு
அவர்களைக் கோபித்துக் கொள்வது
வீண் வேலை. எனவே வாலிபர்கள்
தாமாக முன் வந்து புதுமை
ஓவியத்தைத் தீட்டியாக வேண்டும்.

மனம் போன போக்கிலே மற்றவர்கள் பேசவும், எழுதவும் அதனைக் கண்டு மனம் பதறாமல் பணியாற்றி வருவதுமே தூய தொண்டுக்கு அடையாளம்.

கிளாசிக்	சிவரஞ்சன்
193	(வ.இளங்கோ)

அவனுக்கு நான்கு மனைவிமார்! இரண்டாம் மனைவியும், நாலாவது மனைவியும் அவனுக்கு நற்குணவல்லிகளாக அமைந்தனர். நாலாம் மனைவியின் அழகும், அவனது புகழும் ஒருங்கே ஓங்கி வளர்ந்தன. சதியால் அவன் சிதைக்கப்பட்டான். விதவைத் தன்மை அவளது அழகைக் கவர்ந்தது. மனமொத்த நல்வாழ்வு அவர்களுடையது. முதல் மூன்றும் எப்படி சீசரின் அந்தரங்கக் காரிகையின் முழுப் படத்தைக் கண்டால்தான், நாலாந்தாரமாக வந்த நாயகியின் நற்குணம் நன்கு விளங்கும்.

எத்தனையோ காளைகளில் ஒருவராக ஜூலியஸ் சீசர் இருந்தபோதே கல்யாணம் ஆகிவிட்டது. கல்யாணம் செய்து வைக்கப்பட்டது. செய்து வைக்கப்பட்டது என்பதற்கும் செய்து கொண்டான் என்பதற்கும் எவ்வளவோ வித்தியாசம்! அதைக் குடும்பங்கள் பல எடுத்துக்காட்டும்.

கூர்ந்து நோக்குவோருக்கு கஸ்டியா என்ற கன்னிகையை சீசர் மணந்து கொள்ளும்படி நேரிட்டது, பெரியவர்களின் ஏற்பாட்டினால். சீமான் வீட்டு சிங்காரி என்ற போதிலும் சீசருக்கு அவள் செந்தேனாக இல்லை. எனவே சீசர், சுயமாகக் காரியஞ் சுபாவம் பெற்றதும், கஸ்டியா என்ற தனது முதல் மனைவியை விலக்கிவிட்டான். அக்காலத்தில் புகழும், செல்வாக்கும் பெற்று விளங்கிய சின்னா என்பவரின் மகள் 'கரீனிலியா' என்பவள் மீது காதல் கொண்டான். கடிமணம் நிறைவேறியது

காதல் பாதை கரடுமுரடானவை என்பவர் கவிஞர். சீசர் தானாக அமைத்துக் கொண்ட காதல்

பாதையில் பயங்கர பள்ளங்கள் காணப்பட்டன. பெற்றோர் உண்டாக்கினதல்ல, பெண் வீட்டார் ஏற்படுத்தியதுமல்ல. அரசியல் சூழல் ஏற்படுத்திய பள்ளம் அது. ஜூலியஸ் சீசர் அக்காலத்தில் ரோம் நாட்டு ஆட்சிக் குழுவில் ஆறாவது ஏழாவது பேர்வழி. ‘சல்லா’ என்ற வீரனுக்கே விருதுகள் அதிகம். அவன் குறுக்கிட்டான், சீசரின் காதலில். சீசருக்கும், சல்லாவுக்கும் பகைமை கிடையாது. ஆனால் சல்லா மன்னிக்க முடியாத பெரும் குற்றத்தை சீசர் செய்துவிட்டான். குற்றம் யாது? எந்த சின்னாவை, சல்லா தனது ஜென்ம விரோதி என்று கருதிக் கொண்டிருந்தாளோ அதே சின்னாவின் மகளைச் சீசர் மணம் புரிந்து கொண்டது குற்றம்! கர்னீலியவை நீக்கிவிடும்படி சல்லா வற்புறுத்தலானான். எப்படி எங்கிருந்து நீக்குவது?

நெஞ்சில் புகுந்த நேரிழையாளை சீசர் நீக்க வேண்டுமானால் நெஞ்சையே நீக்க வேண்டும். சல்லாவின் சீற்றம் பயத்தைக் கொடுத்தது. ஆனால் கர்னீலியாவிடம் அவன் கொண்டிருந்த காதல், பயத்தை விரட்டியடித்தது, மேலும் தனது மகளின் மானத்தை மங்க வைக்க மருமகன் துணிந்ததால் சின்னா சீறுவான். சின்னாவின் சீற்றம் சல்லாவுடையதைவிடக் குறைந்த ஆபத்துடையதென்று கூற முடியாது. இருபக்கம் இரு நெருப்புக்கள்.

இடையே குளிர்ந்த முகவதி கர்னிலியா அவளுடன் கூடிக்களித்து இரு ஜூவாலையையும் இலட்சியம் செய்யாது சீசர் சில காலம் வாழ்ந்து வந்தான். ஆனால் சல்லாவின் கோபத்தால் சாய்க்க முடியாத சதிபதிகளின் தோழமையை மரணம் துண்டித்துவிட்டது.

| கிளாசிக் 195 | சிவரஞ்சன் (வ.இளங்கோ) |   |  |

கரீனிலியா மறைந்தாள்; சீசர் கலங்கினான்; கதறினான். ஊரார் முன்னம் சீசர்! தனது உள்ளத்தில் கொந்தளித்த எண்ணங்களை எடுத்துரைத்தான்.

ஆரணங்கை இழந்ததால் ஆழமான வடு அவனது நெஞ்சில் ஏற்பட்டது. அதனை மாற்ற சல்லா தனது உறவினனான பாம்பேயஸ் ரூபஸ் என்பவரின் மகள் பாம்பேயா சீசரின் மனைவியானாள். மனைக்குச் சொந்தகாரியானாலேயன்றி, சீசரின் மனதுக்குச் சொந்தக்காரியாகவில்லை. கீர்த்தியும், செல்வாக்கும் பெற்ற அந்தக் குடும்பத்தில் எவ்வளவு கோணல் வளர்ந்தது என்பதைக் கூறுவோம்.

ஜூலியஸ் சீசரின் மூன்றாந்தாரமாக வந்த பாம்பேயா அவனது வாழ்க்கைக்கு செந்தேளானாள்! மணந்தது சீசரை; ஆனால் அவளது மனம் நாடியது வேறொரு இளைஞனை! அவன் அழகன்; ஆனால் ஆபாச நடத்தைக்காரன். கிளாடியஸ் என்ற அந்த காமுகன் தன் கட்டழகாலும் படாடோபத்தாலும் பாம்பேயாவின் மனதைப் பாகாக உருக வைத்து விட்டான். அவனது நினைவில் பாம்பேயாவின் உடல் இளைத்தது. அவளது உள்ளத்தில் ஊன்றியிருந்த வஞ்சகம் வளர்ந்தது. கிளாடியஸை அடைய வேண்டு மென்ற கவலை கொண்டவளாய், பாங்கியைப் பக்குவப்படுத்தினாள். இதற்குள் காம வேட்டையில் கைதேர்ந்த கிளாடியஸ் எப்படியேனும் பாம்பேயா வைப் பெற வேண்டுமென்று சூழ்ச்சிகள் செய்து வரலானான்.

  சிவரஞ்சன் (வ. இளங்கோ)

கர்னீலியாவிடம் இருந்த கவர்ச்சியை சீசர் பாம்பேயாவிடம் காண முடியவில்லை. ஆகவே சீசர் மேலும் மேலும் ரோம் நாட்டு அரசியல் விவகாரத்தில் தனது செல்வாக்கைப் பெருக்கிக் கொள்வதில் காலந்தள்ளி வந்தான். நல்ல சமயம் இதுவென்று எண்ணி கிளாடியஸ் கள்ளக் காதலுக்கு தூபமிட்டுக் கொண்டிருந்தான்.

இருவரின் இயல்பும் நன்கு தெரிந்த சீசரின் தாயாராகிய நரை மூதாட்டி, பாம்பேயாவின் போக்கைச் சர்வ ஜாக்கிரதையாக கவனித்து வந்தாள் அவளது கண்கள் பாம்பேயாவின் மனதிற்குள் வளர்ந்து வரும் சூதான எண்ணங்களைக்கூட தெரிந்து கொள்ளக்கூடிய கூர்மையானவைகளாயிருந்தன! இந்தத் தடை பாம்பேயாவின் தாபத்தை அதிகப்படுத்தி விட்டது. தத்தளித்தாள். அந்நாளில் மாதர்கள் மட்டுமே கொண்டாடும் திருவிழா வொன்றுண்டு. கேளிக்கையும், விருந்தும், மாளிகைக்குள் நடக்கும்.

ஆடவர் அனுமதிக்கப்படுவதில்லை. அந்த விழா பாம்பேயா மாளிகையில் நடந்தது. பாங்கியின் துணை கொண்டு கிளாடியஸ் பெண் வேடம் புனைந்து கொண்டு, மாளிகைக்குள் சென்று மாதரோடு மாதராகக் கலந்து இருந்தான் பாம்பேயாவிடம் பாங்கி இந்த ஆனந்தச் செய்தியைக் கூறச் சென்றாள். ஆவலோடு பாம்பேயா சர்வாலங்காரங்களுடன் காதலன் வரவுக்காகக் காத்துக் கொண்டிருந்தாள். மாமியின் கண்களில் மிளகாய் கொடி தூவிவிட் டோம். மனதுக்கிசைந்த மணாளனிடம் கொஞ்சிக் குலாவெலாம் என்று மனப்பால் குடித்துக் கொண்டி

ருந்தாள். அவசரக்காரன் ஆத்திரத்தில் அழிவது திண்ணமன்றோ!

கிளாடியஸின் கண்கள் மூலை முடுக்கெல்லாம் பாய்ந்தன. எங்கே பாம்பேயா, ஏன் இன்றும் காணோம். செய்தி சொல்லப்போன பாங்கி எங்கே என்று எண்ணி, துடிதுடித்துக் கொண்டிருக்கையில், விழாவில் கலந்திருந்த ஒரு மங்கை, ஏதோ, வினவ, சூதுக்காரக் கள்ளன் வேடத்தை மறந்து, சுயகுரலில் பதில் கூற, மங்கை, "ஆண்! யாரோ ஆடவன் பெண் உடையில் நுழைந்துவிட்டான்" என்று அலறினாள். விருந்து மண்டபத்தில் அமளி. விளக்குகள் பல கொண்டு வரப்பட்டன. விபரீதம் நேரிட்டதை உணர்ந்த பாம்பேயா சாமர்த்தியமாக அவ்விடம் வந்தாள். காமத்தால் கண் மயங்கி கிட்ட கிளாடியஸை இழுத்துக் கொண்டு போய் ஒரு அறைக்குள் போட்டு மூடி வைத்தாள்.

உலகை தனது வீரத்தால் நடுங்க வைத்த சீசரின் மனைவியின் செயல் இது.

மாமி மகா கெட்டிக்காரி. மாளிகை பூராவும் தேடினாள். மை விடியாள் வேடமிட்டு கிடந்த குடி கேடனைக் கண்டுபிடித்தாள்; ரோம் நகர் முழுவதும் இந்த ரசாபசம் தெரிந்துவிட்டது. கிளாடியஸ் மீது குற்றம் சுமத்தப்பட்டது. பல சாட்சிகள் அவனது குற்றத்தை மெய்ப்பித்தனர். ஆனால் ராஜாங்கத்தில் அவனுக்கிருந்த செல்வாக்கினால் அவன் தண்டிக்கப் படவில்லை.

சீசரின் நிலை என்ன? வதந்தியைக் கேட்டு அவன் வதையவில்லை. தனது மதிப்புக்குக் கறை ஏற்பட்டதே

என்ற அளவுக்கு வருத்தம் இருந்ததே தவிர, நெஞ்சு துடிப்பவனாகக் காணப்படவில்லை.

“பாம்பேயா பழியேதும் செய்திலள்; எனினும் சீசரின் மனைவி மீதும் சம்சயம் ஏற்படவும் இடமிருத்தல் கூடாது. எனவே அவள் இனி என் மனைவியாகாள்” என்று சீசர் கூறிவிட்டான். பசப்புக்காரி பாம்பேயா விலக்கப்பட்டாள்.

மூன்றாந்தாரத்தால் வந்த ‘வினை’ போகவும், கர்னீலியா காலத்திலே அடைந்து, பின்னர் இழந்த இன்பத்தை சீசர் பெறவும், மார்க்கம் கிடைத்தது. ரோம் நாட்டு மன்னர் பரம்பரையிலுதித்த பரிமள வல்லி ‘கல்பூர்னியா’ என்றோர் கன்னிகை மீது சீசர் காதல் கொண்டு கடிமணம் புரிந்து கொண்டான். கல்பூர்னியா, தனது இளமை, அழகு அன்பு, அறிவு, பண்பு ஆகியவற்றால், சீசருக்கு மகிழ்ச்சியூட்டி, அவனது வாழ்க்கையின் அமிர்தமாக விளங்கினாள்.

அவளது காலத்தில் சீசரின் காதல் வாழ்க்கை சுடர்விட்டுப் பிரகாசித்தது போல் அரசியல் வாழ்வும் அளவற்று வளர்ந்தது. ரோம் நாட்டின் ஈடு எதிர்ப்பில்லாத தலைவனானான். மணி முடி அவனது காலடியில் கிடந்தது. அவனது சொல்லே சட்டம், புன்சிரிப்பே பரிசு. ஆனால் உச்ச நிலை அடைந்த சீசரை, உடனிருந்து வீழ்த்த பாதகன் புரூடஸ், பழிக்கஞ்சாப்படை திரட்டி, ரோம் சாம்ராஜ்ய சபா மண்டபத்துக்கு சீசர் போகும் வழியில் குத்திக் கொன்றான்.

புரூடசின் பாதகச் செயலுக்குப் பல காரணங்கள் கூறப்பட்டன. அவைகளில் ஒன்று பெண்ணால் வந்த

வினையாகும். புரூடசின் தாயாருக்கும், சீசருக்கும் கள்ளக் காதல் உண்டென்றும் புரூடசின் துவேஷத் துக்கு அஃதோர் காரணமென்றும் கூறுவர்.

சீசரின் முடிவு கண்ட கல்பூர்னியா, காலம் தனக்கு செய்த கேட்டை எண்ணினாள், கசிந்துரு கினாள்! பின்னர், "அரண்மனை, அலங்காரம், அந்தஸ்து வேண்டேன்" என்று கூறிவிட்டு செல்வத் தில் ஓர் பகுதியை அந்தோணி எனும் சீசரின் நண்பனிடம் தந்து, சீசரைச் சிதைத்தவரைச் சிதைக்கு மாறு கூறினாள்.

கல்பூர்னியாவின் எண்ணம் பின்னர் ஈடேறியது.

(ரோமாபுரி ராணிகள்... நூலிலிருந்து)

| சிவரஞ்சன் [வ.இளங்கோ] | கிளாசிக் 200 |

"அண்ணா"வின் கட்டுரைகள்

படைப்பு பரிமாணத்திலேயே அற்புதமான வடிவம் 'கட்டுரை' பல செய்திகளை விஷயங்களை கருத்துகளை 'கட்டி' உரைத்தல் கட்டுரையாகி இருக்கலாம். எவர் வேண்டுமானாலும் கட்டுரை எழுதலாம்; ஆனால் படிப்பவர் மனதை ஈர்ப்பதாக, சிந்தனையை தூண்டுவதாக கட்டுரைகள் அமைய வேண்டும்.

அவ்வாறான கட்டுரைகளை எழுதி மக்களின் மனதில் உணர்ச்சியை தூண்டுவதாக எழுதியவர்கள் பலர். உலக அளவில் இன்றும் கட்டுரைகளுக்காக போற்றப்படுபவர் கார்ல் மார்க்ஸ், ரூசோ, வால்டேர்,

எமர்சன், பெர்ட்ராண்ட்ரசல், இங்கர்சால், லெனின், மாவோ என பலரை குறிப்பிடலாம்... இந்திய அளவில் மகாத்மா காந்தி, நேருஜி, லாலா லஜபதிராய், ராஜாராம் மோகன்ராய் என சொல்லிக் கொண்டே போகலாம்... தமிழில் கட்டுரைகளுக்காக மகாகவி பாரதியார், வ.உ.சிதம்பரம்பிள்ளை, மறைமலை அடிகள், ரா.பி.சேதுப்பிள்ளை, நாவலர் சோமசுந்தர பாரதியார், திரு.வி.க. என தமிழறிஞர்களை கூறலாம்.

இவர்களிலிருந்து வித்தியாசமான, மக்களை எழுச்சி பெறும் அரசியல் கட்டுரைகளை, மூடப்பழக்க வழக்கங்களை புரட்டிப்போடும் கட்டுரைகளை, உலக அரசியலின் நிகழ்வுகளை மிகவும் துல்லியமாகவும், துடிப்புமிக்க தமிழ்ச் சொற்களால் எழுதியவர் அறிஞர் அண்ணா. அவர் வைக்கும் கட்டுரை தலைப்புகளே படிப்பவர்களை முழுமையாக படிக்க தூண்டும்.

சனாதனச் சர்ச்சில்கள், சிறுநரியின் சிங்க வேஷம், அதிசயமல்ல அண்ட புளுகு, அகிம்சா விலாசம் துறக்கப்படட்டும், அஜீர்ண அகவல், முதலமைச்சரின் முகாரி. இவ்வாறான தலைப்புகளை அவர் சூட்டும் போது, எவருக்குதான் படிக்க தோன்றாது.

அண்ணா கல்லூரி காலத்திலேயே கல்லூரி மலரில் எழுதிய கட்டுரை மாணவர்கள் மட்டுமின்றி பேராசிரியர்களையும் வியக்கவைத்ததாம்.

மாணவர் (அண்ணா) கட்டுரையை படித்த பேராசிரியர்கள், இவ்வளவு விஷயங்களை எங்கிருந்து

பெற்றார் என ஆச்சர்யப்பட்டனராம். அவர் எழுதிய விஷயங்களில் தொண்ணூறு சதவீதம் அவர்களுக்கே தெரியாததாக இருந்ததாம்.

அண்ணா பாட புத்தகங்களை தவிர கல்லூரி நூலகம், கன்னிமாரா நூலகம் மற்றும் பல நூலகங்களில் உள்ள பல்லாயிரம் நூல்களை படித்துக் கொண்டே இருப்பதை பற்றி உலகம் அறிந்த ஒன்று தானே.

படித்தால் மட்டும் போதுமா? அதை பிறர் படிப்பவர் ஏற்றுக் கொள்ளும்படி எழுதுவது மிகவும் சிரமம். அதை லாகவமாக பயன்படுத்தியவர் அண்ணா.

அவரின் முதல் கட்டுரை 1930 ஜூன் மாதம் 2ஆம் தேதி 'மாணவர் தந்தை' என்ற தலைப்பில் எழுதினார். பிறகு சுமார் 1500 கட்டுரைகளை காஞ்சி, திராவிட நாடு, குடியரசு, விடுதலை என பல்வேறு இதழ்களில் எழுதிக் குவித்தார். 'கரண்ட்' நியூஸ்களை "கரண்ட் ஷாக்' அடிப்பதுபோல எழுதுவார். அவர் எழுதிய கட்டுரைகள் எல்லா காலத்திற்கும் பொருந்துவதாக அமைந்திருப்பதே அவரின் பலம். அறிவின் ஆற்றல்.

❖❖❖

கட்டுரை – நான் கண்ட ஒரே தலைவர்

எனக்கென்று ஒரு வசந்த காலம் இருந்தது. நீண்ட நாட்களுக்குப் பிறகு ஆண்டு பலவற்றிற்குப் பிறகு - அந்த வசந்த காலத்தை நினைவிலே கொண்டு இன்றைய கவலைமிக்க நாட்களிலே எழவியலாத

புன்னகையைத் தருவித்துக் கொள்கிறேன்.

பெரியாருக்கு அந்த வசந்த காலம் தெரியும்; இன்று பொறுப்பேற்றுக் கொண்டிருப்பதால் எழுந்துள்ள கவலையும் நன்கு புரியும்.

'வசந்த காலம்' என்றேனே, அந்த நாட்களிலே நான் கல்லூரியிலிருந்து வெளியேறி அவருடன் காடுமேடு பல சுற்றி வந்தநிலை அது.

அந்தக் காடுமேடுகளில் நான் அவருடன் தொண்டாற்றியபோது வண்ணவண்ணப் பூக்கள் குலுங்கி, மகிழ்வளித்ததைக் கண்டேன்; நறுமணம் எங்கும் பரவிடக் கண்டேன்.

ஒருவர் தன்னந்தனியாய்ப் புறப்பட்டு ஓயாது உழைத்து, உள்ளத்தைத் திறந்து பேசி, எதற்கும் அஞ்சாது பணியாற்றி, ஒரு பெரிய சமூகத்தை விழிப்பும் எழுச்சியும் கொள்ளச் செய்வதில் வெற்றிபெற்ற வரலாறு இங்கன்றி வேறெங்கும் நிகழ்ந்ததில்லை.

அந்த வரலாறு தொடங்கப்பட்டபோது சிறுவன் நான். அந்த வரலாற்றிலே புகழேடுகள் புதிது புதிதாய் இணைக்கப்பட்ட நாட்களிலே ஒரு பகுதியில் நான் அவருடன் சேர்ந்து பணியாற்றியிருக்கிறேன். அந்த நாட்களையே 'என் வசந்தம்' என்று குறிப்பிட்டிருந்தேன்.

பெரியாருடன் இணைந்து பணிாற்றியவர் பற்பலர். ஆயினும் மற்ற பலரையும்விட அவருடன் இடைவிடாது இருந்திருக்கும் வாய்ப்பினைப்

சிவரஞ்சன் (வ.இளங்கோ) — கிளாசிக் 204

பெற்றிருந்தவன் நான்.

அந்த நாட்கள் எனக்கு மிகவும் இனிமையான நாட்கள். இன்றும் அவைகளை நினைவிற்கொண்டு வரும்போது இனிமை பெறுகிறேன்.

எத்தனை எத்தனையோ கருத்துகளை உரையாடல் வாயிலாக எனக்கு அவர் தந்திருக்கிறார்.

'எதையும் தாங்கும் இதயம் வேண்டும்' என்பதை நான் கற்றுணரும் வாய்ப்பினையும் அவர் தந்தார். பொதுத் தொண்டாற்றுவதில் நான் ஆர்வமும் அகமகிழ்வும் மனநிறைவும் பெற்றிடச் செய்தவர் அவர்.

கோபத்துடன் அவர் பலரிடம் பேசிடக் கண்டிருக்கிறேன்; கடிந்துரைக்கக் கேட்டிருக்கிறேன்.

உன்னை எனக்குத் தெரியும்போ! என்று உரத்த குரலில் கூறியதைக் கேட்டிருக்கிறேன். ஒரு நாள்கூட அவர் என்னிடம் அப்படி நடந்து கொண்டதில்லை. எப்போதும் ஒரு கனிவு எனக்கெனத் தனியாக வைத்திருப்பார். என்னைத் தனது குடும்பத்தில் 'பிறவாப் பிள்ளை' என்று கொண்டிருந்தார்.

நான் கண்டதும் கொண்டதும் அந்த ஒரே தலைவரைத்தான்.

இப்போது நான் உள்ள வயதில் அவர் இருந்தார் - நான் அவருடன் இணைந்தபோது முப்பது ஆண்டுகளுக்கு முன்பு அதற்குமுன் அவர் முப்பது ஆண்டுகள் பணியாற்றியிருக்கிறார். இந்த ஆண்டுகள் தமிழரின் வரலாற்றிலே மிக முக்கியமான ஆண்டுகள்.

கிளாசிக் | சிவரஞ்சன் (வ. இளங்கோ)

திடுக்கிட வைக்கிறாரே!

திகைப்பாக இருக்கிறதே!

எரிச்சலூட்டுகிறாரே!

ஏதேதோ சொல்கிறாரே!

என்று கூறியும்

விட்டு வைக்கக்கூடாது

ஒழித்துக் கட்டியாக வேண்டும்.

நானே தீர்த்துக்கட்டுகிறேன்

என்று மிரட்டியும் தமிழகத்திலுள்ளோர் பலர் பேசினர்; ஏசினர்; பகைத்தனர்; எதிர்த்தனர்; ஏளனம் செய்தனர். மறுப்புரைத்தனர். ஆனால் அவர் பேச்சைக் கேட்ட வண்ணம் இருந்தனர். மூலையில் நின்றாகிலும் மறைந்திருந்தாகிலும் அந்தப் பேச்சு 50 ஆண்டுகளுக்கு மேலாக நடந்தபடி இருந்தது.

எதிர்த்தவர்கள், ஏளனம் புரிந்தவர்கள், ஏனோ தானோ என்று இருந்தவர்கள் தத்தமது நிலை தன்னாலே மாறிடக் கண்டனர்.

கொதித்தவர்கள் அடங்கினர்.

மிரட்டினோர் பணிந்தனர்.

அலட்சியம் செய்தோர்.

அக்கறை காட்டினர்.

அவருடைய பேச்சோ தங்கு தடையின்றி வேகம் குறையாமல் பாய்ந்தோடி வந்தது. மலைகளைத் துளைத்துக் கொண்டு, கற்களை உருட்டிக் கொண்டு

காடுகளை கழனி வளம் பெறச் செய்து கொண்டு ஓசை நயத்துடன் ஒய்யார நடையுடன் அவர் பேச்சு வெளிவந்து கொண்டிருந்தது.

அங்கே பேசுகிறார்; இங்கே பேசுகிறார்; அதைக் குறித்துப் பேசுகிறார்; இது குறித்துப் பேசுகிறார் என்று தமிழகம் இந்த ஐம்பது ஆண்டுகளாகக் கூறி வருகிறது.

மனதில் பட்டதை எடுத்துச் சொல்வேன் எது நேரிடினும்? என்ற உரிமைப் போர் அவருடைய வாழ்வு முழுவதும்; அதிலே அவர் கண்ட வெற்றி மிகப்பெரியது; அந்த வெற்றியின் விளைவு அவருக்கு மட்டும் கிடைத்திடவில்லை.

இன்று அனைவரும் பெற்றுள்ளனர். அந்த வெற்றியின் விளைவுகளை.

இந்த தமிழகத்தில் தூய்மையுடன் மனதிற்குச் சரியென்று பட்டதை எவரும் எடுத்துரைக்கலாம் என்ற நிலை உறுதிப்படுத்தப்பட்டிருக்கிறது.

அறிவுப் புரட்சியின் முதல் கட்ட வெற்றி இது.

இதற்கு முழுக்க முழுக்க பொறுப்பாளர் பெரியார்.

இந்த வெற்றி கிடைத்திட அவர் ஆற்றிய தொண்டு மிகப்பெரியது.

பெரியார் அக்கிரமம் எங்கு இருந்திடக் கண்டாலும், எந்த வடிவிலே காணப்படினும், எத்துணை பக்கபலத்துடன் வந்திடினும் அதனை எதிர்த்துப்

கிளாசிக் | சிவரஞ்சன்
207 | (வ.இளங்கோ)

போரிடத் தயங்குவதில்லை.

அவர்கண்ட களம் பலப்பல
பெற்ற வெற்றிகள் பல
அவர் தொடுத்த போர்
நடந்தபடி இருக்கிறது.

சர்.சி.வி.இராமனுக்கு அன்பழைப்பு

புத்தம் புதிய ப்யூக் மோட்டாரிலே பவனி வருவது, புராதன இந்திய நாகரிகத்தை, வாழ்க்கை முறையைப் பாராட்டுவது.

அமெரிக்கா தயாரித்தனுப்பும் மோட்டாரிலே சவாரி செய்து கொண்டே, ஆகம காலத்தைப் பாராட்டி, ஆஹா, ஊஹூ என்று புகழ்ந்து பேசுவது, வெளிநாடுகளுக்குத் தூதுவர்களை அனுப்பும் அளவுக்கு புதிய உலக அமைப்பில் பங்கு கொள்வது அதேபோது வேதகாலத்தைப் புகழ்வது.

இந்த போக்கு, தவறானது அறிவுக்குப் பொருத்தமானதல்ல, நாணயமான முறையல்ல என்பதை நாம் பலமுறை வலியுறுத்திக் கூறும்போதெல்லாம் மடிசஞ்சி களுக்கும் மன்னார்சாமிகளுக்கும், பிரமாதமான கோபம் வருவது வழக்கம் உண்மைதானே? ஏன், நவீன நாகரிகத்தை அனுபவித்துக் கொண்டே பழைய முறையைப் பன்னிப் பன்னிப் பேசி பாராட்ட வேண்டும். இரண்டிலே, ஏதேனும் ஒன்றைக் கைக் கொள்ளலாகாதா - என்று எண்ணிப் பார்க்க மறுக் கின்றனர் பாமர மக்கள்! அவர்களை, ஏமாளி

அகிலம் போற்றும் அறிஞர் அண்ணா

சிவரஞ்சன் (வ.இளங்கோ) — கிளாசிக் 208

களாக்குக்கின்றனர் எத்தர்கள். ப்யூக் மோட்டாரில் சவாரி செய்து கொண்டு புராதன வாழ்க்கை முறையை ஆதரித்துப் பிரசாரம் செய்யும், போக்கு, கண்ணகியிடம் மாதவியின் அழகு பற்றிப் பேசும்போக்குப் போன்றது என்று நாம் கண்டிக்கும் போதெல்லாம், கமண்டலக் கருத்தினரும் குண்டலப் போக்கினரும் கொக்கரிக்கின்றனர், "ஏ! கொடியவனே! கெடுமதியாளனே! பார், உன்னை என்னென்ன பாடுபடுத்துகிறோம்" என்று மிரட்டினர்.

உலகறிந்த விஞ்ஞானி - பார்ப்பனர் - ஆனால் பிரசாதம் தேடி குளத்தங்கரை நாடிடும் பேர்வழியல்ல - வேதத்திலே பிரபஞ்ச ரகசியம் இருக்கிறது. உபநிஷத்திலே உலகின் உண்மை இருக்கிறது. அதர்வணத்திலே, அகில உலகும் வியந்து பாராட்டக்கூடிய அதிஅற்புதமான கருவிகளைச் செய்வதற்கு ஆதாரமாகப் பல சுலோகங்கள் உள்ளன என்று வீம்பு பேசிவிட்டு உருண்டையைத் தின்றுவிட்டு உலவும் உலுத்தரல்லர். மேனாட்டாரும் கண்டு வியக்கக்கூடிய விஞ்ஞான ஆராய்ச்சிகளை நடத்திக் காட்டியவர் - புது அறிவு கொண்டு - விஞ்ஞான அறிவு கொண்டு - விபூதி மகிமையால் அல்ல - சஹஸ்ரநாமத்தை ஜெபித்து அல்ல - துளசி தீர்த்தத்தைத் தெளித்து அல்ல.

அவர் பெற்ற அறிவும், புகழும் கோயில் தீவர்த்திகள் ஒளிமுன்போ, கொளுத்தப்படும் கற்பூரார்த்தியின் முன்போ பெற்றதல்ல. ஆராய்ச்சி சாலையில் அமர்ந்து, நெடியுள்ள ஸ்பிரிட் விளக்கின் முன்

தொழில் இருக்கே... அண்ணாவோட பேச்சுக்கும் மத்தவங்க பேச்சுக்கும் ஒரு வித்தியாசமிருக்கு. அண்ணா பேச்சு ஒவ்வொரு கூட்டத்திலும் ஒவ்வொரு புதுமை இருக்கும். இன்று பேசியதை நாளை பேசமாட்டார். ஒவ்வொரு நாளும் ஒவ்வொரு பேச்சு. புதுப்புது கருத்துகள். ஆகா பேச்சென்றால் இது வல்லவா பேச்சு என்று பாராட்டும்படி இருக்கும்.

அதாவது வள்ளுவர் சொன்ன மாதிரி

கேட்டார்ப் பிணிக்கும் தகையவாய்க் கேளாரும்
வேட்ப மொழிவதாம் சொல்.

கேட்பவர் மனதை ஈர்க்கும் பேச்சு. கேட்பவரை அறிவாளியாக்கும் பேச்சு, கேட்பவரை மொழிப்பற்று, நாட்டுப்பற்றாக்கும் பேச்சு, கேட்பவர் தம் மூட நம்பிக்கைகளை குப்பைக் கூடையில் வீசி எறியச் செய்யும் பேச்சு.

அறிஞர் அண்ணாவின் பேச்சை கேட்டவர்கள் பாக்கியவான்கள் என்றே சொல்லலாம். அவரின் காலத்தில் பெரும்பாலோர் ஆங்கிலத்தில்தான் பேசுவார்கள்; தமிழில் பேசினால் கேவலமாய் நினைத்த காலம். அக்காலத்தில் கேட்பவர் மனதை எல்லாம் கொள்ளைக் கொள்ளும்படி தமிழில் பேசி, தாய்மொழியால் இந்த உலகையே ஆளலாம் என்று தமிழ் இளைஞர்களையெல்லாம் எழுச்சிப் பெறச் செய்தவர். தனது ஒப்பற்ற சொற்பெருக்கால் பேச்சால் மாபெரும் இயக்கத்தையே வழி நடத்தியவர் அண்ணா! சமூக சேவைக்காக அவர் 35 வருடங்களில் 12775 சொற்பொழிவுகளை நிகழ்த்தி இருக்கிறார்.

அகிலம் போற்றும் அறிஞர் அண்ணா — சிவரஞ்சன் (வ.இளங்கோ)

தமிழில் பேசுவதற்கு வெட்கப்பட்டவர்கள் எல்லாம் தமிழில் பேசுவதை இப்போது பெருமை என்று எண்ணுகிறார்கள். இது அண்ணாதுரையின் பேச்சுத் தொண்டால் விளைந்த பயன் என்று 1944ஆம் ஆண்டிலேயே கூறியவர் விஞ்ஞான மேதை ஜி.டி.நாயுடு அவர்கள்.

அவரின் பேச்சில் உலக நாடுகளின் முன்னேற்றம், உலக நாடுகளின் அரசியல், இந்திய அரசியல், பொருளாதாரம், ஜாதி, மத பிரச்சினைகள், விதவைகள் துயரம், பெண்கள் முன்னேற்றம், கல்வி என பலப்பல தலைப்புகளில் பேசுவார். அவர் பேசும் போது கையில் துண்டு காகிதம் இருக்காது. ஒரு சமயம் 'தலைப்பே இல்லை' என்ற தலைப்பில் கேட்பவர் வியக்க பேசினாராம். முன்னாள் ஜனாதிபதி, ஏவுகணை நாயகர் அப்துல் கலாம் படித்த ராமேஸ்வர பள்ளியில் 'ஆற்றோரம்' என்ற தலைப்பில் பேசியது தனி இலக்கியம் என்பார் கலாம்.

ஏ! தாழ்ந்த தமிழகமே! என்ற தலைப்பில் ஆற்றிய உரை இன்றும் தமிழகத்தின் உண்மையை உரைக்கும். தமிழறிஞர்கள் ரா.பி.சேதுப்பிள்ளை, நாவலர் சோமசுந்தரம்பிள்ளை மற்றும் பல தமிழறிஞர்களை எதிர்த்து (அறிஞர்களின் கருத்துகளை எதிர்த்தாரே தவிர அவர்களைப் போற்றினார்) (கம்பராமாயணத்தில் உள்ள தேவையற்ற கருத்துகளை) பேசி, வெல்லவே முடியாது என்று சொல்லப்பட்ட அறிஞர்களே அவரின் கருத்துகளை ஏற்றுக் கொள்ளும்படி பேசினார் என்றால், அண்ணாவின் உரைவீச்சு

எத்தகைய ஆற்றல் கொண்டது என்பதை உணரலாம். அண்ணா ஆயிரக்கணக்கான கூட்டங்களில் பேசி யிருப்பார். ஒவ்வொரு கூட்டமும் அறிவை வளர்த்த கூட்டம் எனலாம்.

ஒளி விளக்கு

அறிஞர் அண்ணா அவர்களை வேலூரில் மகாத்மா காந்தியின் சிலையை திறக்க அழைத்திருந்தனர். இதற்கு காங்கிரஸ்காரர்கள் பலர் எதிர்ப்பு தெரிவித்தனர். காந்திஜியை பற்றி பேச தி.மு.க.காரரான இவருக்கு என்ன தகுதியிருக்கிறது என்று கொதித்தனர். எதிர்ப்பு களுக்கு அஞ்சாத சிங்கமான அண்ணா, எதிர்ப்பாளர் களை பற்றி கவலைப்படாமல் பேசினார்; அவரின் பேச்சை கேட்டவர்கள், காந்திஜியை பற்றி காங்கிரஸ் காரர்கள்கூட தெரிவிக்காத கருத்துகளை சொன்ன அவரை வியப்புடன் பார்த்தனர். அவரின் பேச்சுக்கு அடிமையாயினர். இதோ அவரின் சொற்பொழிவு.

வேலை மாநகர் (வேலூர் மாநகர்) ஆட்சி மன்றத் தார் மணிமண்டபத்தில் விளங்கும் உத்தமரின் சிலையைத் திறக்கும் பணியினை எனக்களித் தார்கள். இது பற்றிக் குறிப்பிட்ட மன்றத் தலைவர் வேலூர் வரலாற்றிலேயே இன்று பொன்னாள் எனக் குறிப்பிட்டார். என்னைப் பொறுத்த வரையிலேயே என்னுடைய வாழ்க்கையில் ஏன், தமிழ்நாட்டின் அரசியலில் ஒரு முக்கியமான கட்டம் என்று கூறுவேன். காந்தியாரின் சிலையை நான் திறக்கிறேன். இந்தச் செய்தியால் அரசியல் வட்டா ரத்தில் ஏற்பட்டுள்ள அதிர்ச்சியை நாடு அறியும்.

சிவரஞ்சன் (வ.இளங்கோ) — கிளாசிக் 228

எனக்குக் கிடைத்துள்ள இந்த வாய்ப்பு என்னைப் பொறுத்தவரையில் முதல் முறையல்ல இரண்டாவது முறை. இதற்கு முன்னரே சேலம் மாவட்டத்திலுள்ள இடைப்பாடியிலே ராஜாஜி பூங்காவிலேயுள்ள காந்தியாரின் சிலையை நான் திறந்து வைக்கும் வாய்ப்பைப் பெற்றிருக்கிறேன். ஆனால் அங்குள்ள காங்கிரஸ் நண்பர்கள் இங்கு போல் கிலேசம் அடையவில்லை. பீதியடையவில்லை. இவனாவது திறப்பதாவது என்று கூறவில்லை.

காந்தியாரின் உருவச் சிலையை நான் திறக் கிறேன். நான் திறக்க வேண்டும் என்று நகராட்சி மன்ற நண்பர்கள் பெரிதும் விரும்பியிருக்கிறார்கள். காரணம் என்ன? காந்தியாரின் சிலையை நான் மட்டுமே திறக்கத் தகுதியுடையவன் என்பதாலா? அல்ல! அல்ல! என்னைவிடத் தகுதியுடையவர்கள் ஏராளம் இருக் கிறார்கள்? ஆனால் நான் வந்து திறக்க வேண்டும் என்று நண்பர்கள் விரும்பியதற்குக் காரணம், மற்றவர் கள் எவ்வளவோ திறப்பு விழாக்களைச் செய்கிறார்கள், அதோடு இதுவும் பத்தோடு பதினொன்றாகும். ஆகவே இவனையும் இதுபோன்ற காரியத்திற்குத் தகுதியுடையவனாக்குவோம் என்ற நல்லெண்ண மாகவே இருக்கும் என கருதுகிறேன்.

எனக்குப் பதில் இந்நாட்டு முதலமைச்சர், காந்தியாரின் சிலையை திறந்திருக்கலாம். ஆனால் அது அவ்வளவு முக்கியத்துவம் பெற்றிருக்காது. அவர் அடிக்கடி திறந்து வைக்கும் சின்னங்களிலே இதுவும் ஒன்றாகப் போயிருக்கும். அதனாலேயே என்னை காந்தியாரின் முகாமிலே இல்லாதவனும் அவரது

கிளாசிக் | சிவரஞ்சன் (வ.இளங்கோ) |
229

திட்டங்களில் சிலவற்றை ஏற்றுச் சிலவற்றைக் கண்டித் தவனும் ஆகிய என்னை இந்தப் பணியினை நடத்தச் சொல்லியிருக்கிறார்கள்.

மாற்றான் தோட்டத்து மல்லிகையென்பதால் அதன் மணத்தை ரசிக்கிறானா அல்லது ரசிக்க மறுக்கிறானா எனப் பார்த்திருக்கலாம். என்னைப் பொறுத்த வரையில் மல்லிகை மாற்றாரிடமிருப்ப தால் அதற்கு மணமிருக்காது என்று உரைப்பவ னல்லன். அதனால்தான் நண்பர்கள் வந்து அழைத்ததும் ஒப்புக் கொண்டேன்.

அவர்கள் அழைத்த நேரத்தில் நகராட்சி மன்றத் தினர் பெரும்பான்மை முடிவோடு என்னை அழைக்க தீர்மானித்திருப்பதாகவும். ஒரு முறைக்கு இருமுறை தீர்மானம் நிறைவேற்றியிருப்பதாகவும் குறிப்பிட்டனர். ஆகவே நான் வர இசைந்தேன்.

இந்த சிலை திறப்பு விழாவுக்கு, உள்ளூர்க் காங்கிரசுக் கமிட்டியினரும் கடைசி நேரத்தில் கூடி இந்த விழாவில் ஒத்துழைக்க வேண்டுமெனத் தீர்மானம் செய்தார்களாம். இந்தப் பெருந்தன்மைக்கு என் னுடைய நன்றியைக் கூறிக் கொள்கிறேன்.

ஏன் இவர்களுக்கெல்லாம் நன்றி கூறுகிறேன் என்றால் இதுபோன்ற பெருந்தன்மை, அரசியல் வாழ்வில் நிலவ வேண்டும் என்ற ஆசை கொண்டவன் நான். அதற்கு உதாரணம்போல், நாம் எல்லாம் நடந்து கொள்ள வேண்டும்.

உத்தமர் காந்தியாரிடத்தில், எனக்கு மதிப்பு உண்டா? இவ்விதம் சிலர் கேட்கிறார்கள். அவர்களுக்கு

சிவரஞ்சன் (வ.இளங்கோ) — கிளாசிக் 230

சொல்வேன், மதிப்புக் காட்டுவது என்பது இருவகைப் படும். எதிரில் வாயாரப் புகழ்ந்துவிட்டு, தலைமறைந்ததும் மாறாகப் பேசுவது ஒரு வகை, பழகாவிட்டாலும், கூடாரத்திலில்லாவிட்டாலும், பிறரின் பணியினைத் தனித்திருக்கிற நேரத்தில் எண்ணி, எண்ணி மகிழ்வது இரண்டாவது வகை. நான் இரண்டாவது வகையைச் சேர்ந்தவன். நம்முடைய உலக உத்தமர் உயிரோடிருந்த நாட்களில் பிடிக்காதவைகளைக் கண்டித்த போதிலும், எனக்கேற்ற எண்ணங்களைப் பாராட்டியபோதும் அவருக்குள்ள சிறப்பை நான் எண்ணாமலிருந்ததில்லை.

மாற்றார் காந்தியாரைப் பற்றி எண்ணுமளவுக்கு அவருடைய தொண்டு இருந்ததால்தான் அவர் உலகத்தின் ஒளியானார்! காந்தியாரின் புகழைக் காங்கிரசார் மட்டுமல்ல எல்லாரும் புகழ்கிறார்கள். உலக மக்களெல்லாம் போற்றுகிறார்கள். அவ்விதம் பிறர் போற்றுவதுதான் ஒரு தலைவருக்குக் கிடைக்கும் தனி மரியாதையாகும்.

இதனை காங்கிரசு நண்பர்கள் எண்ணியிருந்தால் என்னை உள்ளன்போடு வரவேற்றிருக்கவேண்டும். மாற்றுக் கட்சிக்காரனான நான் திறந்து வைப்பதைக் குறித்துப் பெருமை அடைந்திருக்க வேண்டும். அதனை விட்டுவிட்டு எமது காந்தியாரைத் தீண்டவே கூடாது என்று சொல்வது பொருத்தமில்லை... பொருளில்லை... கீர்த்தியில்லை... சிறப்புமில்லை...

உத்தமர் காந்தியார் வெறி கொண்ட ஒருவனால் சுட்டுக் கொல்லப்பட்டார் என்னும் செய்தியினை

கிளாசிக் 231 — சிவரஞ்சன் (வ.இளங்கோ)

ரேடியோ மூலமாய்க் கேள்வியுற்றேன். பதறினேன். அப்போது என்னை வானொலி நிலையத்தார் அழைத்தார்கள். காந்தியடிகளைக் கொன்றவன் மராட்டியப் பார்ப்பானான கோட்சே என்பவன். அதனால் ஆத்திரவெறி அக்குலத்தின் மீது பாய்ந்துவிடுமோ என்று அஞ்சிய காரணத்தால், என்னை அழைத்துப் பேசச் சொன்னார்கள். கயவனாயிருந்தால், கட்சி வெறி கொண்டவனாயிருந்தால், அந்த நேரத்தைப் பயன்படுத்திக் கொண்டு நாட்டில் விபரீதங்கள் ஏற்படுவதைக் கண்டிருக்க முடியும். அப்படிப்பட்ட விபரீதங்களைக் கண்டு கை கொட்டும் கருத்தற்றவனல்லன் நான்.

உத்தமரை ஒருவனின் வெறிகொன்றுவிட்டது. அதற்குப் பார்ப்பன மக்கள்மீது பழி சுமத்தக் கூடாது என்று எடுத்துரைத்தேன். உத்தமரின் சேவைகளை எடுத்துரைத்தேன். அந்த நேரத்தில் எந்தக் காங்கிரசுக்காரருக்கும் ஏற்படாத அதிர்ச்சி இப்போது ஏன் ஏற்பட வேண்டும்.

அந்த நிகழ்ச்சி முடிந்த சில நாட்களிலெல்லாம் காங்கிரசு தேசியக் கவியான நாமக்கல் கவிஞரை ஓரிடத்தில் நான் சந்திக்க நேர்ந்தது. அப்போது அவர் என்னைப் பாராட்டினார். காந்தியடிகளின் அருமைப் பெருமைகளைப் பற்றி பலர் உரைக்க கேட்டிருக்கிறேன். ஆனால் ரேடியோவில் தாங்கள் எடுத்துச் சொன்னதைக் கேட்டபோது நான் மனம் குளிர்ந்தேன். யாரும் அப்படிச் சொன்னதில்லை என்று தன்னுடைய பாராட்டுகளைத் தெரிவித்துக் கொண்டார்.

என்னுடைய சொந்த விஷயங்களை எடுத்துக்

கூறுவது எனது வழக்கமல்ல. ஆனாலும் இதனை இங்குள்ள தேசிய நண்பர்களுக்காகக் குறிப்பிட விரும்புகின்றேன். ஆகவே என்னைப் போன்றவன் காந்தியாரின் அடிப்படை ஆசைகளையும் அவை களைச் சாதிக்க அவர் ஆற்றிய அரும்பணியினையும் கண்டு அக மகிழ்ந்தவன். இந்தச் சிலையைத் திறந்து வைப்பதில் பொருத்தமுடையதாகாது என்று யார் கூற முடியும்?

நான் என்னதான் நாள் முழுதும் காங்கிரஸைத் தூற்றிக் கொண்டிருந்து விட்டுத் தேர்தல் காலத்தில் காங்கிரசில் நுழைந்து கொண்டு ஓட்டு வேட்டை யாடியவனா? காங்கிரசு போர்வையைப் போர்த்திக் கொண்டு அதிகார வேட்டையாடியவனா? இந்தக் கரம் வெள்ளையனோடு கைக்குலுக்கிய கரமா? வகுப்பு வாதத்தை வளர்த்து வெறிச் செயல் ஏற்பட்ட கரமா? பள்ளி வாழ்வு முடிந்ததும் உத்தியோகத்திற்குச் செல்லாது, ஊருக்காக உழைக்கும் கரம்! பொது வாழ்வுக்காகப் பாடுபடும் கரம்! இந்தக் கரம் தவிர வேறு எந்தக் கரம் சிலையைத் திறப்பது பொருத்த மாகும்?

காந்தியார் காங்கிரசைக் கட்டிக் காத்தார்; வளர்த்தார்; நாட்டிற்கு விடுதலை வாங்கித் தந்தார். காங்கிரசில் நாலணா மெம்பராகக் கூட அவர் இருந்ததில்லை. தான் விரும்பிய விடுதலை கிடைத்து விட்டதென்றதும் "காங்கிரசு தேவையில்லை; கலைக் கலாம்; என்றும் பல காலம் சொன்னார். காங்கிரசு லாப வேட்டைக்காரர்களின் கூடாரமாகிவிட்டது என்று கூறி மனமும் நொந்தார்.

நான் காந்தியாரின் பெயரைச் சொல்லி இலாபம் பெறாதவன். அவர்களால் அழுத்தி வைக்கப்பட்டிருப் பவன். அவர் வளர்ந்த காங்கிரசின் நிலையென்ன? “இப்பொழுது பழைய கோட்டையில் வெளவாலும், புற்றுக்குள் பாம்பும் இருப்பது போல், காங்கிரசுக்குள் கயவர்களும், சுயநலக்காரர்களும் இருப்பதாக அவர் கூறினார். அவர் எங்கே? இப்போது இருப்பவர் எங்கே? இந்த இருள் எங்கே? அந்த ஒளி எங்கே?

இந்தச் சிலை திறப்பு விழாவை என்னைக் கொண்டு செய்ய வேண்டுமென்பதில் இங்கிருக்கும் கம்யூனிஸ்ட் தோழர்களும் விரும்பி ஒத்துழைத்ததாக அறிந்தேன். அந்த நண்பர்களுக்கும் என்னுடைய நன்றி.

இவ்வண்ணம் வேற்றுக் கட்சிகளுடன் மன மொத்துப் போவதுதான் அரசியல் நாகரிகம். இன்று நான் காந்தியாரின் சிலையைத் திறக்கிறேன். இது ஒரு புனிதமான நாள் எனக் கூறுவேன்.

– அண்ணா சொற்பொழிவாற்றியதில் ஒரு பகுதி

சிவரஞ்சன் (வ.இளங்கோ)

கிளாசிக் 234

பதவி ஏற்பு நிகழ்ச்சியில் அண்ணா...

"அறிஞர் அண்ணா 6.3.1967 அன்று முதல்வராக பதவியை ஏற்றுக் கொண்டபின் முதன் முதலாக மக்களுக்கு ஆற்றிய உரை..."

தோழர்களே!

உங்களால் தேர்ந்தெடுக்கப்பட்டவர்கள் இன்று சட்டமன்றத்தில் உறுதி மொழி தெரிவித்து பொறுப்பினை ஏற்றுக் கொண்டுள்ளனர். இந்நாட்டு மன்னர்களாகிய நீங்கள் பிறப்பித்த ஆணையினை ஏற்றுக் கொண்டு அவர்கள் சட்டமன்றத்தில் அமர்ந்துள்ளனர். அவர்களின் துணையுடன் நானும்; என்னுடன் உள்ள மற்ற அமைச்சர்களும் ஆட்சிப் பொறுப்பை ஏற்றுக் கொண்டுள்ளோம். மன்னர்களாகிய உங்களிடம் எமது வணக்கத்தையும், நன்றி அறிதலையும் தெரிவித்துக் கொள்கிறோம்.

பல ஆண்டுகளாகத் தொடர்ந்து என்னிடமும் என் தோழர்களிடமும் பாசம் கலந்த பரிவு காட்டி வருகின்றீர்கள். இந்த ஆண்டு நடைபெற்ற பொதுத் தேர்தலில், நாடாளும் பொறுப்பினையும் தந்துள்ளீர்கள். தங்கள் அன்பினையும் ஆதரவினையும் மிகப் பெரிய அளவுக்குப் பெற்றிருக்கும் நான், நெஞ்சு நெகிழ்ந்திடும் நிலையிலேயே பேசுகிறேன்.

தங்களின் மேலான நம்பிக்கைக்கு முழுவதும் ஏற்றவனாக நடந்து கொள்ள வேண்டும் என்ற பொறுப்புணர்ச்சியைத் துணை கொண்டு கடமையை செய்திடுவதில் ஈடுபடுகிறேன்.

கிளாசிக் 235 | சிவரஞ்சன் (வ.இளங்கோ) | அகிலம் போற்றும் அறிஞர் அண்ணா

என்னைச் சுற்றிலும் கனிவு நிரம்பிய கண்கள், என்னைச் சுற்றிலும் கை கொடுக்கும் கரங்கள் என்னை ஊக்குவிக்க, எந்தப் பக்கமிருந்தும் அன்பு மொழிகள் துணை நிற்கிறோம், வழி காட்டுகிறோம், முறை அறிவிக்கிறோம். குறை களைகிறோம், தயக்கம் வேண்டாம். பொறுப்பினை நிறைவேற்றிடுக என்று தகுதிமிக்க தமிழகத்தார் கூறிடுவது, செவிக்கு செந் தேனாக இருக்கிறது. பொறுப்பினை ஏற்றுக் கொண்டேன். ஒரு புனிதக் கடமையில் ஈடுபடுகி றோம் என்ற உணர்ச்சியுடன் பொறுப்பினை ஏற்றுக் கொண்டிருக்கிறேன்.

நான் பொறுப்பேற்றுக் கொண்டிருப்பது வழிவழி வந்த வல்லவர்கள், வித்தகர்கள் நிரம்பிய தமிழ்நாட்டில், காவிரி, தென்பெண்ணை, பாலாறு, வைகை போன்ற ஆறுகளும் அருவிகளும் பண்பாடி வளமளித்திடும் தமிழ்நாட்டில், ஆயிரம் தொழில்களில் ஈடுபட்டு, நாட்டுக்குச் செல்வத்தை ஈட்டித் தரும் பாட்டாளிகள் நிரம்பிய தமிழ்நாட்டில், பாட்டு மொழியாம் தமிழ்மொழியுடன் இழைந்துள்ள பண்பாடு சிறந்திடும் தமிழ்நாட்டில், பாருக்குள்ளே நல்ல நாடு என்று பாவலர் கொண்டாடிடும் தமிழ் நாட்டில், அதனை எண்ண எண்ண இனிக்கிறது. ஆனால், ஆமாம். அந்தக் கவலை தந்திடும் சொல்வரத் தான் செய்கிறது. எத்தனை எத்தனை சிக்கலுள்ள பிரச்சனைகள் ஏற்படுகின்றன.

இந்தப் பிரச்னைகளைச் சிந்திக்கவும், சிக்கல் களைத் தீர்க்கவும், போதுமான உறுதியும் திறமையும், துணையும் தோழமையும் தொடர்ந்து கிடைத்திட

சிவரஞ்சன் (வ.இளங்கோ)

கிளாசிக் 236

வேண்டுமே என்பதனை எண்ணும்போது, நீங்கள் உடன் இருக்கின்றீர்கள் என்ற நினைவுதான் கவலையை ஓட்டுகிறது. கடமையை செய்வோம் என்ற உறுதியைத் தருகிறது.

உங்களுக்காக நான் என்பது மட்டுமல்ல நண்பர்களே, உண்மையைச் சொல்வதானால் உங்களால் நான். அதனை உணருகிறேன். மறந்திடுபவனும் அல்லன் நான்.

ஆனால் என்னிடம் ஒப்படைத்துள்ள வேலையின் கடினத்தையும் ஆண்டு பலவாகக் குவிந்து கெட்டிப்பட்டுள்ள சீர்கேடுகளையும், சிக்கல்களையும் மறந்து விடாதீர்கள். கடமையை நான் செய்து முடித்திட உங்கள் ஒவ்வொருவருடைய முழு ஒத்துழைப்பு தேவை என்பதை மறந்து விடாதீர்கள் ஆட்சி நடத்திட ஆணை பிறப்பித்து விட்டோம். இனி நாம் இல்லாமலேகூட ஆட்சி செம்மையாக நடந்திடும் என்று இருந்துவிடமாட்டீர்கள் என்று நம்புகிறேன். நீங்கள் ஒவ்வொருவரும் அவரவர் துறையில் இருந்து நற்பணியாற்றினால் மட்டுமே என் வேலை நடந்திடும். நாடு சீர்படும்.

நாட்டு ஆட்சி செம்மையானதாகிட, நானும் எனது நண்பர்களும் அமைச்சரகத்தில் அமர்ந்து பணியாற்றினால் மட்டும் போதாது. ஆட்சி அண்மையில் செம்மையானதாக அமைந்திட வேண்டுமானால், வயலில், தொழிற்சாலையில் அங்காடியில் பணி புரிந்திடும் உற்பத்தியாளர்கள் அனைவரும் ஆட்சி நடத்திடுவோம் நாமே என்ற உணர்வுடன் தத்தமது

கிளாசிக் — சிவரஞ்சன் (வ.இளங்கோ) 237

கடமையினைச் செய்ய வேண்டும். கற்றறிவாளர் எம்மை நல்வழி நடத்திடச் செய்யவேண்டும். இதழ் நடத்துவோர் உடனிருந்து முறை கூறிட வேண்டும் இவர் யாவரும் சேர்ந்து நடத்திடுவதே அரசு. நாங்கள் உங்களால் அமர்த்தப்பட்டவர்கள்.

வயல்களில் கதிர் குலுங்கிடின், சர்க்கார் அலுவலகங்களில் மகிழ்ச்சி துள்ளும், நீதியும் நிம்மதியும் கிடைத்து உற்பத்தி பெருகிடின் நாட்டு நிலை உயர்ந்திடும். அங்காடியிலுள்ளோர், கொடுப்பன, கொள்வன என்பவை நேர்மையின் அடிப்படையில் அமைந்திருத்தல் வேண்டும் என்று இருந்திடின் அகவிலையும் பதுக்கலும் அழிந்துபடும்.

பொதுமக்களின் வாழ்வு சீர்படும். நாட்டின் நிலை உயர்ந்திட பணியாற்றிடவே நாம் என்ற உணர்வு மாணவ மணிகள் கல்விக் கூடங்களில் பயிற்சி பெற்றிடின் நாடு மேம்பாடடையும். இவை எல்லாவற்றின் கூட்டே ஆட்சி. சில மண்டபங்களில் மட்டுமே செய்யப்படுகிற காரியமல்ல ஆட்சி. நாட்டு ஆட்சி வீட்டுக்கு வீடு காணப்படும் பண்பைப் பொறுத்திருக்கிறது.

இல்லாமை, போதாமை நீக்கப்பட்டு வலியோர் எளியோரை வாட்டிடும் கொடுமை ஒழிக்கப்பட்டு எல்லார்க்கும் ஏற்றம், இன்பம், உறுதி அளிக்கப்பட்டு, நாடு சிறப்புடன் திகழ்ந்திட வேண்டும். என்ற ஆசையால் உந்தப்பட்டு, இந்த நிலை பெறுவதற்கான பணியில் ஒரு சிறு பகுதியையேனும் நாம் செய்து முடிக்க வேண்டும் என்ற ஆவலுடன் ஆட்சிப்

பொறுப்பை ஏற்றுக் கொண்டுள்ளேன். எல்லா முனைகளிலும் பற்றாக்குறை மிரட்டியபடி இருப் பதைக் காண்கிறேன். பல்வேறு வேறு முனைகளில் தவறான நோக்கம் தனக்குத்தான் என்ற எண்ணம் மேலோங்கி இருக்கக் காண்கிறேன். பொதுநலனில் மட்டுமே தனி மனிதர் நலன் காண முடியும் என்பது ஏட்டுக்கு நாட்டுக்கு அல்ல என்ற எண்ணம் கொண்டோர் உலவிடக் காண்கிறேன்.

பிளவுகள் ஏற்படுவதற்கான முறைகளையும், எண்ணங்களையும் விட்டொழிக்க மனமற்று இருப்பவர்களைக் காண்கிறேன். கூட்டு முயற்சிக்குப் பல தடைக் கற்கள் போடப்பட்டிருப்பதைக் காண் கிறேன். இவைகளை நீக்கிடின் நாடு எத்தகைய எழில் பெறும் என்பதை எண்ணுகிறேன். உம்மை அழைக் கிறேன். நண்பர்களே, நம்பிக்கையுடன் அழைக்கிறேன். இந்தத் தூய தொண்டாற்ற வாரீர் என்று அழைக் கிறேன். ஒவ்வொருவரிடமும் உள்ள அறிவும் ஆற்றலும், கிடைத்திடும் நேரமும் வாய்ப்பும், பெற்றிடும் வசதியும், நினைப்பும் இதற்காகவே பயன்படுத்தப்பட உங்களோடு சேர்ந்து இதற்காக உழைத்திட நானும், பொறுப்பேற்றுக் கொண்டுள்ள என் நண்பர்களும் காத்திருக்கிறோம்.

உணவுக்கே உழல்கிறோம். அறிவீர்கள். அறிந்த பின் செய்திட வேண்டியது என்ன? இந்த நிலைமைக் கான காரணம் காண்கிறோம் குறைகளைகளை கிறோம். முறை வகுக்கிறோம் அரசாள்வோர் என்ற நிலையில், ஆனால் வகுத்திடும் முறைதான் வெற்றி பெற உங்களைத்தான் நம்பியிருக்கிறோம். நாமாகத்

தேடிப்பெற்றுக் கொண்ட அரசு இது. நம்முடைய துணையை நம்பியே இயங்கும் அது இது. எனவே இது செம்மையாக நடந்திட நாம்தான் துணையிருக்க வேண்டும் என்று ஒத்துழைத்திட முனைந்து நின்றிட வேண்டுகிறேன்.

உணவு உற்பத்தி பெருகிடவும், உற்பத்தியாவது உண்போருக்கு முறையாகக் கிடைத்திடவும், கிடைப் பது அடக்கமான விலையில் நின்றிடவும், முறைகள் யாவை, என்பதறிந்திட விற்பனையாளர்களிடம் கருத்தறிந்து வருகின்ற செயலிலே ஈடுபடு முன்னர் சிந்தித்தல் தேவை அல்லவா? அதிலே இப்போது கவனம் செலுத்தி வருகிறோம். உழைப்பவர் வாழ்வு உயர்ந்திட வழியாது என்பதை ஆராய்ந்து வருகிறோம்.

மக்களுடன் மிக நெருங்கிய தோழமை தொடர்பு கொண்டதாக நிர்வாகம் இருந்திட என்ன செய்ய வேண்டும் என்பது பற்றி யோசித்து வருகிறோம்.

ஊழலும் ஊதாரித்தனமும் போக்கப்பட என்ன நடவடிக்கை மேற்கொளவ்து என்பது பற்றிக் கலந்து பேசி வருகிறோம். எங்கள் துணையிலிருந்து என் னென்ன செய்ய இயலுமோ அவற்றைச் செய்திடத் தயங்கிடோம். உடனிருந்து எமது முயற்சிக்கு வெற்றி கிடைத்திடச் செய்வது உமது கடமை.

புதிய அரசு அமைந்திருக்கிறது இங்கு. புதிய அரசு மட்டுமல்ல. அரசியலிலும் புதிய பிரச்சனை களை எழுப்பிவிடும் நிலையில் உள்ள அரசு. இங்கும், கேரளத்திலும், வங்கத்திலும், பீகாரிலும், பஞ்சாபி லும், ஒரிசாவிலும், ஆட்சி பொறுப்பில் காங்கிர

சல்லாத கட்சியினர் உள்ளனர். வேறு சில மாநிலங்களில் காங்கிரஸ் கட்சி அமைந்திருக்கிறது. மத்திய சர்க்காரில் காங்கிரஸ் கட்சி அரசோச்சுகிறது. இந்த நிலை கடந்த இருபதாண்டுகளாக நாடு காணாத நிலை.

இந்த நிலை காரணமாக சிக்கல், எரிச்சல்கள், மோதல் ஏற்பட்டு விடுமோ, குழப்ப நிலை வளர்ந்திடுமோ என்ற அச்சமும் ஐயப்பாடும் கொண்டிடுவோர் உள்ளனர். தமிழகத்தில் அரசோச்சும் திராவிட முன்னேற்றக் கழகத்தின் சார்பில் கூறிக் கொள்கிறேன். இங்கு அமைந்துள்ள அரசு மேற் கொள்ளும் நடவடிக்கை அந்த நிலைமையை நிச்சய மாக உண்டாக்காது. மாநில அரசுகளுக்கும், மத்திய அரசுக்கும் உள்ள உறவு முறைகள், அந்த முறைகள் செயல்படுத்தப்படும் வகை என்பன பற்றிய புதிய சிந்தனையைக் கிளறவும், செம்மையான தாக்கப்பட வும் இன்று பல இடங்களில் காங்கிரசு இல்லாத அரசு அமைந்திருப்பதை ஒரு தேவையான பயன் தரத்தக்க வாய்ப்பாகக் கருத வேண்டுமேயொழிய, கை பிசைந்து கொண்டு கலக்கமடைவது தேவையற்றதாகும்.

என்றென்றும் எல்லா மாநில அரசுகளும், மத்திய அரசும் ஒரே கட்சியின் ஆட்சியில் தான் இருக்கும் என்று அரசியல் நுட்பம் அறிந்த யாவரும் கூற மாட்டார்கள், கருதிட மாட்டார்கள். எதிர்பார்த்திட மாட்டார்கள்.

ஆகவே இங்கு திராவிட முன்னேற்றக் கழக ஆட்சியும் வேறு இடங்களில், பல கட்சிகள் கொண்ட

கிளாசிக் — சிவரஞ்சன் [வ.இளங்கோ]

கூட்டு ஆட்சியும் ஏற்பட்டிருப்பது கண்டு, திகைப்புக் கொள்ளாமல், எரிச்சல் அடையாமல், கசப்புக் கொள்ளாமல் மத்திய சர்க்காரை நடாத்திடும் காங்கிரஸ் அரசு நடந்து கொள்ளுமானால், எரிச்சலும் மோதலும் எழவேண்டிய நிலையே வராது. மிகச் சிறந்த, பண்புமிக்க ஆட்சிமுறை நுண்ணறிவு இதற்குத் தேவை.

மற்றவர்களின் கருத்தறிவதிலே ஓர் அக்கறை அவர்களின் முறையீட்டைக் கேட்பதிலே ஒரு கனிவு அவர்களுக்கான காரிய மாற்றுவதிலேயும் துணை நிற்பதிலேயும் ஓர் ஆர்வம். இவை எல்லாவற்றையும் விட, ஒருவர் மனதை மற்றவர் புரிந்து கொள்வதிலே தனித்திறமை, இன்சொல், நட்பு, பரிவு ஆகியவை தேவை.

நல்ல காரியங்களை செய்தார் காமராஜர்

காங்கிரஸ் தலைவர் பெருந்தலைவர் காமராஜர் அவர்கள் எதிர்க்கட்சி தலைவர் என்றாலும் (அவர் தி.மு.க.வினரை பல கூட்டங்களில் குற்றம் கூறி பேசி யிருக்கிறார்.) அறிஞர் அண்ணா அவரை புகழ்பாடி வந்திருக்கிறார். மாற்றுக்கட்சி தலைவர் என்றாலும் அவர் மீது மாறாத அன்பு வைத்திருந்தார் அண்ணா.

(அண்ணா முதலமைச்சராக இருந்தபோது சட்டமன்றத்தில் காமராஜரின் திருவுருவப்படத்தை

திறந்து மகிழ்ந்தார் எந்தத் தலைவராவது இப்படி செய்திருப்பார்களா என்றால் சந்தேகமே.)

24.04.1967 அன்று காஞ்சிபுரம் பச்சையப்பன் உயர்நிலைப் பள்ளியில் முதலமைச்சராக இருந்த அண்ணா அவர்கள் காமராஜர் அவர்களின் திரு உருவப்படத்தை திறந்து வைத்து பேசியபோது...

மாணவச் செல்வங்களே!

ஒரு நல்ல தமிழகத் தலைவர் காமராஜர் அவர்களின் திருவுருவப் படத்தை திறந்து வைப்பதில் பெருமைப்படுகிறேன்.

காமராஜர் தம்முடைய பணிகளின் மூலம் நாட்டின் தரத்தை உயர்த்த முயன்றார். தமிழர்களுக்கு

நற்பணியாற்றினார்; தமிழர்கள் பெருமைப்படத்தக்க நல்ல காரியங்களைச் செய்தார்.

இப்போது நான் திறந்து வைத்த காமராஜர் படத்தை யாருக்குப் பரிசளிப்பது? எதற்கு பரிசளிப்பது? அதை நான் இந்தத் தமிழ்ச் சமுதாயத்துக்கே பரிசாகத் தருகிறேன். ஒருவருக்கொருவர் மாறுபாடான கருத்து இருந்தாலும் மதிக்க வேண்டும். அப்படி மதிப்ப தாலேயே எல்லாவற்றிலும் ஒன்றுபடவேண்டிய தில்லை. தனித் தன்மையுடன் ஆனால் ஒருவருக் கொருவர் மதிப்புடன் நடந்து கொள்ள வேண்டும் என்பதை காமராஜர் படத்தை நான் திறந்து வைக்கும் நிகழ்ச்சி உலகுக்கு எடுத்துக்காட்ட வேண்டும்.

அதிலும், குறிப்பாக, சிறப்பாகக் காமராஜரது படத்தைத் திறப்பதிலோ, அவரை பாராட்டுவதிலோ நான் தயக்கம் காட்டியதில்லை. தயக்கம் காட்டவும் மாட்டேன். இதனால், அவர் என்னை மதிக்கவேண்டும் என்று எதிர்பார்க்கவில்லை. அது அவர் விவகாரம்! கருத்து வேறுபாடு இருந்தாலும் பாராட்டப்பட்ட வேண்டியதைப் பாராட்டுவது என்பது தமிழ்ப் பண்பாடு. அந்தப் பண்பாடு மேலும் சிறக்க வேண்டு மென்பதைத்தான் இந்த நிகழ்ச்சி மூலம் நாம் புரிந்து கொள்ள வேண்டும்.

காமராஜர் படத்தை ஒரு காங்கிரஸ்காரர் திறந்து வைத்து அவருடைய அருமை பெருமைகளைப் பாராட்டிப் பேசினால், அது அவரது கடமையாக இருக்கலாம் அல்லது அவர் ஏதாவது பெற்றதற்காக இருக்கலாம்; அல்லது பெறலாம் என்கிற ஆசை

காரணமாக இருக்கலாம். நான் அவரது படத்தைத் திறப்பது பெற்றதற்காகவும் அல்ல; பெறலாம் என்பதற்காகவும் அல்ல! எங்களிடையே கருத்து வேறுபாடு இல்லை என்பதை காட்டுவதற்காகவும் இல்லை. அவர் படத்தை நான் திறக்கிறேன் என்றால், அவரால் தமிழகத்துக்கு நன்மை என்பதற்காக.

அடக்கி ஒடுக்கப்பட்ட சமுதாயத்திலிருந்து தான் உன்னதமான மனிதர்கள் தோன்றுவார்கள் என்று மூதறிஞர்கள் கூறியிருக்கிறார்கள்.

வைரம் என்பது நீண்ட நெடுங்காலத்துக்குப் பூமியின் அழுத்தத்தால் கீழே அடங்கி ஒடுங்கிக் கிடந்த கரித்துண்டுதான். அதுபோல நெடுங்காலமாக அடக்கி ஒடுக்கப்பட்ட சமுதாயத்திலிருந்து தோன்றிய வைரமணிகளில் ஒருவரே காமராஜர்! மாற்றுக் கட்சியைச் சார்ந்தவர் என்றாலும், அவரை நான் போற்றுவதற்கு இது ஒரு காரணம் என்று பாராட்டிப் பேசினார்.

"இந்த பெருந்தன்மையான குணம்" இப்போது எந்தத் தலைவருக்கு இருக்கிறது?

நூல் நிலையங்கள்

தமிழ்த் தென்றல் திரு.வி.க. அவர்களின் தலைமையில், பொதிகை நூல் நிலையத்தின் இரண்டாம் ஆண்டு நிறைவு விழாவின்போது அண்ணா ஆற்றிய

கிளாசிக் 245 சிவரஞ்சன் (வ.இளங்கோ)

அற்புத உரை.

அன்புள்ள தலைவர் அவர்களே! தோழர்களே!

நாத்திகம் பேசுபவன் என்று சொல்லப்படும் என்னை இங்கு பேச அழைத்திருக்கிறீர்கள். ஒருவருக் கொருவர் கருத்து வேற்றுமைகள் இருந்தால் அதற்காகப் பிரிந்துவிடாமல் கூடிப் பேசும் நாள் இன்று வந்துள்ளது. பல வழிகளிலே நாம் ஒத்துப் போகிறோம். சில வழிகளில் தான் வேறுபடுகிறோம். நாமனைவரும் உள்ளன்போடு ஒற்றுமை அடைகிறோம் என்பதை நன்கறிந்த, இந்நிலையத்தார் அழைப்பைத் தட்டாமல் ஒத்துக் கொண்டேன்.

தமிழ்ப் பெரியார் திரு.வி.க. அவர்கள் பொதிகை யின் உட்பொருளை நன்றாக எடுத்துரைத்தார். வேறு ஒரு தலைவரை இதற்கு நாடியிருக்கலாமே என்று அவர் கூறினார். பொதிகையில் தவழ்ந்து நடமாடும் தலைவர் திரு.வி.க. அல்லவா.

இக்கூட்டத்திற்கு அவரைவிட வேறு தலைவர் யாரும் இருக்க முடியாது. தமிழ் நாட்டிலே நல்ல தமிழிலே மேடையில் பேச முடியும் என்பதை முதன் முதலில் பேசிக் காட்டியவர் திரு.வி.க. அழகிய தமிழிலே அரசியலைப் பற்றியும் எழுத முடியும் என்பதை முதலாவதாக எழுதிக் காட்டியவர் திரு.வி.க. அரசியலிலே புயலாகவும், தமிழில் தென்றலாகவும் இருப்பவர் நம் திரு.வி.க. நூற்களிலே நுண்ணிய உரையைத் தீட்டியவர் நம் திரு.வி.க. எதிர்கால உலகிற்கு சிறந்த ஏடுகளைத் தயாரிப்பவர் நம் திரு.வி.க.

பொதிகையாகிய குளிர்பந்தலிலே தமிழகம் இடம் பெற்றுள்ளதைக் கண்டு பூரிப்படைகிறேன்.

| சிவரஞ்சன் | கிளாசிக் |
| (வ.இளங்கோ) | 246 |

அந்தப் பூரிப்பை நான் மறந்துவிடவில்லை. பழங்காலத்திலே நூல் நிலையங்கள் சரியாக நடத்தப்பெறவில்லை. ஓலைச் சுவடிகள் பல நன்கு காப்பாற்றப்படாமல் பற்பல இடங்களிலே சிதறிப் போய்விட்டன. உலகத்திலே அச்சுப் பொறிகளைக் கண்டுபிடிப்பதற்கு முன்னர் ஓலை எழுதுவதற்கு வேறு சாதனம் இல்லை. அப்போது ஓலைச்சுவடி சிறந்த சாதனமாக இருந்தது. அச்சுப் பொறிகள் கண்டுபிடித்த பின்னர் புத்துணர்ச்சி ஏற்பட்டது. நல்ல வசதியும் ஏற்பட்டது. அச்சுப் பொறிகள் கண்டுபிடிப்பதற்கு முன்னர் ஓலைச் சுவடியைக் கண்டுபிடித்த அறிவுத் திறனைப் பாராட்டு கிறோம். அதைப் போலவே முதன் முதலில் விலங்கு களின் மீது பொதிகளை வைத்துக் கொண்டு, நடந்து சென்று வழிப்பயணம் செய்த மக்களிடை மரத்தினை, சக்கரம் கண்டுபிடித்தவரைப் பாராட்டுகிறோம்.

முதன்முறை மரச்சக்கரத்தின் நடுவே இரும்புக் கணையை அமைத்தவரின் அறிவுத் திறனைப் பாராட்டுகிறோம். அதைப்போலவே கோபுரம் கட்டிய சிற்பத்திறமை, அகழிகள் கட்டிய திறமை இவற்றைப் பாராட்டுகிறோம்.

முன்பு நாம் வாழ்ந்தது மன்னராட்சிக் காலம். இப்போது மக்களாட்சிக் காலம். பண்டைக் காலத் திலே காடுகளிலே இந்த விலங்குகளிடம் போரிட்டு அவற்றை ஒழித்து, காட்டை அழித்து, நாட்டை அமைத்த படை வீரர்களை நாம் பாராட்டாமல் இருக்க முடியுமா?

கோபுரங்களிலே அந்தக் காலத்திலே அகல் விளக்கு - இந்தக் காலத்திலே மின்சார விளக்கு ஏன்? காலத்திற்கேற்ற மாறுதல் ஏற்படத்தான் செய்யும். கோபுரத்தைப் போல ஓரளவுக்கு இக்காலத்தில் புகைக்கூண்டை அமைக்கிறோம். ஒரு விதத்தில் பழைமைக்கும் புதுமைக்கும் போராட்டம் நடை பெறுகிறது.

"எப்படித் தாழ்ந்தனையோ? தமிழா!" என்று ஒருவர் இங்குப் பாடியதைக் கேட்டோம். அதற்குப் பதில் 'அறிவுத் தாழ்ந்துவிட்டது' என்றுதான் சொல்ல வேண்டும். இந்தத் தாழ்மை மக்கள் மனதை முடமாக்கியிருக்கின்றது. வேறு இனத் தாருடைய தாக்குதல்கள் நம்மிடை வந்து புகுந்தது. வந்த அறிவு தேக்கமடைகிறது. அந்த தேக்கத்தை நீக்குவதற்காக, அன்பர்கள் இந்த நூல் நிலையத்தைத் துவக்கியிருக்கிறார்கள்.

நான், காணாத ஒரு புத்தகத்தை நூல் நிலையத் திலே கண்டு எடுத்து விட்டேனானால் என்று மில்லாத மகிழ்ச்சி ஏற்படுகிறது. நூல் யாரோ ஒருவருடைய சிந்தனை. அந்தச் சிந்தனையைத் தொகுத்து படிக்கிறோம்.

சென்னையில் வாழும் ஒருவனுக்கு, டெலிபோனை உபயோகிக்கத் தெரியாமல் போனால் எப்படியிருக்கும்? தந்தி கொடுக்கத் தெரியாமல் போனால் எப்படி இருக்கும்? துறைமுகத்தில் மிதக்கும் கப்பலைப் பார்த்து, 'ஓ! வீடு மிதக்கிறதா?' என்று கேட்டால் எப்படியிருக்கும்.

உலகத்திலே விஞ்ஞானம் வளர்ச்சியடைந்து

இப்போது உச்சநிலையை அடைந்துள்ளது. மேல் நாட்டிலே ஒருவர் பேசுகின்ற நிலையிலே (Television) அவர் பேசுவதைக் கேட்பதுடன் அவரையே நேரில் காணலாம். உலகமே இன்று வீட்டு வாயிற்படியில் வந்துவிட்டதே!

என்னுடைய விருப்பமெல்லாம், இத்தகைய நவீன விஞ்ஞான அறிவைக் கற்பிக்கும் நல்ல ஏடுகள் உண்டாக வேண்டும் என்பதாகும்.

புதிய ஏடுகள் நல்ல கருத்துக்களை உடையதாக இருக்க வேண்டும். பழைய பெரிய நூல்களில் உள்ள நல்ல கருத்துகளையெல்லாம் தொகுத்து வெளியிட்டால், மக்களுக்குப் பெரிதும் பயன்படும்.

இந்த லோகத்துக்கும் அந்த லோகத்துக்கும் ஜீவாத்மாவுக்கும் பரமாத்மாவுக்கும் உள்ள தொடர்புகளைப் பற்றிய நூல்களைவிட, இவ்வுலக வாழ்க்கைக்கு வேண்டிய நல்ல கருத்துடைய நூல்கள் மக்கள் மன்றத்திலே உலவினால் நல்லதல்லவா?

ஜிம் என்ற ஆங்கிலப் பேராசிரியர், "எல்லாப் பொருள்களைப் பற்றியும் கொஞ்சமாவது தெரிந்திருக்க வேண்டும்; ஏதாவது ஒன்றைப் பற்றி முழுவதும் தெரிந்திருக்க வேண்டும்" என்று சொல்கிறார்.

தமிழை மட்டும் படிப்பதால் நாம் முழு அறிவையும் பெற முடியாது. மற்ற மொழிகளில் உள்ள சிறந்த நூல்களையும் நாம் படிக்க வேண்டும். சரித்திர அறிவு பெற வேண்டுமானால் சரித்திரத்தைப் பற்றிய நூல்களைப் படிக்க வேண்டும். அப்போதுதான் சரித்திர அறிவு பெருகும்.

கிளாசிக் 249 | சிவரஞ்சன் (வ.இளங்கோ) | அகிலம் போற்றும் அறிஞர் அண்ணா

தொகுப்பு முறையிலே பல நூல்கள் தோன்ற வேண்டும். பொய்யைக் கட்டிவிடாமல் உண்மை யிலேயே நல்ல விதத்தில் ஏடுகள் அமைய வேண்டும். நாம் தேடித் தேடிக் கிடைக்காத கருத்தை நூலிலே கண்டால் மகிழ்ச்சி அடைவோம். அறிஞர் எல்லாரும் ஒன்றுகூடி நல்ல திட்டம் போட்டு நல்ல ஏடுகளைத் தயாரிக்கலாம்.

சிவரஞ்சன் (வ.இளங்கோ) — கிளாசிக் 250

நான் ஒரு நூல் நிலையம் வைத்திருந்தால் அதை எப்படி அமைப்பேன் என்பதையும் உங்களுக்கு சொல்ல வேண்டுமல்லவா? பொய் என்ற ஏடு என்னுடைய நூல் நிலையத்தில் இருக்காது, பஜனை செய்து கொண்டு, "வாழ்வாவது மாயம் அது மண்ணாவது திண்ணம்" என்ற கருத்தைப் புகுத்தக்கூடிய ஏடுகளால் பகுத்தறிவை பெற முடியுமா? இத்தகைய ஏடுகள் பஜனை மடங்களாக இருக்கட்டும். மக்களுக்கு, வாழ்க்கை நிலையாமையைப் பற்றிய வழியைக் காட்டும் நூல்கள் தேவையில்லை.

மேலை நாடுகளிலே ஆங்கிலேயர் வீட்டுக்குச் சென்றால் மாய உலகப் பேச்சைக் கேட்க முடியாது. விஞ்ஞான ஆராய்ச்சி பற்றிய பேச்சைக் கேட்கலாம். தமிழர் வீட்டிலே சென்று கேட்டால் 'திருவாசகத்துக்கு உருகார் வேறு எந்த வாசகத்துக்கும் உருகார்' என்ற பேச்சை கேட்கலாம்.

நல்ல வரலாறுகளைப் படித்தால் தான் இளம் உள்ளத்திலே புது முறுக்கு - எழுச்சி உண்டாகும் வாழ்க்கையிலே முன்னேற உத்வேகம் கிளம்பும்.

— அண்ணாவின் பேச்சில் ஒரு பகுதி

நாடாளுமன்றத்தில் அண்ணா ஆற்றிய அற்புத உரை

1.5.1962 அன்று தில்லி மாநிலங்களவையில் அறிஞர் அண்ணா அவர் குடியரசுத் தலைவர் உரை மீது, அவர் ஆற்றிய உரை 'இந்தியாவே அவர்பால்

திரும்பியது; அவரின் ஆங்கில உரையை கேட்டு, ஜவகர்லால் நேரு, குடியரசுத் தலைவர் ராஜேந்திர பிரசாத், டாக்டர் இராதாகிருஷ்ணன் மற்றும் நாடாளுமன்றத்தையே அது கலக்கி (அண்ணாவுக்கு முன்) வந்தவர்கள்கூட.... வியப்பின் உச்சிக்கே சென்றனராம்.

நேருஜி உணவு நேரத்தில்கூட அண்ணாவை தொடர்ந்து பேசச் சொல்வராம் என்றால் அவரின் பேச்சுத்திறன் என்னே? இதோ உரையின் சில பகுதிகள்.

பெருமதிப்பிற்குரிய மன்றத் தலைவர் அவர்களே!

பெருமைமிகு கம்பீரம் நிறைந்த இந்த அவையிலே பேசப்படும் கருத்துகளோடு என் கருத்தையும் உடன் எடுத்துச் சொல்ல வாய்ப்புத் தந்த உங்களுக்கு பெரிதும் நன்றி சொல்ல கடமைப்பட்டிருக்கிறேன். இந்தத் தொடர் கூட்டத்தில் நடைபெறும் விவாதத்தில் கலந்து கொள்ள முதலில் கொஞ்சம் தயங்கினேன். ஏனெனில் என்னுடைய ஆசை இந்த அவையை கவனித்துக் கற்றுக் கொள்வதுதான்! பேசி பிரச்னைகளைக் கிளறுவதல்ல!

ஆனால், கம்பீரம்மிக்க இந்த அவையில் காண்கின்ற இணக்கமான சூழ்நிலை இந்தப் பெருநாட்டின் குடியரசுத் தலைவரைப் புகழும் வளமிகு வாழ்த்துரையில் நானும் சேர்ந்து கொள்ளும் துணிச்சலைத் தந்துள்ளது. இப்போது உடல் நலமற்றிருந்தாலும் குடியரசுத் தலைவரின் சுயநலமற்ற பணிக்கு எனது வாழ்த்துகளைத் தெரிவித்துக் கொள்கிறேன்.

நான் இப்படி ராசேந்திர பிரசாத் அவர்களை

அகிலம் போற்றும் அறிஞர் அண்ணா — சிவரஞ்சன் (வ.இளங்கோ)

வாழ்த்தும்போது, நான் அவரின் அடியொட்டி செல்லும் தொண்டனல்லன் என்பதையும் கூறிக் கொள்கிறேன். அவர் நெஞ்சம் திறந்து ஏற்றுக் கொண்டுள்ள அரசியல் கட்சியின் தத்துவங்களுக்கும் எனக்கும் எவ்வித ஒற்றுமையும் இல்லை. வெகு தூரத்தில் நின்று கொண்டு குடியரசு தலைவரின் சிறந்த பணிகளைப் பாராட்டுகிறேன். இப்படிப் பாராட்டும் நிலை எனக்கு ஒரு விதத்தில் பலத்தையும் தருகிறது.

அவருடன் பணியாற்றினோம் என்று கூறிக் கொள்பவருக்கு ஏற்படும் தெம்பு எனக்கு ஏற்படாதது மனதின் பலவீனமாக இருக்கலாம். ஒரு கடமையுணர்ச்சியுள்ள ஒரு கட்சிக்காரரை இன்னொரு கட்சித் தோழர் பாராட்டு வதாக இல்லாமல், வெகு தூரத்திலிருந்து குடியரசு தலைவரின் பணியைக் கண்டு மகிழ்ந்து உண்மையாகப் பாராட்டுவதாக எனது பாராட்டு இருக்கிறது. இது உண்மை அடிப்படையி லமைந்த பலம்.

நான் இப்படிப் பாராட்டும்போது, துரதிருஷ்ட வசமாக அவர் ஆற்றிய உரையில் பெரிதும் ஏமாற்ற உணர்ச்சியையே பெற்றேன். அரசியல் சட்ட சரித்திரத் தின் மாணவர்கள் என்ற முறையில், குடியரசுத் தலைவர் பேசினால். அதன் மூலம் அரசாங்கம் பேசுகிறது என்பதை அறிவோம். எனவே அந்த உரையில் ஏதாவது குற்றங் குறைகளை எடுத்துச் சொன்னால், அது குடியரசுத் தலைவரைப் பற்றி தனிப்பட்ட முறையில் கூறுவதாகக் கருதக்கூடாது. கருதமாட்டார்கள் என்றே நம்புகிறேன்.

அரசு சரியானபடி உள்ளதை உள்ளபடி சொல்லவில்லை. எனவே தலைவர் அவர்களே, எதிர்த்தரப்பு உறுப்பினர்கள் அதைப்பற்றி சில கருத்துகளை எடுத்துச் சொல்ல வேண்டியிருக்கிறது.

திட்டங்கள் பற்றி திட்டத்தின் தந்தை எனப் புகழத்தக்க கனம் டி.டி.கிருஷ்ணமாச்சாரியார் எடுத்துரைத்ததைக் கேட்கும் பேறு பெற்றேன். குடியரசுத் தலைவர் உரையைப் படித்துப் பார்த்தால் அது ஒரு கம்பெனியின் ஆண்டறிக்கை போல இருக்கிறதே தவிர, நம்பிக்கையையும், குறிக்கோளையும் எடுத்தோதுவதாக இல்லை.

கம்பெனியின் ஆண்டறிக்கை என்று குறிப்பிடுவதன் காரணம், அந்தக் கம்பெனி இப்போது உறுப்பினர்களை தேடி அலைகிறது. பணத் தேவை மிகுந்துவிட்ட கம்பெனியாகவும் தென்படுகிறது.

குடியரசுத் தலைவர் உரை மீது, ஆளும் கட்சியினர் பேச்சில் ஒரு பெருமிதமும், செருக்கும் கொண்டிருக்கிறார்கள். ஓ! நாமும் மும்முறை தேர்ந்தெடுக்கப்பட்டுள்ளோம். எனவே எதைச் சொன்னாலும் சரியாகத்தான் இருக்கும். எதைச் செய்தாலும் சரியாகத்தான் இருக்கும்; எனவே சிறிய கட்சிகளுக்கு நம்மை தட்டிக் கேட்க உரிமை இல்லை என்று எண்ணுகிறார்கள்.

பொதுத்தேர்தலில் வெற்றியடைந்த பிறகு எந்தக் கட்சியும் பெருமிதம் கொள்ள உரிமை உண்டு. நல்ல அமைப்பு முறையும் நல்ல பண வசதியும் படைத்த காங்கிரஸ் போன்ற கட்சி பல்வேறு அக்கறையும் கொள்கைகளும் கொண்ட எதிர்க்கட்சி கழுகுக

ளை எதிர்த்து வெற்றி பெறுவது என்பது ஆச்சரியத் திற்குரியது அல்ல என்பதையும் உங்கள் அனுமதி யோடு சுட்டிக்காட்ட விரும்புகிறேன்.

காங்கிரசின் பலம் அதனிடம் இல்லை; எதிர்க் கட்சிகளின் பலவீனத்தால் தான் காங்கிரஸ் பலம் இருக்கிறது.

எனவே, வெற்றியில் பெருமிதம் கொள்வதைக் காட்டிலும் ஆளும்கட்சி பணியையும், ஜனநாயகத்தை யும் கற்றுக் கொள்ள வேண்டும். அதனால்தான் எடுத்த எடுப்பதிலேயே முதற்கருத்தை கூறும்போதே, பொதுத் தேர்தலில் நடந்த ஊழல்களை இந்தத் தரப்பு உறுப்பினர்கள் எடுத்துக் கூறினார்கள்.

தேர்தலில் நடைபெற்ற ஊழல் முறைகேடுகளைப் பற்றி எதிர்த் தரப்பு உறுப்பினர்கள் பேசியபோது ஆளும் கட்சி அங்கத்தினர்கள் அவற்றை நிரூபிக்க முடியுமா? என்று கேட்க எழுந்தார்கள். ஆதாரங்கள் மட்டும் எங்கள் கைக்குக் கிட்டும் நிலைமை இருந்தால், அய்யா, நாங்கள் இந்தக் கம்பீரமிக்க அவையில் அவை குறித்து பேசிக் கொண்டிருக்காமல் அவர்களை (ஆளும் கட்சியினரை) நீதிமன்றத்திற்கு இழுத்திருப் போம் என்பதைச் சுட்டிக்காட்ட விரும்புகிறேன்.

போதுமான வசதிகளற்ற வகையில் வைக்கப் பட்டுள்ள மற்றைய கட்சிகளுக்கு தக்க ஆதாரம் காட்டி நிரூபிப்பது அவ்வளவு எளிதான காரியமல்ல. இந்த விஷயத்தில் நாங்கள் நீதி நடவடிக்கைகளைவிட இப்பிரச்னையில் உள்ளடங்கியுள்ள தத்துவத்தையே

கிளாசிக்	சிவரஞ்சன்
255	(வ.இளங்கோ)

பெரிதும் வலியுறுத்துகிறோம்.

ஆம் கட்சி பெரும் தொழில் நிறுவனங்களிலிருந்து நன்கொடை பெறுவது சட்டபூர்வமானது என்றாலும் அது ஒழுங்கீனமான செயல் என்று நீதிமன்றங்கள் கண்டனம் தெரிவித்தது நமக்குத் தெரியாதா? அதற்குப் பிறகு (ஆளும் கட்சியினர்) டாட்டா பிர்லாக்களின் ஆயுதச் சாலைகளிலிருந்து பண ஆயுதம் பெற்றிருக்கின்றனர்.

எங்கிருந்து இவர்கள் தேர்தல் நிதியைச் சேர்த்துக் கொண்டார்கள் என்பதை நாடு மறந்துவிட்டதா? இந்த அடிப்படையில்தான் ஆளும் கட்சி உறுப்பினர்கள் கூறலாம். மற்ற கட்சிகளிடமும்கூட இந்த ஒழுங்கீனம் உள்ளதென்று இந்த பரந்த துணைக் கண்டத்தின் மூத்த பெரும் கட்சி என்ற முறையில் உயர்ந்த மரபுகளை ஏற்படுத்துவது காங்கிரசின் தலையாய கடமையல்லவா?

இந்த நேரத்தில் பழமொழி ஒன்று நினைவிற்கு வருகிறது. 'அரசன் எவ்வழி; குடிகள் அவ்வழி'.

அறிஞர் அண்ணாவின் பேச்சுக்களை, ஆற்றல் மிக்க சொற்பொழிவுகளை, எழுச்சிமிகு உரைகளை, ஏற்றமிகு எழுச்சி கருத்துகளை, இக்கால இளைஞர்கள் சிலவற்றை இணையதளத்தில் கேட்கலாம்.

இன்று அவரின் சொற்பொழிவுகளை நூல்கள் வாயிலாக அறியலாம். காலத்தால் அறியாத அற்புதமான கருத்துக்குவியல்கள் அவை. அவரின் ஒவ்வொரு வார்த்தையும் அறிவின் வெளிச்சமாகும்.

ஆற்றங்கரையோரம், ஏ! தாழ்ந்த தமிழகமே, தீ பரவட்டும் (கம்பராமாயண சொற்போர்), ஆரிய மாயை, அற நிலையங்கள், சொல்லும் பயனும், பொருள் என பல சொற்பொழிவுகள் படிக்க படிக்க உங்களை அறிவின் சிகரமாக்கும்.. நான் இங்கே... அவரின் சொற்பொழிவின் சில பகுதி களையே கொடுத்திருக்கிறேன். மேற்கொண்டு படித்து அறிவாளியாகுங்கள்.

| கிளாசிக் 257 | சிவரஞ்சன் (வ.இளங்கோ) |  அகிலம் போற்றும் அறிஞர் அண்ணா |  |

நாடக மேதை 'அண்ணா'

உலக சரித்திரத்தில் நாடக மேதைகள் என்றால் ஒரு சிலர் மட்டுமே குறிப்பிடப்படுவார்கள். அவர்களில் முதலிடத்தில் இருப்பவர் ஷேக்ஸ்பியர். பிரிட்டனை இழந்தாலும் நாங்கள் கவலைப்படமாட்டோம்; ஆனால் ஷேக்ஸ்பியரின் நாடகங்களை இழந்தால் மிகவும் துயரப்படுவோம். அதாவது ஷேக்ஸ்பியரின் நாடகங்களைவிட நாடே முக்கியமல்ல என்பதிலிருந்து பிரிட்டன் மக்கள் ஷேக்ஸ்பியரை எந்த அளவுக்கு நேசிக்கிறார்கள் என்பதை உணரலாம். இவருக்கு அடுத்து பெர்னாட்ஷா,

இப்சன், கால்ஸ்வொர்த்தி, யூஜின் நீல், மோலியர் போன்றவர்கள் உலகில் சிறந்த நாடகாசிரியர்களாக கொண்டாடப்பட்டு வருகிறார்கள்.

இந்தியாவில் காளிதாசனை இந்தியாவின் ஷேக்ஸ்பியர் என்பார்கள். தமிழ்நாட்டில் சங்கரதாஸ் சுவாமிகள், பம்மல் சம்பந்த முதலியார் போன்ற நாடக உலகின் சிகரங்கள் என்பவர்கள். இவர்களுக்கு பின்னர் பல நாடக ஆசிரியர்கள் தோன்றினர். இவர்களில் முதலிடம் பெறுபவர் அறிஞர் அண்ணா அவர்கள் தான் என்பது பொய்யில்லை.

புராண நாடகங்கள் கோலோச்சி கொண்டிருந்த காலகட்டத்தில் ஜமீன்தார்களின் அட்டூழியங்கள், கடவுள் பெயரில் மக்களை மூடர்களாக்கும் சாமியார் கள். ஜாதி, மத மூடநம்பிக்கைகள் இவைகளை புரட்டிப் போடும் விதமாக அண்ணா தன் நாடகங் களை பயன்படுத்தி மக்களுக்கு விழிப்புணர்ச்சி ஏற்படுத்தினார். மக்களால் என்றும் போற்றப்படும் நாடகங்களை எழுதினார்.

நாடகங்களில் நீண்ட உரையாடலும், ஒன்றிரண்டு சொற்களாலான உரையாடலும் எழுதி பார்ப்பவரை ஈர்ப்பார். செவிகளில் இறங்கி, நெஞ்சில் கல்வெட்டாய் பதியும் உரையாடல்களை அன்றைய மக்கள் மறக்கவேமாட்டார்கள்.

சில நாடகங்களில் அண்ணாவே நடிக்கவும் செய்தார். இவரின் சிவாஜி கண்ட இந்து ராஜ்யம் என்ற நாடகத்தில் நடித்த நடிகர் திலகத்தின் இயற் பெயரான கணேசனே... சிவாஜி கணேசன் ஆனார்.

உரையாடல்களில் கலைநயத்தைக் கொண்டு

வந்தார். புராண நாடகங்களிலிருந்து சமூக புரட்சி நாடகங்களாக மாற்றினார். நாடகத் துறையில் புதுமைகளை புகுத்தி வருங்கால நாடகாசிரியர்களுக்கு வழிகாட்டியாக அமைந்தார்.

நாடகத்தின் மேலான விருப்பம் அண்ணா அவர்களுக்கு பள்ளிக்கூட காலத்திலேயே ஏற்பட்டு விட்டது.

"நான் சிறுவனாக இருந்தபோது அரிச்சந்திரன் வேடம் போட்டு நண்பர்களுடன் வீட்டு மாட்டுக் கொட்டகையில் நாடகம் (அரிச்சந்திரா) ஆடிக் கொண்டிருந்தேன். அந்த வேடத்துடனே என் பாட்டியார் என்னை வீட்டுக்குள் அழைந்து வந்து முதுகிலே நான்கு அடி கொடுத்தார்கள்" என்று அண்ணா 'பிற்காலத்தில்' கூறினார். இவரின் முதல் நாடகம் குடியரசு இதழில் 1938-ல் 'காங்கிரஸ் வாலா' என்ற பெயரில் வெளிவந்தது. 1968-ல் காஞ்சி இதழில் 'இன்ப ஒளி' என்ற இறுதி நாடகத்தை எழுதினார். பெரிய நாடகங்கள் 12. ஓரங்க நாடகங்கள் 60.

பெரிய நாடகங்கள்

1. சந்திரோதயம் ---------------------------------- 1943
2. வேலைக்காரி (திரைப்படமானது)-------------- 1944
3. சிவாஜி கண்ட இந்து ராஜ்யம்------------------- 1945
4. நீதி தேவன் மயக்கம்--------------------------- 1947
5. நல்லதம்பி (திரைப்படமானது) ---------------- 1948
6. ஓர் இரவு (திரைப்படமானது) ------------------ 1953

7. காதல் ஜோதி (திரைப்படமானது)-------------- 1970
8. சொர்க்கவாசல் (திரைப்படமானது) ----------- 1956
9. பாவையின் பயணம் ------------------------- 1956
10. கண்ணாயிரத்தின் உலகம் ------------------ 1966
11. ரொட்டித்துண்டு ---------------------------- 1967
12. இன்ப ஒளி -------------------------------- 1968

1. சந்திரோதயம்

இந்த நாடகம் 1943-ல் வட ஆற்காடு மாவட்டம் (இன்றைய வேலூர் மாவட்டம்) திருவத்திபுரம் என்ற ஊரில், பாவேந்தர் பாரதிதாசன் தலைமையில் நடைபெற்றது.

இந்த நாடகத்தில் அண்ணா 3 வேடங்களில் ஏற்று நடித்தார். மடாதிபதி, ஜமீன்தார், புரட்சி இளைஞன். இந்த மூன்று வேடங்களிலும் அற்புதமாக 'நாடகமே வாழ்க்கையாக' வாழுகின்ற நடிகர்களையும் விஞ்சி நடித்ததாக, புகழ்பெற்ற நாடக நடிகர் டி.கே.சண்முகம் கூறியிருக்கிறார் எனில் அவரின் நடிப்புத்திறன் எத்தகையதாக இருந்திருக்கும்.

2. வேலைக்காரி

1944ஆம் ஆண்டு எழுதப்பட்ட நாடகம். இதுவும் சமூக புரட்சி நாடகமே.

இந்த நாடகத்தில் விதவைத் திருமணம், வர்க்க போராட்டம், சாதிமறுப்பு, மூடநம்பிக்கை, செல்வந்தர்களின் பணத்திமிர், மடாதிபதிகளின் ஏமாற்று.

கிளாசிக் 261 | சிவரஞ்சன் (வ.இளங்கோ) | அசீலம் போற்றும் அறிஞர் அண்ணா

இந்த நாடகத்தில் வசனங்கள் அக்காலத்து மக்களின் மனதை எழுச்சிபெற செய்தனவாம். 'வரிக்கு வரி' கைத்தட்டலை பெற்று சிந்திக்க வைத்தனவாம்.

"சட்டம் ஓர் இருட்டறை அதில் வக்கீலின் வாதம் ஓர் விளக்கு. அந்த விளக்கு ஏழைகளுக்கு கிடைப்பதில்லை. பணம் பணம் என அலைந்து பணம் சேர்த்த வேதாசல முதலியாரை பார்த்து ஆனந்தன் கேட்பான்,

இப்படி ஊரை மாற்றி பணத்தை மிச்சப்படுத்தி என்னய்யா சுகத்தைக் கண்டீர்? தங்கத்தினாலே அரிசி செய்து சமைத்து கோமேதக் கூட்டும், வைர வறுவலும், முத்து பச்சடியும், மோர் குழம்பிலே செம்புமா கலந்து சாப்பிட்டு வந்தீர்."

இவ்வாறு போலி சமூகத்தை சவுக்கடி போல புரட்டி போடும் வசனங்களை எழுதி மக்களை சிரிக்கவும் சிந்திக்கவும் வைத்திருப்பார்.

3. சிவாஜி கண்ட இந்து ராஜ்யம்

இந்த நாடகத்தை அண்ணா 1945-ல் எழுதினார். நாம் வீரசிவாஜி என்று போற்றப்படும் மராட்டிய மாவீரன் சிவாஜி. பெரும் சாம்ராஜ்யத்தைபடைத்தும் அவன் 'சூத்திரன் என்பதால் ஆரியர்கள் அவனை 'முடி' சூட்டிக் கொள்ளவிடவில்லை. ஆரியர்களின் அநியாயத்தை கண்டு குமுறினார் சிவாஜி. மாவீரனுக்கே இக்கதி என்றால் மக்களை அவர்கள் என்ன பாடு படுத்துவார்கள்? என்று எண்ணி மருகினான் சிவாஜி. இந்த நாடகத்தை அண்ணா சிவாஜியின் வரலாற்றை ஆய்வு செய்து எழுதினார். 'காகப்பட்டர்' என்ற

சிவரஞ்சன் [வ.இளங்கோ]

ஆரிய மாமுனியிடம் 1 லட்சம் வராகன் லஞ்சம் கொடுத்து 'முடிசூட்ட' பெற்றார் சிவாஜி.

அதாவது 'சூத்திரன்' என்ற சிவாஜி, சத்திரியனாக மாறி தான் முடிசூடமுடியும். அவன் சத்திரியனாக மாறத்தான் அந்த லஞ்சம்.

இந்த நாடகத்தை 'சந்திரமோகன்' என்றும் அழைப்பர்.

அண்ணாவின் எழுத்து வீச்சை காண ஓர் எடுத்துக்காட்டு.

சந்திரமோகன் சிவாஜியைப் பார்த்து,

மராட்டியத் திலகமே! மன்னிக்க வேண்டும். என் வெற்றிவீரன், சிவாஜி ஆவதை விரும்பி வந்தேனே ஒழிய, ஆரியதாசனான பிறகு அரியாசனம் எனும் துர்ப்பாக்கிய காட்சியைக் காணவரவில்லை. மகராஜ்! ஆரிய சிரேஷ்டர் என்று அர்ச்சிக்கிறீர் ஒரு ஆற்றலற்ற கூட்டத்தை. டார்ட்டாரி தேசத்துப் புரவிகள் மீதமர்ந்து, தகதகவெனும் கவசம் பூண்டு பளபளக்கும் கட்கம் ஏந்தி போர்க்குணம் படைத்த மக்கள் இங்கு புயலெனக் கிளம்பிய பொழுது, காய்ந்த புல்லைக் கையிலேந்தி திரிந்த கூட்டம் என்ன செய்தது? தாங்கள் யார்? தங்களுடைய வீரதீரம் எத்தகையது? தாங்கள் எங்கள் கண்களுக்கு மராட்டிய நாட்டிலே மார்தட்டி நின்று மகத்தான போராட்டங்களை நடத்திய மாவீரராகக் காட்சியளிக்கிறீர். கட்கமெடுத்து, புரவி மீதேறி காடு மலை கடந்து சென்று, கடும் போரிட்ட மாவீரன், ஆனால் அவர்கள் கண்களுக்கு சூத்திர

ராகத் தெரிகிறீர்? கண்ணிலும் கருத்திலும் கடும் விஷம் இருக்கிறது காவலா! மராட்டிய மண்டலத்தைக் கமண்டல நீர் தெளித்து அவர்கள் உண்டாக்கவில்லை. மராட்டிய ரத்தத்தைச் சிந்தி இந்த மண்டலத்தைப் பெற்றோம். யாக குண்டத்தின் விளைவல்ல மராட்டியம், தியாகத் தீயிலே தோன்றிய தேசம். இந்த வேலையை வேதம் ஓதும் அவர்கள் செய்யவில்லை. நாம் செய்தோம். நம்மை நிந்திக்கிறார்கள் சூத்திரர்கள் என்று... அதை நாம் ஏற்றுக் கொள்வதா மன்னா; இது நமது வீழ்ச்சியின் அறிகுறி அல்லவா?

அண்ணாவின் வசனங்களில் தெறிக்கும் கருத்துத் தீப்பொறிகளை என்னவென்பது?

4. நீதி தேவன் மயக்கம்

கம்பராமாயணத்தில் இராமன் அவதாரம், இராவணன் அரக்கன் என கம்பன் சித்திரித்ததை எதிர்த்து எழுதியது! அருமையான நாடகம்.

5. நல்ல தம்பி

1948-ல் எழுதியது. பணக்கார சமீன்தார் குடும்பத்தில் பிறந்த நல்லதம்பி, ஏழை எளிய மக்களுக்கு உதவும் சீர்திருத்தக்காரனாக இயங்குவார். பொது உடைமை கருத்துகளை கூறி விழிப்புணர்ச்சி ஏற்படுத்துபவர் 'இருப்பவர் இல்லாதவருக்கு' உதவுபவராக இருக்க வேண்டும் என்பதை பற்றி பிரச்சாரம் செய்வார்.

இந்த நாடகம் திரைப்படமாக வந்து நன்கு ஓடியது.

6. ஓர் இரவு

அண்ணாவின் நாடகங்களில் தலை சிறந்த ஒன்றாக கூறப்படுகிறது. சமூகத்தில் நடக்கும் அவலங்களை படம் பிடித்து காட்டும் நாடகம். ஏ.வி.எம். நிறுவனத்தாரால் படமாகவும் எடுக்கப்பட்டது. நாடகத்தை திரைப்படமாக மாற்ற அண்ணா ஒரே இரவில் 300 பக்கங்களுக்கு மேல் எழுதியது இன்றும் சாதனை.

இந்த நாடகத்தின் மற்றொரு சாதனை இருபதாண்டு நிகழ்ச்சிகளைப் பின்னோக்குக் காட்சிகளாக்கி (Flash Back) முதன்முதலில் நாடகத்தில் புகுத்தியது தான்.

குதிரைப்பந்தய மோகத்தால் குடும்பத்தை கவனிக்காமல் இருக்கும் குடும்பத் தலைவன், வாழ்வில் விபசாரி ஆக்கப்பட்ட பெண் ஒருத்தி முதிய வயதில் இரண்டாம் மனைவி என 'பல்வேறு' மனிதர்களின் 'பல்வேறு' அவலங்களை காட்டிய நாடகம்.

இந்த நாடகத்தை பாராட்டாத பெரிய மனிதர்கள் அக்காலத்தில் இல்லை. பார்த்தவர்களை யெல்லாம் சிந்திக்கக் கூடிய அளவில் அண்ணா எழுதிய கருத்துக்குவியல் அது. குறிப்பாக பொன்னியின் செல்வன், அலை ஓசை, தியாக பூமி போன்ற படைப்புகளை தமிழுக்கு வழங்கிய சிறந்த எழுத்தாளரான 'கல்கி' 'ஓர் இரவை' பார்த்து பாராட்டியது இலக்கிய மகுடம்.

| கிளாசிக் | சிவரஞ்சன் |   |
| 265 | (வ.இளங்கோ) | |

இதைப்போன்ற பாராட்டுரை தமிழகத்தில் வேறு எவருக்காகவாவது கிடைத்திருக்குமா என்பது சந்தேகம்.

இதோ ஒரு பெர்னாட்ஷா... கிப்சன்

தற்காலத்து நாடகக் கலையைப் பற்றி பேசும் போதெல்லாம் ஆங்கிலம் படித்த மேதாவிகள் பெர்னாட்ஷாவையும், கிப்சனையும் நினைத்து ஒரு குரல் அழுவது வழக்கம். நாடகம் கீடகம் என்றெல் லாம் பேசிக் கொண்டிருக்கலாம். ஆனால் ஒரு பெர்னாட்ஷாவுக்கும், கிப்சனுக்கும் எங்கே போவது? திருடப்போக வேண்டியதுதான்! என்று சொல்லு வார்கள். அப்படியெல்லாம் திருடவும், கிருடவும் போக வேண்டாம். தமிழ்நாடு நாடகாசிரியர் இல்லா மல் பாழ்த்துப் போகவில்லை என்று சமீபத்தில் தெரிந்து கொண்டேன்.

இரண்டு வாரத்துக்கு முன்பு திருச்சிராப்பள்ளி

யில் 'ஓரிரவு' என்னும் நாடகத்தைப் பார்க்க நேர்ந்தது. பார்த்ததன் பயனாக "இதோ ஒரு பெர்னாட்ஷா தமிழ்நாட்டில் இருக்கிறார். கிப்சனும் இருக்கிறார்; கால்ஸ் வொர்த்தியும் இருக்கிறார்" என்று தோன்றியது.

நாடகக் கதையும், கதையை அமைத்திருந்த பாணியும், கட்டுக்கோப்பும், காட்சிகளின் அமைப்பும், சம்பாஷணையும் அப்படி ஒன்றுக்கு மேல் ஒன்று சிறந்து விளங்கி என்னைத் திணற அடித்துவிட்டன. நாடக முடிவில் என்னைப் பேசும்படி சொன்ன போது, 'ஒன்றும் பேசத் தோன்றவில்லை, நன்றாக இருக்கிறது, மிக நன்றாக இருக்கிறது என்றுதான் திரும்ப திரும்ப சொல்ல வேண்டியிருந்தது.'

காங்கிரசுக்கும், தேசிய விடுதலை இயக்கத் துக்கும் எதிர்க்கட்சிகள் என்று கருதப்படும் திராவிடக் கட்சி, சுயமரியாதைக் கட்சி, ஜஸ்டிஸ் கட்சி ஆகியவற்றில் மிகச் சிறந்த எழுத்தாளரும் சொற்பொழிவாளரும் சிலர் இருக்கிறார்கள்.

திராவிடக் கட்சி, சுயமரியாதைக் கட்சி, ஜஸ்டிஸ் கட்சி சொற்பொழிவாளர்களிலே தற்சமயம் தலை சிறந்து விளங்குகிறவர் சி.என்.அண்ணாதுரை அவர்கள். அவர் சொற்பொழிவுகள் சிலவற்றை நான் கேட்டிருக்கிறேன். சொற்பொழிவு என்றால் இது வல்லவா சொற்பொழிவு! தட்டுத் தடுமாறிச் சொற்களுக்குத் திண்டாடி நிற்பதையெல்லாம் சொற்பொழிவு என்கிறோமே! என்று எண்ணத் தோன்றும்.

கிளாசிக் — சிவரஞ்சன் (வ. இளங்கோ)

அண்ணாதுரையின் சொற்பொழிவு ஒன்றை நான் நேரில் கேட்காவிட்டாலும் நண்பர் ஒருவர் அதைப்பற்றிக் கூறுவது என் மனதில் பதிந்து போயிருக்கிறது.

சென்ற ஆண்டின் இறுதியில் சென்னையில் தமிழ் எழுத்தாளர் மாநாடு நடந்தது. அச்சமயம் நான் பம்பாயில் அகப்பட்டுக் கொண்டேன். ரயில் பாதையும் உடைபட்டுப் போயிருந்தபடியால் மாநாட்டுக்கு வரமுடியவில்லை.

திரும்பிவந்ததும் எழுத்தாளர் மாநாட்டைப்பற்றி விசாரித்தேன். அண்ணாதுரையின் பிரசங்கத்தைப் பற்றி ஒருவர் சொன்னார். நமது கிராமங்களிலுள்ள ஜனங்கள் அறிவு விளக்கம் பெறாமல் பழைய குருட்டு நம்பிக்கையிலே ஆழ்ந்து கிடப்பதை பற்றி அண்ணா துரை பேசினாராம்.

மின்சார சக்தியைக் கண்டுபிடித்தவர் யார்? என்று கிராமவாசியை கேளுங்கள். தெரியாது. ஆனால் எமனுக்கு வாகனம், எருமைக்கடா என்று தெரியும். நீராவி இயந்திரத்தை கண்டுபிடித்தவர் யார்? என்று கேளுங்கள் தெரியாது; ஆனால் எமனுக்கு வாகனம் எருமைகடா என்பது மட்டும் தெரியும்; ரேடியத்தின் உபயோகம் என்னவென்று கேளுங்கள். தெரியாது; ஆனால் எமனுக்கு வாகனம் என்ன வென்று கேட்டால் உடனே எருமைக்கடா என்று பதில் வரும். இந்த மாதிரி எமனையும் எருமைக் கடாவையும் வைத்துக் கொண்டு அண்ணாதுரை மேற்படி மாநாட்டில் வெளுத்துக் கட்டிவிட்டார் என்று பிரசங்கத்தைக் கேட்ட நண்பர் சொன்னார்.

எழுத்தாளர் மாநாட்டிலேயே அண்ணாதுரை பிரசங்கம் தான் விசேஷ நிகழ்ச்சி என்றும் தெரிவித்தார்.

ஆனால் பேச்சும், பிரசங்கமும் சொற்பொழிவும் உடனுக்குடன் காற்றிலே போய் விடுகின்றன. கூட்டத்திற்கு வருகின்ற ஜனங்களில் 100க்கு 50பேர் சொற்பொழிவைச் சரியாகக் கவனிப்பதே இல்லை. மற்ற ஐம்பது பேர் ஒரு காதினால் வாங்கி இன்னொரு காதினால் விட்டுவிடுகிறார்கள்.

பேச்சைக் காட்டிலும், எழுத்து அதிக வலிமையுடையது. ஆனால் பேச்சு எழுத்து எதுவும் நாடகத்துக்கு அருகிலும் வராது. ஜனசமூகத்தை உண்மையில் சீர்திருத்த விரும்புகிறவன் கையாள வேண்டிய சாதனம் நாடகமேயாகும்.

நடிக்கக் கூடிய நாடகத்தை எழுதும் ஆற்றல் மிகவும் அரியது. அந்த ஆற்றல் அண்ணாதுரையிடம் பரிபூரணமாக அமைந்திருக்கிறது என்பதை 'ஓரிரவு' நாடகத்தில் கண்டு மகிழ்ந்தேன்.

மகாத்மா காந்தியின் தொண்டர், காங்கிரஸ் அனுதாபி, ராஜாஜி அவர்களின் சீடர், எழுத்தாளர் கல்கி அண்ணாதுரை அவர்களின் நாடகத் திறனை மனந்திறந்து பாராட்டியது அண்ணாவின் சாதனை தானே.

7. காதல் ஜோதி

இந்த நாடகம் விதவைக்கு மறுமணம் செய்வதை குறித்த புரட்சிகர (அந்த காலத்தில்) நாடகமாகும்.

இதை 1953-ல் அண்ணா எழுதினார். சுமார் 64 ஆண்டுகள் கடந்தும் விதவை மறுமணத்தை ஏற்றுக் கொள்ளாத சமூகமாய் இருப்பது வேதனைக்குரிய விஷயமாகும்.

இந்த நாடகம் 1970-ல் திரைப்படமாகவும் வெளிவந்தது.

8. சொர்க்கவாசல்

மூடநம்பிக்கைகளை குறிப்பாய் மடாதிபதிகளின் மடமைகளை மக்கிய குப்பை காகிதங்களை தனது எழுத்து தீயால் கொளுத்தி போட்ட நாடகம்.

மடாதிபதிகள் எப்படியெல்லாம் மன்னர்களை ஆட்டிப்படைத்தார்கள் என்பதை 'விலாவரியாக' எழுதியிருந்தார்.

இதிலே மக்கள் கவிஞன் (கதாநாயகன்) மடாதி பதிகளின் அக்கிரமங்களை, அட்டூழியங்களை, புளுகுகளை வெளிகொணருவான்.

அற்புதமான உரையாடல்களை தன்னகத்தே கொண்ட நாடகம்.

9. பாவையின் பயணம்

பெண்கள் சுதந்திரம் - விவாகரத்து, பொருளா தார சுதந்திரம் பற்றி இன்று நிறைய பேசுகின்றனர். மகாத்மா, தந்தை பெரியார், அம்பேத்கர் போன்ற தலைவர்கள் பெண் உரிமை பற்றி பேசினர். அறிஞர் அண்ணா பெண்கள் சுதந்திரத்தை அவள் பட்ட அவதியை துயரத்தை ஆணித்தரமாக 'பாவையின்

| சிவரஞ்சன் | கிளாசிக் |
| (வ.இளங்கோ) | 270 |

'பயணம்' என்ற நாடகத்தின் மூலம் வெளிப்படுத்தினார். 1954ஆம் ஆண்டு எழுதப்பட்ட புரட்சி நாடகம்.

'பெண்கள் திருமணத்தின் மூலம் நல்ல தோழமையை எதிர்பார்க்கிறார்கள்; ஆனால் அவர்களுக்கு கிடைப்பதோ கண்ணீரும் வேதனையும்தான் என்பதை 'வனஜா' பாத்திரத்தின் மூலம் அருமையாக விளக்கி இருப்பார்.

வனஜா கணவனிடமிருந்து விவாகரத்து கேட்டு நீதிமன்றத்தில் வழக்காடுவாள்; அப்போது அவள் நீதிபதியிடம் 'பேசும்' பேச்சு இன்றைய வாழ்வுக்கும் பொருந்தும்.

அண்ணா 'பெண்ணுரிமையை' அருமையாக வெளிபடுத்தியிருப்பார்.

அண்ணா பெண்களை எப்படி போற்றினார் என்பதை இந்த நாடகத்தின் மூலம் உணரலாம்.

"நீதிபதியவர்களே...! வாழ்வுதேடி, வாழ்வில் இன்பம் தேடி பெண்கள் நீண்ட பயணம் நடத்தியிருக்கிறார்கள். எல்லாக் கட்டத்திலும், கண்ணீரும் இரத்தமும் தான் கொட்டப்பட்டிருக்கிறது.'"

10. கண்ணாயிரத்தின் உலகம்

இந்த நாடகம் 1966-ல் எழுதப்பட்டது. 'கண்ணாயிரம்' என்பவர் இந்த உலகில் படும் அவலங்களை அழகாக விளக்கியிருப்பார்.

கிளாசிக்	சிவரஞ்சன்
271	(வ.இளங்கோ)

11. ரொட்டித்துண்டு

இந்த நாடகத்தை அவர் முதலமைச்சர் ஆன பிறகு எழுதினார்.

12. இன்ப ஒளி

1968ஆம் ஆண்டு 'விஞ்ஞானத்தை' முன் வைத்து எழுதப்பட்ட நாடகம் இது. அதாவது அணு ஆற்றலை போருக்கு பயன்படுத்தாமல் நல்ல காரியங்களுக்கு எப்படி பயன்படுத்தணும் என்பதை மையமாக வைத்து எழுதப்பட்டது.

அண்ணாவின் சிறு நாடகங்கள் :

1. காங்கிரஸ் வாலா	குடியரசு	4.10.1938
2. ரோம் எரிகிறது	திராவிட நாடு	1943
3. அவன் பித்தனா	திராவிட நாடு	1943
4. கலப்பு மணம்	திராவிட நாடு	1945
5. துரோகி கப்லான்	திராவிட நாடு	1945
6. ஆற்றங்கரையினிலே	காலன்	1945
7. பாபுலர் ஸ்டோர்ஸ்	காலன்	1945
8. வழக்கு வாபஸ்	காலன்	1947
9. நடந்ததுதான் நடக்கிறது	காலன்	1947
10. யார் கேட்க முடியும்	காலன்	1947
11. தேவலோகத்தில்	திராவிட நாடு	1947

அகிலம் போற்றும் அண்ணா	சிவரஞ்சன் (வ.இளங்கோ)	கிளாசிக்
		272
12. இரக்கம் ஓர் பயணம்	திராவிட நாடு	1947
13. கறை போகவில்லை	திராவிட நாடு	1947
14. அவினாசியார் காண வேண்டிய காட்சி	திராவிட நாடு	1947
15. காசூரார் கருணை	திராவிட நாடு	1947
16. ஆலை ஆறுமுகம்	திராவிட நாடு	1948
17. செல்லப்பிள்ளை	திராவிட நாடு	1948
18. மடமான்மீயம்	திராவிட நாடு	1948
19. பாஜீராவ்	திராவிட நாடு	1948
20. இரக்கம் எங்கே	திராவிட நாடு	1948
21. அவர்கள் உள்ளம்	திராவிட நாடு	1948
22. மகுடாபிஷேகம்	திராவிட நாடு	1949
23. சுமங்கலி பூஜை	திராவிட நாடு	1949
24. கட்டை விரல்	திராவிட நாடு	1949
25. கல்சுமந்த கசடர்	திராவிட நாடு	1949
26. தருமம் தலைகாக்கும்	திராவிட நாடு	1950
27. பாங்கர்பணம் பெருத்தான்	திராவிட நாடு	1950
28. இளங்கோவின் சபதம்	திராவிட நாடு	1950
29. எந்தன் திருவிளையடல்	திராவிட நாடு	1950
30. நன்கொடை	திராவிட நாடு	1951
31. புதிய மடாதிபதி	திராவிட நாடு	1954

கிளாசிக் 273 | சிவரஞ்சன் (வ.இளங்கோ) | அகிலம் போற்றும் அறிஞர் அண்ணா

32. அவர்கள் பேசாதது	திராவிட நாடு	1954
33. குறும்புக்காரன்	திராவிட நாடு	1954
34. ஒரே ஒரு வித்தியாசம்	திராவிட நாடு	1955
35. ராகவாபணம்	திராவிட நாடு	1955
36. பாங்காக் பங்கஜா	திராவிட நாடு	1955
37. சன்மானம்	திராவிட நாடு	1955
38. மாங்காய் ஊறுகாய்	திராவிட நாடு	1955
39. கண்ணீர்த்துளி	திராவிட நாடு	1956
40. சீனன் சந்தர்ப்பவாதி	திராவிட நாடு	1956
41. காந்தி ஜெயந்தி	திராவிட நாடு	1956
42. மொரார்ஜ் விருந்து	திராவிட நாடு	1956
43. சுயேச்சை ஆகிவிடுவேன்	திராவிட நாடு	1956
44. பெரிய மனிதர்கள் கைலாயம் வேண்டாம்	திராவிட நாடு	1959
45. பாகீரதியின் பந்தயம்	திராவிட நாடு	1959
46. ஜனநாயக சர்வாதிகாரி	திராவிட நாடு	1960
47. பாரதம்	திராவிட நாடு	1960
48. திரும்பிப் பார்	திராவிட நாடு	1962
49. கள்ளுக்கடை காங்கிரஸ்காரர்	திராவிட நாடு	1965
50. முதலாளித்துவ சோசலிசம்	திராவிட நாடு	1965
51. அம்பாள் கடாட்சம்	திராவிட நாடு	1966

52. மங்களாபுரி மைனர்	திராவிட நாடு	1966
53. சகவாசதோஷம்	திராவிட நாடு	1969
54. செல்வ இளைஞன்	திராவிட நாடு	1969

அண்ணாவின் ஒவ்வொரு நாடகத்தை பற்றியும் எழுதிக் கொண்டே போகலாம். ஒவ்வொன்றும் ஒவ்வொரு விதமாய், வேறு வேறு பாணிகளில் கருத்துகளை அள்ளி அள்ளி வழங்கி இருப்பார். அவரின் தலைப்புகளை பார்த்தாலே போதும் அதன் உள்ளடக்கம் புலப்பட்டு விடும்.

அன்றன்று சமூகத்தில், அரசியலில் நடைபெறு கின்ற நல்லது, கெட்டதுகளை, அவலங்களை புட்டுபுட்டு வைப்பார்; இவரைபோல 'கரண்ட் நியூஸ்' என்று சொல்லப்படும் விஷயங்களை சொல்லிய வர்கள், சொல்பவர்கள் மிகவும் குறைவு. மேலும் இவரைப்போல அன்றைய செய்திகளை துணிச்சலுடன் சொன்னவர்கள் மிகவும் குறைவு. அவரின் நாடகங்கள் என்றும் உயர்ந்த இடத்தில் வைத்து போற்றப்பட வேண்டியவையே.

'ஓர் இரவு' நாடகம்

அண்ணாவின் எல்லா நாடகங்களும் சமூக விழிப்புணர்வு ஏற்படுத்துபவையே. அவரின் நாடகங் களில் மிகவும் பிரபலமான ஒன்று ஓர் இரவு. அந்த நாடகத்தில் அவரின் 'எழுத்தாற்றலை இங்கே இரண்டு காட்சிகளின் மூலம் காணலாம்.

கிளாசிக்	சிவரஞ்சன்
275	(வ.இளங்கோ)

காட்சி – 12

இடம் : தேவர் மாளிகை

இருப்போர் : தேவர், ஜெகவீரர்

(சுசிலா உள்ளே நுழைந்ததும் ஜெகவீரர் பேசுகிறார்)

ஜெ : (கேலியாக) சுசிலா தேவியாரா?

சு : (மரியாதையுடன்) நமஸ்காரம்.

ஜெ : (கேலியாக) ஆசிர்வாதம்! உட்காரேன் இப்படி (ஒரு நாற்காலியை காட்டுகிறார்).

சு : தலைவலி மாடிக்கு போகிறேன்.

ஜெ : விளையாடியது டாக்டரிடம், வருவது தலைவலியா, வேடிக்கைதான்.

தே : அம்மா சுசிலா! இதோ பார் நான் உனக்கு இனியும் விவரமாகக் கூறிக் கொண்டிருக்கப் போவதில்லை. தெரிகிறதா, ஏதோ நானும் தாயில்லாதவளாயிற்றே என்று பொறுத்துக் கொண்டு வருகிறேன். இனி என்னால் முடியாது. நாளைக்கு நிச்சயதார்த்தம் செய்ய முடிவு செய்துவிட்டேன்.

ஜெ : திருமணம் அடுத்த மாதமே முடித்துவிடலாம் பிறகு நான் மைசூர் போக வேண்டும், மகாராஜாவை பார்க்க.

சு : ராஜ குடும்பத்திலே பெண் கொள்ள வேண்டிய வரல்லவா தாங்கள். நான் உங்களுக்கு ஏற்றவளல்ல.

ஜெ : ஏன் தேவரே! நமது சுசிலாவுக்குத் தன் அழகு தனக்கே தெரியவில்லையே. இங்கே பெரிய நிலைக்கண்ணாடி இல்லையோ?

(சுசிலா மாடிக்குப் போக யத்தனிக்கிறாள்)

தே : நில்லம்மா போகாதே. சம்மதம் என்று சொல்லி விட்டுப்போ. அதற்காகவே வந்திருக்கிறார்.

சு : மாமா, பெரிய ரோஷக்காரர் என்று பலர் சொல்லிக் கேட்டிருக்கிறேன்.

ஜெ : ஆமாம் சந்தேகமென்ன அதற்கு...

சு : ரோஷக்காரர் என்று சொல்கிறார்களே தவிர துளிகூட ரோஷமே இல்லையே அவருக்கு.

ஜெ : துடுக்குத்தனம்.

சு : ஒரு பெண் ஓராயிரம் தடவை நான் உன்னைக் கல்யாணம் செய்து கொள்ள முடியாது. முடியாது, முடியாது என்று சொன்னப் பிறகும்...

ஜெ : பிடிவாதம் ஒரு நோய். வாலிப பருவத்திலே ஏற்படுவது வழக்கம்.

சு : வேறொருவரை மனப்பூர்வமாகக் காதலிக்கிறேன் என்று வெளிப்படையாகச் சொன்ன பிறகும், வீராதி வீரர், மகாரோஷக்காரர் என்று புகழப்படும் ஜெமீன் தாரருக்குத் துளியாவது ரோஷம் காணோம்.

தே : துஷ்டப் பெண்ணே.

ஜெ : முட்டாள், உன் வாய்க் கொழுப்பை அடக்க முடியாது என்னால்... மணம் முடியட்டும்... பிறகு...

சு : பிணத்துக்குத் தாலி கட்ட இஷ்டமிருந்தால் உமது பிரதாபத்தைப் பேசிக் கொண்டிரும்.

ஜெ : தேவரே! இதுவரையில் நான் பொறுமையாக இருந்தேன்.

தே : போக்கிரிப் பெண்ணே! என் உயிருக்கு உலை வைக்கிறாயே. நான் என்ன செய்வேன்.

ஜெ : பிடித்தால் பொடிப் பொடியாவாள்; இந்த அகம்பாவக் காரியை இவள் அழகுக்காக அல்ல; என் அக்காவிடம் கொடுத்த வாக்கைக் காப்பாற்ற அல்லவா நான் கலியாணம் செய்து கொள்ள வேண்டியிருக்கிறது. அழகாம் அழகு ஆயிரம் அழகிகள் என் அடி வருடக் காத்துக் கொண்டிருக்கிறார்கள்.

தே : கோபிக்காதீர். சிறு பெண். மேலும் சொந்த மாமன் தானே என்று பேசிவிட்டாள். திருமணம் நடப்பது உறுதி.

ஜெ : (குரூரமான பார்வையுடன்) விவாக வகைகளிலே காந்தர்வமும் ஒன்று.

சு : (கோபத்துடன்) ஆனால், அது இங்கே கிடையாது.

ஜெ : (ஆத்திரத்துடன்) அதைப் பார்த்துவிட்டுப் போகத் தான் வந்தேன்.

தே : (பொறுமையிழந்து) ஏ... சுசிலா அளவுக்கு மீறிப் போகாதே. நீ என்ன பிடிவாதம் செய்தாலும் சரி. உன்னை ஜெமீன்தாரர் ஜெகவீரருக்குத் தான் கலியாணம் செய்து தீருவேன் இதை யாரும் மாற்ற முடியாது.

(கோபம் தணிந்த சோகக் குரலில்)

நாளைக் காலையில் நீ சம்மதம் தெரிவிக்காவிட்டால் மறுபடியும் என்னை உயிருடன் காண மாட்டாய்.

சு : (திடுக்கிட்டு) அம்மா,

தே : (சோகம் கப்பிய குரலில்) நீ என் மகளா? அல்லது

என்னை மாய்க்க வந்த மாபாவியா என்பதை உன் செயலால் காட்டு.

சு : ஏனப்பா எல்லாம் தெரிந்திருந்தும் இப்படிப் பேசுகிறீர் (தலை குனிந்தபடி) நான் டாக்டர்.

தே : சேகரனைக் காதலிக்கிறாய் தெரியும். சேகர் நல்லவன் தெரியும் (ஈனக்குரலில்) ஆனால் உன் தகப்பனாரின் தற்கெலைக்கு பிறகுதான் அவனை நீ கல்யாணம் செய்து கொள்ள வேண்டி வரும்.

(அருகே சென்று அபயம் அளிக்கும்படி வேண்டும் என்ற பாவனையில் நின்று கொண்டு)

கண்ணே சுசிலா! உன் இஷ்டப்படி எல்லாம் நான் நடந்து வந்தேன். உன் மனம் நோகும்படி இதுவரை நடந்து கொண்டதுண்டா? சுசிலா! தங்கமே எனக்கு நீ தவிர வேறு யார்?

சு : (திகைப்பும் பரிதாபமும் மேலிட்டு) அப்பா அவருடைய மிரட்டலுக்கு ஏன் பயப்படுகிறீர்! மாமாவை சமாதானப்படுத்துவது முடியாத காரியமா? ஏன் அவரிடம் அவ்வளவு பயப்படுகிறீர்? அவர் என்ன செய்து விடுவாரப்பா? அவர் ஜெமீன்தாரராக இருந்தால் நமக்கென்ன? நாமென்ன அவர் வீட்டுக் காவலாளியா?

ஜெ : கடனாளி! ஆணவம் பிடித்தவளே, இந்த ஜெகவீரரின் பேனாமுனை அசைந்தால் இந்த மாளிகை, தோட்டம், வண்டி, வாகனம், உன் ஒய்யார வாழ்வு யாவும் பஞ்சு பஞ்சாகப் பறந்துவிடும். நிலைமை தெரியாமல் தடுமாறுகிறாய்.

சு : அப்பா, அப்பா! அதற்காகவா அப்பா பயப்படுகிறீர்!

கிளாசிக் — சிவரஞ்சன் [வ.இளங்கோ]

கடனுக்காக நமது சொத்து பூராவையும் இந்த கிராதகனிடம் கொடுத்துவிடப்பா. உலகம் மிகமிகப் பெரியது அல்லவா? இதிலே எல்லாருமா ஜெமீன், மிட்டா மிராசுடன் வாழ்கிறார்கள். அப்பா செல்வத்தை இழக்க நேரிடுகிறதே என்று கலங்கி என்னைப் படுகுழியில் தள்ளாதீர்கள் (வருத்தத்துடன்) எனக்கு ஆறுதல் மொழி கூற என்தாயும் இல்லை... அப்பா. நீரேதானே! எனக்குத் தாயும் தகப்பனும்.

தே : ஐயோ நெஞ்சு வெடித்துவிடும் போலிருக்கிறதே. நான் என்ன செய்வேன்? உன் தாய் இருந்திருந்தால் இந்த ஆபத்து வராதே.

சு : (பயந்து) என்ன ஆபத்து? சொத்து போய் விடுவதா ஆபத்து? சிறு குழந்தைபோல அழாதீர் அப்பா.

தே : சுசிலா பேசுவது உன் தகப்பனல்ல; தந்தை வயதிலே புலியால் துரத்தப்பட்டு உயிருக்குப் பயந்து ஓடிவரும் ஒரு துர்ப்பாக்கியன் உன்னை கெஞ்சுகிறான். உன் காலில்...

(மண்டியிட முயற்சிக்கிறார்; அவள் துடித்து அவரை தூக்கி நிறுத்துகிறாள்)

சு : ஐயோ! அம்மா! அப்பா நான் ஏன் பெண்ணாகப் பிறந்தேன்?

தே : (பரிதாபப் பார்வையுடன்) அம்மா எனக்கு உயிர் பிச்சை தா!

சு : அப்பா பயங்கரமாக இருக்கிறது.

தே : சுசிலா கண்ணே! உன்னை நான் உண்மையாகவே சொத்து ஜெமீன்தாரனுக்குப் போய்விடுமே என்ற பயத்தினாலே அல்ல அம்மா வற்புறுத்துகிறேன்.

மகளே! நான் அப்படிப்பட்ட பணப்பித்துப் பிடித்த வனல்லன் உன்னைவிட எனக்குச் செல்வம் பெரிதல்ல.

சு : வேறு என்ன காரணம் அப்பா?

ஜெ : சத்தியம் செய்து கொடுத்துவிட்டார்.

சு : திருமணம் எனக்கு. அதற்காக சத்தியம் அவர் செய்தால் அதிலே அர்த்தமில்லை.

தே : சுசிலா! உனக்கு விளங்கும்படி கூறுவதற்கில்லை. தூக்கு மேடைக்கு நான் போகட்டுமா அல்லது திருமணப் பந்தலுக்கு ஜெமீன்தாரோடு நீ போகிறாயா? இரண்டில் ஒன்று சொல்லு.

சு : (திகிலுடன்) என்னப்பா அது! தூக்கு மேடையா? ஏன்?

தே : அம்மா சுசிலா என்னைப் பார்த்தால் தெரிய வில்லையா? நான் சித்திரவதை செய்யப்படுகிறேன். என்னால் சகிக்க முடியாது.

(தலையில் மோதிக் கொள்கிறார். அலறி அழுகிறார். மயங்கி நாற்காலியில் சாய்கிறார்)

சு : அப்பா... அப்பா!

(ஓடிச்சென்று கொஞ்சம் தண்ணீர் கொண்டு வந்து முகத்தில் தெளித்து, மயக்கத்தை தெளிய வைத்து ஜெமீன்தாரைப் பார்த்து)

கொட்டி விட்ட பிறகு தேளாவது ஓடி ஒளியும். அவரை துடிக்கச் செய்துவிட்டுத் தைரியமாக எதிரே உட்கார்ந்து கொண்டிருக்கிறாயே.

(மயக்கம் தெளிந்த தேவர்)

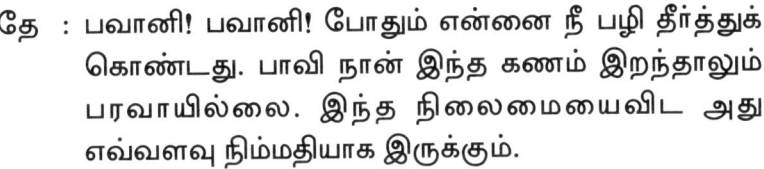

தே : பவானி! பவானி! போதும் என்னை நீ பழி தீர்த்துக் கொண்டது. பாவி நான் இந்த கணம் இறந்தாலும் பரவாயில்லை. இந்த நிலைமையைவிட அது எவ்வளவு நிம்மதியாக இருக்கும்.

ஜெ : தூக்கு மேடையிலிருந்து தப்பித்தீர் தேவரே! ஆனால் உலகம் உமது பிணத்தின் மீது...

தே : (கலங்கி) காரித்துப்பும், கல்லை வீசும்.

ஜெ : குடும்ப சாபம் உண்டாகும். பரம்பரைக்கே பழிச் சொல் தேவரே! நானொன்றும் குஷ்டம் பிடித்த வனல்ல, என்னைக் கல்யாணம் செய்து கொண்டால், இந்த ரூபவதிக்கு ஒன்றும் பங்கம் வந்துவிடாது. இதற்கு இணங்காவிட்டால் இழிவும் பழியும் உமது பிணத்துக்கு ஆலவட்டமாக இருக்கும்.

சு : அப்பா! மாமா! ஆண்டவனே! என்ன இது? தூக்கு மேடை! பிணம்! சாபம்! ஒன்றும் புரியவில்லையே.

தே : (தடுமாற்றத்துடன்) என்னை... என்னை மட்டுமல்ல நமது குடும்பத்தை பின் சந்ததியைகூட ஒரு கொடிய சாபம் தீண்டுவதற்குத் தயாராகச் சுற்றிக் கொண் டிருக்கிறது.

சு : சாபமா? கட்டுக் கதை பேச இதுவா அப்பா சமயம்?

ஜெ : கட்டுக் கதையுமல்ல. மனப்பிராந்தியுமல்ல. வேண்டு மானால் நான் புரிகிறபடி கூறுகிறேன் கேள்.

தே : (ஜெமீன்தாரரைப் பார்த்து) வேண்டாம். வேண்டாம். என்தாய் என்னைக் காப்பாற்றுவாள். கைவிட மாட்டாள். (சுசீலாவை பார்த்து) மகளே! அந்தச் சாபத்தை போக்கிக் கொள்ள ஒரு பலி தந்தாக

வேண்டும்.

சு : (ஆழ்ந்த சோகத்துடன்) அந்தப் பலி நானா?

தே : ஆமாம்.

சு : சரி.

ஜெ : சபாஷ்! தேவரே! சபாஷ்.

❖❖❖

காட்சி - 13

இடம் : சுசிலா அறை

இருப்போர் : சுசிலா

(சுசிலா தனிமையாகத் தேம்பி தேம்பி அழுகிறாள்)

சு : அந்தப் பாதகனிடம் என் தகப்பனாரின் உயிரையும் மானத்தையும் அழிக்கக் கூடிய ஏதோ ரகசியம் சிக்கிக் கொண்டது. அப்பா அதனால்தான் அவனைக் கண்டு நடுங்குகிறார். (பதை பதைத்து) என்ன மர்மம்? அது என்ன பயங்கர ரகசியம்? தெரியவில்லையே!

(தாயார் பவானியின் படத்தைப் பார்த்து) அம்மா! அம்மா! என்னைப் பலி கேட்கும் அந்த பயங்கர இரகசியம் என்ன? (கண்ணாடியில் தன் உருவம் தெரியக் கண்டு) என்னை அழிக்கும் அழகே! இம்சைக்கு என்னை ஆளாக்கும் இளமையே! நாச மாகட்டும்! நாசமாகட்டும் இந்த அழகு. (புஷ்பத்தை வீசி எறிகிறாள்) (மறுவிநாடி) ஐயோ! அழகு என்ன செய்யும்? குணசீலரான சேகரை என்னிடம் அந்த அழகல்லவா அழைத்துக் கொண்டு வந்தது.

அவருக்கு நான் அர்ப்பணித்துவிட்ட பொருள் அல்லவா இந்த அழகு. மலர் முகம் என்று கூறுவார்; மந்தியிடம் தரச் சொல்கிறார் தந்தை; தராவிட்டால் தனக்கு மரண தண்டனை தருவார்களாம்! அது சாபமாம்! ஐயோ! அது என்ன சாபம்! அந்த சண்டாளன் ஏன் அப்பாவின் உயிரைத் தன் கரத்தில் வைத்துக் கொண்டு வதைக்கிறான்?

அவன் ஒழிந்தால்!

(முகத்திலே முதலில் பயம் - பிறகு தெளிவு உண்டாகிறது)

அவன் ஒழிந்தால் அப்பாவுக்கும் ஆபத்து இல்லை. என் வாழ்க்கையும் பாழாகாது.

கொலைதான்! செய்தால் என்ன? அவன் சாகாவிட்டால் மூன்று உயிரல்லவா வதைபடும்.

ஆமாம் என்னை மணம் அழைக்க வந்தவனை பிணமாக்குகிறேன்.

(மேஜை அறையைத் துறந்து, ஒரு பொட்டலம் எடுத்து விஷ மருந்தைப் பாலிலேயே கலந்து விடுகிறாள்)

மையல் கொண்டுள்ள அந்த மடையனிடம் இதைத் தந்தால் போதும்... ஆனால்... அந்த பயங்கர இரகசியம்?

(யோசிக்கிறாள்)

ஒருவேளை அவன் இறந்துவிட்டாலும் சாபம் இருக்குமோ? தன் ஆசை நிறைவேறாத முன்பு சாக நேரிட்டால், அப்பாவை தூக்கு மேடைக்கு அனுப்பக் கூடிய அந்த இரகசியத்தை வேறு யாராவது உபயோகித் துக் கொள்ள ஏற்பாடு இருக்குமோ? அவன்

கல்நெஞ்சக்காரன் மட்டுமல்லவே - நயவஞ்சகனாயிற்றே.

(கைகளை பிசைந்துக் கொண்டு) என்ன ஏற்பாடு செய்து வைத்திருக்கிறானோ?

(கொஞ்ச நேரம் யோசனை செய்துவிட்டு கீழே செல்கிறாள்)

'அண்ணாவின்' ஆற்றல்மிகு கடிதங்கள்

கடிதம்... மடல்... லிகிதம்... இந்த வார்த்தைகள் சுமார் 10 ஆண்டுகளுக்கு முன்பு வரை ஒவ்வொரு இல்லத்திற்கும் சுக, துக்கங்களை சுமந்துச் செல்லும் புறாக்கள்.

இன்று அலைபேசி என்ற செல்போன் வந்தபின், கடிதங்கள் எழுதுவது சமாதியாகிவிட்ட அவலம் என்றே சொல்வேன்.

கடிதங்கள் ஒவ்வொரு மனிதரின் உள்ளங்களை வெளிப்படுத்தும் ஆற்றலை கொண்டவை. காதல், அன்பு, ஆசை, நட்பு, உறவுகளை அருமையாக

| சிவரஞ்சன் | கிளாசிக் |
| (வ.இளங்கோ) | 286 |

சொல்லவைத்தவை, சென்ற தலைமுறையினர் இன்றும் கடிதங்களை பொக்கிஷமாக சேமித்து வைத்திருப்பர் (என் தந்தை எழுதிய கடிதம் ஒன்றை கண்ணென காத்து வருகிறேன். மேலும் பேனா நண்பர்களுக்காக, நான் குறைந்தபட்சம் ஐநூறுக்கும் மேற்பட்ட கடிதங்களை எழுதியுள்ளேன். எனக்கு பேனா நண்பர்கள் எழுதிய நூறு கடிதங்கள் - இன்றும் பாதுகாத்து வருகிறேன்).

சமீபத்தில் என் நண்பர் ஒருவர் சொன்ன செய்தி வியப்பில் ஆழ்த்தியது. நண்பரின் நெருங்கிய ஒருவர் சுமார் 50 ஆண்டுகளாய் இலங்கை தமிழர் ஒருவரோடு (அலைபேசி வந்த பின்பும் பேனா நண்பருக்கு) கடிதங்கள் எழுதி வருகிறாராம். அவரும் எழுதி வருகிறாராம்.

இன்று கூரியர் வந்த பின் 'சார் தபால்...' என்ற நெருக்கமாக அழைக்கும் அன்பு குரல் இன்று இல்லாமல் போய்விட்டது.

பெரும்பாலான தபால்காரர்கள் ஒவ்வொரு வீட்டின் உறவினர்களாகவே சுக, துக்கங்களை பகிர்ந்து கொள்பவர்களாகவே இருந்தனர்.

படிக்காத பாமர மக்களின் தெய்வங்களாகவே திகழ்ந்தனர். தபால்காரர் வராத நாளை துக்க நாளாகவே கருதினர்.

அன்று மூன்றாம், நான்காம் வகுப்பு படிக்கும் போதே உறவினர்களுக்கு எழுதப்பழக்கி விடுவர் பெற்றோர். இது படிக்கும் பிள்ளைகளுக்கு எழுத்துப் பயிற்சியாகவும் விளங்கியது, கடிதம் எழுதுவது.

கிளாசிக் 287 | சிவரஞ்சன் (வ.இளங்கோ)

நான் அனுப்புவது கடிதம் அல்ல உள்ளம்...

அன்புள்ள மான் விழியே

ஆசையில் ஓர் கடிதம்... என்ற பாடல்கள் இன்றும் 50 வயதுக்காரர்களின் நெஞ்சங்கள் அள்ளும் வரிகள்.

அலைபேசி வந்த பின்னும் கடிதங்களை எழுதுங்க... அதிலுள்ள சுகம் வேறொன்றில் கிடைக்காது.

உலகப் புகழ்பெற்ற மேதைகள், இலக்கிய கர்த்தாக்கள், தலைவர்கள், விஞ்ஞானிகள் எழுதிய கடிதங்கள் இன்றும் இலக்கியங்களாக திகழ்கின்றன.

மகாத்மா காந்தி, உலகப்புகழ்பெற்ற இலக்கிய சிகரம் லியோ டால்ஸ்டாய்க்கு எழுதிய கடிதங்கள் இன்றும் போற்றப்படுகின்றன.

தமிழில் புதுமைப்பித்தன், தன் மனைவி கமலா விற்கு எழுதிய கடிதங்கள் இலக்கிய எழுத்தாளர்கள் தி.க.சி., டி.கே.சிதம்பர முதலியார், வல்லிக்கண்ணன், வண்ணதாசன், கி.ராஜநாராயணன் மற்றும் பலர் எழுதிய கடிதங்கள் அற்புதங்கள்.

கலைஞர் மு.கருணாநிதி அவர்கள் எழுதிய 'உடன்பிறப்பே' கடிதங்கள், புரட்சித் தலைவர் எம்.ஜி.ராமச்சந்திரன் அவர்கள் எழுதிய கடிதங்கள் என்றும் போற்றுதலுக்குரியவைகள்.

அறிவுலக மேதை அறிஞர் அண்ணா அவர்கள் காஞ்சி, திராவிட நாடு இதழ்களில் தம்பிக்கு... என்று தொடங்கும் கடிதங்கள் இலக்கியம், இந்திய உலக அரசியல் நடப்புகளை முரசறைந்தன எனலாம். அவரின் ஒவ்வொரு வரியும் படிப்பவரை எழுச்சி

பெறச் செய்யும். படிக்க படிக்க உள்ளத்தை உணர்ச்சிகரமாக்கும்.

தான் படித்தவைகளை, அனுபவித்தவைகளை, உணர்ந்தவைகளை, கடித நிலத்தில் விதைத்தார். அவை அமோக ஆற்றல்மிகு அறிவு விளைச்சலாய் தமிழக மக்கள் அறுவடை செய்தனர்.

அண்ணா அவர்கள் 300க்கும் மேற்பட்ட 'தம்பிக்கு' கடிதங்களை திராவிட நாடு, காஞ்சி இதழ்களில் எழுதியிருக்கிறார். ஒவ்வொரு கடிதமும் பல பக்கங்களை கொண்டவை.

முதல் கடிதம் காகிதக் கப்பலில் கவனம் 1955. 288-வது கடிதம் தமிழர் திருநாள் 1969 காஞ்சியில் வந்தவை பத்திரிகைகளில் எழுதியவை 288. தனிப்பட்ட முறையில் பலநூறு நண்பர்களுக்கு, தொண்டர்களுக்கு எழுதியிருப்பார்.

படிக்கப் படிக்க எழுச்சி தரும் உரையாடல்களாக அமைந்த கடிதங்களை நிறைய எழுதி இருக்கிறார்; அர்த்தமில்லாததையோ, பிறருக்கு புரியாததையோ அவர் எழுதியதே இல்லை. ஒவ்வொரு கடிதத்திலும் இல்லாத விஷயங்களே இல்லை எனலாம். இயக்க தொண்டர்களை ஆக்க பணிகளுக்காக தூண்டுகோலாய் தம்பிக்கு தங்களை பயன்படுத்தினார் அண்ணா.

தம்பிக்கு கடிதங்கள் தி.மு.க. கட்சி தொண்டர்கள் மற்றுமின்றி படித்த தமிழர்கள் அனைவரும் கட்சி வேறுபாடின்றி படித்து அறிவாற்றலை வளர்த்து கொண்டனர் என்பதே உண்மை.

கலப்புத் திருமணம் என்பது இலட்சியத்துக்காகவே செய்யப்படுவது மாத்திரமல்லாமல் நம் சமூகத்தையே மாற்றியமைக்க எடுத்துக் கொள்ளப்படுகிற ஒரு தேசிய முயற்சியாக இருக்க வேண்டும்.

சுதந்திரம் காகிதப் பூவாக இல்லாமல், மணம் வீசும் மலராக இருக்க வேண்டுமானால், மாற்றுக் கட்சிகள் அனைத்திற்கும் வந்த சுதந்திரத்தை அனுபவிக்கும் சந்தர்ப்பம் வழங்கப்பட வேண்டும்.

மானமது பெரிது - உயிரல்ல. மக்கள் பெரியவர்; மதமல்ல. எவருக்கும் நாம் அடிமையல்ல. நமக்கு யாரும் அடிமையாக இருக்க வேண்டாம். இதுவே நமக்கு கீதை.

அருமைத்தம்பி
மக்களிடம் சென்றிடு
அவர்களோடு வாழ்ந்திடு
அவர்களிடமிருந்து அறிந்திடு
அவர்களை நேசித்திடு
அவர்களுக்காக உன் உழைப்பை நல்கிடு
அவர்களோடு இணைந்து அவர்களுக்காக திட்டமிடு
அவர்களுக்குத் தெரிந்ததில் இருந்து பணியைத் துவக்கிடு
அவர்களிடம் இருப்பதிலிருந்து தக்க வேலையைத் தொடர்ந்திடு!

ஆணையும், பெண்ணையும் சேர்த்து வைக்கும் ஓர் வானவில் போன்றது காதல்.

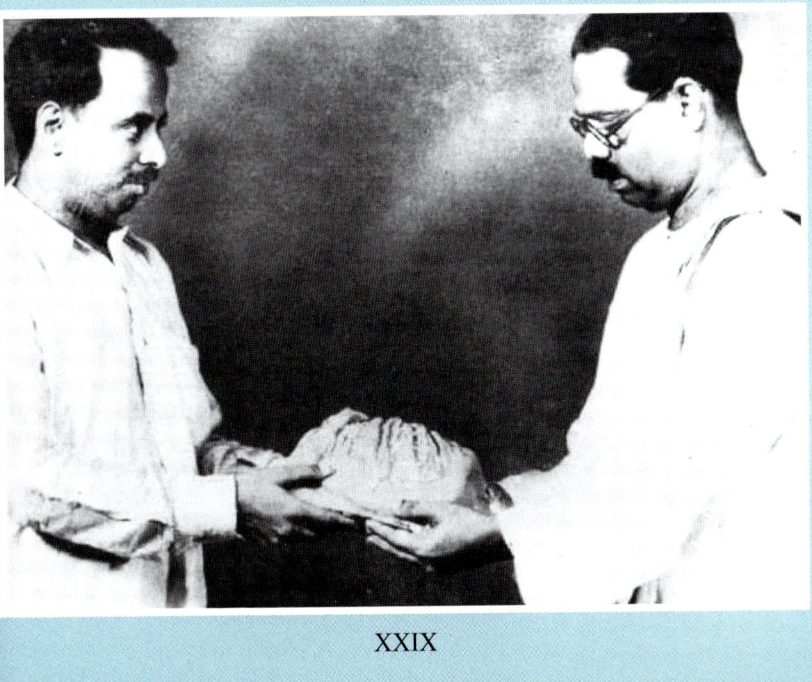

பணக்காரர்களை வளரவிட்டு 'சோசலிசம்' வருகிறது வருகிறது என்று கூறுவது குடுகுடுப்பைக்காரன் கிழிந்த துணிக்காக நல்ல காலம் வருகிறது என்று கூறுவதற்கு ஒப்பாகும்.

ஒரு மரத்தின் பலன் எப்படி அதன் கனியைப் பொறுத்து இருக்கிறதோ, அப்படித்தான், ஒரு மதத்தின் பலன் அதைப் பின்பற்றும் மக்களின் நடவடிக்கைகளைப் பொறுத்திருக்கிறது.

யாரையேனும் கொட்டிவிட்ட பிறகு தேள் அவன் எப்படித் துடிக்கிறான்! என்ன மருந்து தேடுகிறான் என்பதைக் காண விரும்புகிறதா? வேலை முடிந்ததும் வேறிடம் செல்லும். அப்படித்தான் காதல் மயக்கத்தில் ஈடுபட்ட கன்னியரிடம் காளையர் சிலர் நடந்துக் கொள்வதும்.

எடுத்துக்காட்டாக சில பக்கங்கள்...

என்னை வாழவிடு!
விலைகளை கட்டுப்படுத்து!

தம்பி!

தாய்க்குலத்தின் தனித்திறமையிலே எனக்கு எப்போதுமே தளராத நம்பிக்கை உண்டு. அந்த நம்பிக்கை மேலும் வளரத்தக்க விதத்திலே ஒரு நிகழ்ச்சி நடைபெற்றிருக்கிறது; மன நெகிழ்ச்சியையும் ஏற்படுத்த தக்க நிகழ்ச்சி அது.

இந்தக் கிழமை வடக்கே உள்ளவர்கள் ஒரு நோன்பு கொண்டாடுகின்றனர். அதனை ரட்சா பந்தன தினம் என்கிறார்கள் நோன்பிருந்து கங்கணம் கட்டிக் கொள்வது. இந்தத் திருநாளைக் கொண்டாடும் தாய்மார்கள், டில்லிப் பட்டணத்தில் லால் பகதூர் சாஸ்திரி அவர்களைக் கண்டு தமது வாழ்த்துகளையும் வணக்கத்தையும் கூறிவிட்டு, அங்கு உள்ள முறைப்படி ஒரு ரனேசயை - நோன்புக் கயிறை அவருடைய கரத்தில் கட்டினார்கள்.

மரியாதை செலுத்தவும் அன்பு தெரிவிக்கவும் மேற்கொள்ளப்படும் இந்த நிகழ்ச்சியை தாய்மார்கள் மெத்த அறிவுக் கூர்மையுடன் இன்று நாட்டின் நாயகர் எதனை மேற்கொள்ள வேண்டும். உடனடியாக சுட்டிக் காட்டிட ஒரு நல்வாய்ப்பாக்கிக் கொண்டு "அண்ணா! இந்த திருநாளில் எமக்கொரு பரிசு தர வேண்டும்" என்று கேட்டனராம்.

"என்ன வேண்டுமம்மா! என்று கேட்ட லால் பகதூரிடம் அந்த தாய்மார்கள். எமது குடும்பங்களுக்கு அடிப்படையாகத் தேவைப்படும் வசதிகளை செவ்வனே செய்து கொடுக்க, உணவு, உடை, கல்வி ஆகியவற்றைப் பெற்று வாழ்வினை நடத்த, தாங்கள் உடனடியாக ஒன்று செய்ய வேண்டும் என்ன வெனில்,

"பண்டங்களின் (பொருள்களின்) விலையைக் கட்டுப்படுத்த வேண்டும்.

கள்ளச்சந்தையை ஒடுக்க வேண்டும்.

கலப்படத்தை போக்க வேண்டும்"

என்று கூறினராம்.

குற்றுயிராகக் கிடக்கும் கணவன் பிழைத்தெழ வேண்டும் என்பதற்காக கசியும் கண்களுடன் மருத்துவரின் தாள் தொட்டுக்கும் பிட்டப்படிக் கேட்பதுண்டல்லவா, எனக்கு மாங்கல்யப் பிச்சை தாருங்கள்" என்று, அதுபோலவும், பெற்றெடுத்த குழந்தைக்குப் பேராபத்து ஏற்பட்டது கண்டு, மருத்துவரிடம் சென்று 'என் குலவிளக்கு அணையா திருக்க வழி கூறுங்கள்' என் குலக்கொடி பட்டுப் போகாதிருக்க ஒரு மார்க்கம் காட்டுங்கள் என்று கெஞ்சி நின்றிடும் முறையிலும், இந்தத் தாய்மார்கள் எமது குடும்பம் சிதையாதிருக்க, எமக்கு வாழ்க்கைக்குத் தேவையான அடிப்படை வசதிகள் கிடைத்திடச் செய்யுங்கள் என்று ஆட்சிப் பொறுப்பை ஏற்றுக் கொண்டுள்ள லால் பகதூரிடம் கேட்டு நின்றனர்.

லால் பகதூர் ஏழைக்குடியில் பிறந்தவர், வாழ்க்கை இன்னல்களை நன்கு உணர்ந்தவர். வாழ்க்கை இன்னல்

களை ஏற்றுக் கொள்ளும் துணிவற்று குடும்பம் என்பதே பெரியதோர் சுமை, இதனைத் தாங்கிட நம்மால் ஆகாது என்று ஒதுங்கிவிடாமல் குடும்பப் பொறுப்பை ஏற்றுக் கொண்டு, பொறுமையுடனும், பொறுப்புணர்ச்சியுடனும் அதனை நடத்தி வருபவர். எனவே அவருக்கு, ஏழை, நடுத்தர வகுப்பினர் ஆகியோரின் இன்னல்கள் பற்றி நன்கு தெரிந்திருக்க நியாயம் இருக்கிறது.

எனவே, 'அண்ணா! எமக்கு உணவு, உடை இவைகளேனும் கிடைத்திடச் செய்திடுவீர்' என்று அந்தத் தாய்மார்கள் கேட்டு நின்றது கண்டபோது அவருடைய கண்களில் நீர் துளித்திருக்கும்.

மாடு மனை கேட்கவில்லை,

ஆடை அணி கேட்கவில்லை

ஆடம்பரப் பொருள் கேட்கவில்லை.

உணவு - உடை - குடும்பம் நடத்திச் செல்ல வழி. இவைகளையே கேட்டனர் அந்த மாதர்கள்.

அடுத்த ஐந்தாண்டுத் திட்டத்தில் நாலாவது ஐந்தாண்டுத் திட்டம் இருபத்து இரண்டாயிரம் கோடி ரூபாய் செலவிடப் போகிறார்கள் சர்க்கார். நாட்டை வளப்படுத்த செல்வம் கொழித்திடும் நிலை காண! தெரியுமா, தம்பி! 22,000 கோடி ரூபாய்.

இந்த நிலையின்போது, அந்தத் தாய்மார்கள் கேட்டிருப்பது, உணவு, உடை இவையே. என்ன அதன் பொருள்? ஆண்டு 17 ஆகியும், மூன்று ஐந்தாண்டுத் திட்டங்களைக் காட்டிய பிறகும், எல்லாருக்கும் உணவு கிடைத்துவிட்டது, உடை

சிவரஞ்சன் (வ. இளங்கோ)

இருக்கிறது, உறையுள் இருக்கிறது என்று கூறிடத்தக்க நிலை நாட்டிலே இல்லை. இதனை மறந்த ஒரு தலைவர் இருக்கிறார். அவர் அரசோச்சும் நிலை பெற்றும் இருக்கிறார். அவரிடம் சென்று முறையிடுவோம் என்று தோன்றிற்று அந்த தாய்மார்களுக்கு என்பதன்றோ பொருள்.

பாலும் தேனும் கலந்தோடும்! சுயராஜ்யம், சுகராஜ்யமாக இருக்கும்! தனியொருவனுக்கு உணவில்லை எனும் முறை ஒழிந்திடும்! என்றெல்லாம் காங்கிரசார் எழுப்பிய முழக்கமதைச் செவிமடுத்திருப்பாரன்றோ, இந்த தாய்மார்கள். அதேபோல் நடந்திடும். நாடு சீர்படும். வாழ்வு வளம் பெறும் என்று எதிர்பார்த்திருக்கிறார்கள் அவசரப்படேல்! என்றனர். ஆமென்றனர் தாய்மார்கள், வித்திடுகிறோம் என்றனர் ஆட்சியினர், முளை காணத் துடித்தனர் தாய்மார்கள். கதிர் ஒரு முழம் காணீர் என்றனர் நாட்டின் காவலர் ..... நடமிடுவோம் என்றனர் மாதர்கள்; பசிப்பிணி ஒழிந்திடும். வறுமை ஒழிந்திடும் என்று கருதினர். ஆனால் மேலும் மேலும் அறுவடை நடந்தது! நிரம்பி நிரம்பி வழிந்தது களஞ்சியம், ஏழை எளியோர் குடிலில் அல்ல. எத்தர்கள் கட்டிய சூதுக்கோட்டைகளில் வயலின் பசுமை, தொழிலின் மாண்பு என்பவை பொன்னாகிப் பொருளாகிப் பருகுவனவாகிப் பூசுவனவாகி உடுப்பனவாகி உல்லாசமுமாகி, உப்பரிகை வாழ்வோரிடம் சென்று சிறைப்பட்டிடவே, ஏழைவறியராயினர், ஏக்கமே அவர்கள் கண்டு பெற்றது. இந்நிலை சிவராட்சியின் போது ஏற்பட்டுவிட்டதனை எத்தனை பக்குவமாகச் சுட்டிக் காட்டு

கின்றனர் தாய்மார்கள். எமக்கொரு வரம்தாரும்! உயிர் இருந்திட வழி கூறுது! என்று.

எவரும் மலைத்து நிற்பர் இந்நாட்டில் இந்த 17 ஆண்டுகளாகக் கொட்டப்பட்ட பணத்தின் அளவினை அறிந்திடும்போது, எனினும், அத்தனையும் தமக்குப் பயன்படாமல் எங்கெங்கோ சென்றுவிட்டதை உணரும் ாது, உள்ளம் நொந்திடத்தானே செய்யும்? அந்நிலை பெற்றவரெனின் அரிவையர், இடித் துரைப்போர் பலர் உளர், நாம் இவர் இதயம் தொட்டிடும் இனிய முறையில் நாடு உள்ள நிலையைக் கூறுவோம் என்று கருதி மெல்லிய வரென்றோ மாதர் நோன்புக் கயிறு கட்டுவிட்டு, லால் பகதூரிடம் கேட்டிருக்கிறார்கள்.

விலைகளைக் கட்டுப்படுத்து!

கள்ளச் சந்தையை ஒழித்திடுக!

கலப்படத்தை ஒழித்திடுக!

என்று ஆண்டு பதினேழு ஆகியும் இந்த மூன்று அடிப்படைகளையும் செய்திடக் காணோமே நாங்கள் எங்ஙனம் குடும்பம் நடத்துவது? உண்ணும் பொருளில் மண் கலந்து உள்ளதை மறைத்து விலை ஏற்றி, அளப்பதில் நிறுப்பதில் அநியாயம் செய்து எமை அலைக்கழிக்கின்றார். அறமறியார். அரசுமுறை அறிந்தவரே! ஏழையின் துயர் ஈதெனத் தெரிந்தவரே! விலைகளைக் கட்டுப்படுத்தி, கள்ளச் சந்தையை அழித்து, கலப்படத்தை ஒழித்து எமை காத்திடுவீர் என்று கேட்டனர் அக்காரிகையர்.

பக்ராநங்கல் பாரீர்! தாமோதர் திட்டம் காணீர்! சித்தரஞ்சனின் சிறப்பறிவீர்! பிலாய் ரூர்கேலா பெருமை காணீர்! என்றெல்லாம் சொல்லிச் சொல்லிப் பதினேழாண்டுகள் ஓட்டியாகிவிட்டது. இனியும் ஒட்டிய வயிற்றினருக்கு இந்த பட்டியல் அளித்திடுதல் புண்ணிலே புளித்ததைத் தெளித்திடு வது போன்ற செயலாகும். எமக்கு வாழவழி செய்து காட்டுங்கள். இந்த நன்னாளில் எமது வேண்டுகோள் இதுவே! உணவு! உடை! பிள்ளை குட்டிகள் பிழைத்திருந்தது படித்திட வசதி! இவை போதும், இவற்றினை எமக்கு அளித்திடுக, என்று கேட்டுள்ளனர். இம்மட்டோடு விட்டார்களில்லை மாதர்கள்.

லால் பகதூரின் கரத்திலே அவர்கள், உடன் பிறப்பாளர் எனும் பரிவுணர்ச்சியுடன் கட்டிய ‘ரட்சை’ இருக்கிறதே, அது புதுவிதமானதாம்! அந்த ரட்சையில் ஒரு குழந்தையின் படம் பொறிக்கப் பட்டிருக்கிறதாம்! அந்தப் படத்திலே...

என்னை வாழவிடு
விலைகளைக் கட்டுப்படுத்து
என்ற வாசகம் பொறிக்கப்பட்டுள்ளதாம்.

நிச்சயமாக லால் பகதூரின் நெஞ்சம் நெகிழ்ந்து தான் இருக்கும். படிப்போருக்கே நெகிழ்கிறதே.

முதலாளிகள் கேட்கிறார்கள் லால் பகதூரை; புதிய புதிய யந்திரங்கள் வாங்கிட அன்னியச் செலவாணி உரிமை கொடுங்கள் என்று,

தொழிலதிபர்கள் கேட்கின்றனர். எமக்குக் கடன் கொடுங்கள் வட்டியின்றி அல்லது மிகக் குறைந்த விகிதத்தில் என்று,

குழந்தை கேட்கிறது, என்னை வாழவிடு, விலைகளைக் கட்டுப்படுத்து!! என்று,

புதிய மாளிகை கட்ட இரும்புக் கம்பங்களும் 'டன்டன்னாக' சிமிட்டியும் தருக, உடனே என்று கேட்டிடும் பணம் படைத்தான்கள் உளர் லால் பகதூர் கண்டதுண்டு.

சென்ற ஆண்டு கிடைத்ததைவிட இவ்வாண்டு கிடைத்த இலாபம் குறைவாக இருக்கிறது; இந்த நஷ்டத்தால் மெத்தக் கஷ்டம் எமக்கு வரியில் சலுகை செய்தளியுங்கள்; நாங்கள் செல்வத்தைப் பெருக்கிடும் ஈடுபாட்டில் இருப்பவர்கள் என்று கேட்டிடும் சீமான்கள் உள்ளனர்; லால் பகதூர் பார்த்திருக்கிறார்.

அயுறு கேட்டிடும் சீமான்கள் உள்ளனர்; லால் பகதூர் பார்த்திருக்கிறார்.

ஒரு பச்சிளங் குழந்தை என்னை வாழவிடு! விலையைக் கட்டுப்படுத்து என்று கேட்டிடும் காட்சியை அவர் கண்டதில்லை; காண்கிறார் காணச் செய்தனர் தாய்மார்கள்.

அகிலம் போற்றும் அறிஞர் அண்ணா

சிவரஞ்சன் (வ.இளங்கோ)

எத்தனை உள்ளம் உருக்கும் நிகழ்ச்சி இது. ஆட்சிப் பொறுப்பில் உள்ளோர், காணக் கூசிடத் தக்கதோர் நிலை நாட்டிலே நெளிகிறது என்பதைக் காட்டிடவன்றோ, குழந்தையின் படம் பதித்த 'ரட்சை'யைக் காட்டினார்கள் தாய்மார்கள்.

விலைவாசி விஷமென ஏறியபடி இருப்பது எத்தகைய விபரீதமானது, என்னென்ன கொடுமை களுக்கு வழி செய்திடக் கூடியது என்பதனை விளக்கிட, அஃது எதிர்காலத்தையே ஆபத்தான தாக்கத்தக்கது என்பதனை எடுத்துக்காட்ட, ஒரு குழந்தை நான் வாழ வேண்டும், நான் வாழ வேண்டு மானால் என்னை வளரச் செய்திட என் குடும்பம் வழி பெற வேண்டும். அந்த வழி கிடைக்க வேண்டு மானால் விலை களைக்கட்டுப்படுத்த வேண்டும் என்றெல்லாம் கூறிடுவது போல,

என்னை வாழவிடு

விலைகளைக் கட்டுப்படுத்து!

கட்டி முடித்த தொழிற்கூடங்கள் அமைத்தாகி விட்ட தேக்கங்கள், உருண்டு ஒளி கிளம்பும் யந்திரச் சாலைகள் எனும் இவைகளைப் படம் போட்டுக் காட்டித்தான் என்ன பலன், இந்தக் குழந்தையின் படம் கண்வழிச் செல்லாமலேயே எவர் நெஞ்சிலும் சென்று பதிந்து விடுகிறதே! உள்ளத்தை உருக்கி விடுகிறதே!

தாயைத்தான் தேடுகிறேன் என்று புலம்பிடும்

குழவியைக் காட்டிலும், உள்ளத்தை உருகச் செய்திடக் கூடிய காட்சி இருந்திட முடியாது என்று இது நாள்-வரை நான் எண்ணிக் கொண்டிருந்தேன் தம்பி! இந்தக் காட்சி இருக்கிறதே படமாக மட்டுமே உளது எனினும், அதனையும் மிஞ்சுவதாக உளது. நான் பிழைப்பதும், மடிவதும் ஆட்சிப் பொறுப்பின் முதல்வரே! உமது கரத்தில் இருக்கிறது. என்ன செய்து என்னை வாழ வைத்திடுவது என்று எண்ணி வாட்டம் கொள்ள வேண்டாம். நானே சொல்கிறேன் தக்க வழிதனை! விலைகளைக் கட்டுப்படுத்துங்கள்; நான் பிழைத்துக் கொள்வேன் என்றன்றோ குழந்தை கூறுவதாகத் தெரிகிறது. ‘ரட்சை’யில் பொறித்துள்ள வாசகத்தைப் பொருள் பிரித்துப் பார்த்திடும்போது...

எந்த ஒரு ஆட்சியும் இந்த நிலை வந்துளது என்பதனைக் கண்டு கண் கசியாதிருந்திட முடியாது.

இல்லை! இல்லை! மிகைப்படுத்திக் கூறுகிறார் கள்; உணவு நிலைமை அப்படியொன்றும் மோசமாக இல்லை; விலைகள் ஓரளவு ஏறி இருக்கிறது என்றா லும் பெரிய நெருக்கடி ஏதும் ஏற்பட்டுவிடவில்லை என்று இங்கு நாட்டின் நாயகர்கள் பேசுகின்றனர். எதிர்ப்புக் குரலையும் ஏக்கப் பேச்சினையும் மறுத் திடவும், மறைத்திடவும்.

இலண்டனில் உள்ள இதழ் இந்திய சர்க்காரிடம் ஆதரவு காட்டும் இதழ் எழுதுகிறது. “சீனப் படை யெடுப்பின் போது எத்தகைய நெருக்கடி நிலை இருந்ததோ, அதுபோன்றதோர் நெருக்கடி நிலைமை

உணவுமுனையிலே இன்று இந்தியாவில் ஏற்பட்டு விட்டிருக்கிறது" என்று, இதனையும் லால் பகதூரின் அரசு மறுத்திடும்; ஆனால், வார்த்தைகள் மறுப்புரைக்குமே தவிர, இந்திய அரசு மேற்கொள்ளும் நடவடிக்கைகள் எதனைக் காட்டுகின்றன? நெருக்கடி நிலை இல்லாமலா,

கோதுமை! கோதுமை!

மேலும் மேலும் கோதுமை!

அரிசி! அரிசி! மேலும் சிறிதளவு அரிசி! என்று கோஷமிட்டபடி, இந்தியத் தூதரக அலுவலர்களும் துரைத்தன மேலதிகாரிகளும் பல்வேறு நாடுகள் சென்றபடி உள்ளனர்.

கேட்டோம், தருகிறார்கள்!

வருகிறது உணவுப் பண்டம் கப்பல் கப்பலாக!

என்று துரைத்தனம் அறிவிப்பது எதற்காக? அச்சம் கொள்ளாதீர், கவலை காட்டாதீர் என்று கேட்டுக் கொள்வன்றோ!

உணவு உற்பத்தி பெருகிறது! விளைச்சலின் தரம் மிகுந்திருக்கிறது என்று முன்பு பேசிய பேச்செல்லாம் பொய்த்துப் போச்சே! எத்தனை காலத்துக்கு உணவு பொருளுக்காக வெளிநாட்டை நம்பிக் கிடப்பது வேதனையாக இருக்கிறது. வெட்கமாகக் கூட இருக்கிறது. இனி அந்தப் பழக்கத்தை விட்டொழிக்கத் திட்டமிட்டு விட்டோம். வெளிநாடுகளிலிருந்து உணவுப் பொருள் வாங்கமாட்டோம் என்று முழக்கிய உறுதி மொழிகள் உயிரற்றனவாகிவிட்டனவே!

| கிளாசிக் | சிவரஞ்சன் |  |  |
| 299 | (வ.இளங்கோ) | | |

இப்போது அமெரிக்கா அனுப்புகிறது. பாகிஸ்தான் வீற்றிருக்கிறது; தாய்லாந்துக்கு ஆட்கள் போகிறார்கள்; அரிசி வாங்க என்று செய்திகளைச் சர்க்காரே தந்தபடி உள்ளனர்.

ஒரு பெரிய பஞ்சம், பெரு வெள்ளம் அல்லது மழையே பெய்யாத நிலை, நிலநடுக்கம் எனும் ஏதேனும் ஓர் இயற்கைக் கோளாறு ஏற்பட்டு ஒரு நாடு சோற்றுக்குத் திண்டாடும் போதும் பெரும் போரிலே சிக்கி வயல்களின் பசுமை காய்ந்து போய்விடும் போதும் வெளி நாடுகளிலிருந்து உணவுப் பொருள்களைக் கேட்டுப் பெறுவது முறை நியாயம். ஆனால் அவ்விதமான இயற்கை கேடுகளோ, மூட்டிவிடப் பட்ட போரோ ஏதுமின்றியே நாம், உணவுப் பொருளுக்காக, அமெரிக்கா, பாகிஸ்தான், தாய்லாந்து எனும்பல நாடுகளிடம் தஞ்சம் அடைகிறபோது, உதவி பெறுகிறபோது, இங்கு இந்த நிலைமை ஏற்படக் காரணமாக இருந்த அரசிடம் மதிப்பா பிறந்திடும்? அனுப்புகிறார்கள் உணவுப் பொருள்... ஆனால் அவைகளை அனுப்பும்போது எத்தகைய கேலி எழுந்ததோ யார் கண்டார்கள்!

அமெரிக்க தூதர் செஸ்டர் பவுல்ஸ் கூறுகிறார்:

இப்போது நாங்கள் அனுப்பத் திட்ட மிட்டிருப்பது 40 லட்சம் டன் கோதுமை 3,00,000 டன் அரிசி. இதுவரை நாங்கள் அனுப்பியிருப்பது 230 லட்சம் டன் உணவுப் பொருள் என்கிறார்.

படிக்கும்போது இந்தச் செய்தி பாகெனவா இனிக்கும்?

சிவரஞ்சன் (வ.இளங்கோ)

கிளாசிக் 300

இப்படி உணவுப் பண்டத்துக்கே திண்டாடு கிறீர்களே! இத்தனைக்கும் விவசாய நாடு என்கிறீர்கள், கிராமங்களே முதுகெலும்பு என்கிறீர்கள், புதிய தேக்கங்கள் கட்டியிருக்கிறீர்கள், அணைகள் பலபல எனப் பட்டியல் காட்டுகிறீர்கள். நவீன விஞ்ஞான முறை எனப் பேசுகிறீர்கள், ஜப்பானிய முறை என்கிறீர்கள் சத்து உரம் என்கிறீர்கள், மின்சார இணைப்பு என்கிறீர்கள், சமூக நலத்திட்ட மென்கிறீர்கள். கூட்டுறவு என்கிறீர்கள். நிலச் சீர்திருத்தச் சட்டம் என்கிறீர்கள்? பொறுக்குவிதை, பொலிகாளை, எருக்குழி, மண் அரிப்புத் தடுப்பு என்று பலப்பல பேசுகிறீர்கள் என்றாலும் இந்த ஆண்டுகளில் நாங்கள் டன்களை உங்களுக்கு அனுப்பி இருக்கிறோமே, என்ன ஆயிற்று உங்கள் திட்டங்கள்? என்ன கதியாகி விட்டது கொட்டிய ஆயிரமாயிரம் கோடிகள் என்றெல்லாம் செஸ்டர் பவுல்ஸ் கேட்கிறார் என்றல்லவா பொருள்? சுதந்திர தின விழாவன்று கிடைத்திடும் பொற்பதக்கமா இது? பொறுப்பிலுள்ளவர்கள் எண்ணிப் பார்த்திட வேண்டும், போய்ச் சேர்ந்ததுகள் அல்ல.

தம்பி! அமெரிக்கத் தூதர் சொல்கிறார். எவ்வளவு வேண்டுமானாலும் தருகிறோம் உணவுப் பொருள் எம்மிடம் தயாராக இருக்கிறது. ஏற்றிச் செல்லும் கப்பல்களும் உள்ளன, தேவைக்கு அதிகமாகவே. ஆனால் நாங்கள் ஏற்றி அனுப்பும் பொருளை இறக்கி எடுத்திட முடியவில்லையே இந்திய சர்க்காரால், நாங்கள் என்ன செய்ய என்று கேட்கிறார். ஆமாம் என்கிறார்கள். அப்படியானால்... என்று கேட்கிறார்

| கிளாசிக் | சிவரஞ்சன் |  |  |
| 301 | (வ.இளங்கோ) | | |

செஸ்டர்பவுல்ஸ் துறைமுகத்தில் பண்டங்களை இறக்க... என்று இழுத்துப் பேசுகிறது. இந்தியப் பேரரசு. அதற்கான வழிமுறை கூற, உடனிருந்து உதவ நிபுணர்களை அமெரிக்காவிலிருந்து தருவிக்கிறேன் என்று கூறுகிறார் செஸ்டர் பவுல்ஸ்.

தம்பி ஒன்றைத் தெளிவுபடுத்தி விடுகிறேன். அமெரிக்கா போன்ற வெளிநாடுகளிலிருந்து உணவுப் பொருள் இங்கு வருவதை நான் குறை கூறவில்லை. அதுவும் இல்லையென்றால் உணவு நெருக்கடி பேராபத்தை மூட்டி விடும். இந்நிலையில், உணவுப் பொருளை இனாமாகவோ, கடனுக்கோ, பண்ட மாற்றுக்கோ பணம் பெற்றுக் கொண்டோ கொடுத்து தவுவோர் பலப்பல இலட்சக்கணக்கானவர்களை ஆபத்திலிருந்து காப்பாற்றுகிறவர் ஆகிறார்கள். அனைவரின் நன்றிக்கும் உரித்தானவர்களாகிறார்கள்; இதனை நான் மறந்திடவுமில்லை. மறுத்திடவு மில்லை; ஆனால் 17 ஆண்டு நடத்திய பிறகு, இந்த நிலையைத்தானா நாடு பெறவேண்டும், காங்கிரசின் மூலம் என்று கேட்கிறேன்.

தம்பி! ரேவுத் துறையிலே மூட்டைகளை எப்படி விரைவாக, இலகுவாக இறக்குவது என்ப- தற்கு அமெரிக்க நிபுணர்கள் வருகிறார்கள் என்று கூறினேனல்லவா! வருகிற நிபுணர்கள் இந்தத் துறைக்காக மட்டுமல்ல. என்னென்ன துறைகளுக்கு, நிபுணர்கள் அமெரிக்காவிலிருந்து இங்கு வந்தபடி இருக்கிறார்கள் சொல்லவா! கேலிக்காக அல்ல, நாடும், அதற்கு அமைந்துள்ள ஆட்சி முறையும் இருக்கிற இலட்சணத்தைத் தெரிந்து கொள்ளச்

செய்வதற்காக.

விவசாயிகளுககுக் கட்டுபடியாகக்கூடிய விலையைக் கண்டறிந்து நிர்ணயம் செய்ய அமெரிக்காவிலிருந்து ஒரு நிபுணர்குழு வருகிறது. தாங்களாக அல்ல. சர்க்காரின் விசேஷ அழைப்பின் பேரில்.

மண் வளம் பெருக்க, பாசனமுறையைத் தரமான தாக்க வடிகால் பிரச்சினையை விளக்கிட ஒரு நிபுணர் குழு அமெரிக்காவிலிருந்து பயிர் கெடுக்கும் பூச்சிகளை அழித்திட, பூச்சி மருந்தை விமான மூலம் தெளித்திட, முறைகூற, உடனிருந்து உதவி செய்ய ஒரு அமெரிக்க நிபுணர்குழு வருகிறது.

புதிய பண்ணைகள் அமைத்திடத் திட்டம் தயாரிக்க ஒரு குழு.

இங்கு நிறைவேற்றப்பட்ட நிலச்சீர்திருத்த சட்டத்தின் பலன்களைக் கண்டறிய ஒரு குழு.

தம்பி! எனக்கே சலிப்பாக இருக்கிறது. முழுப் பட்டியலைக்கூற, ஒன்றை மட்டும் கூறிவிடுகிறேன். பொருளும் திட்டமும், நிபுணர்களும் மட்டுமல்ல, ஆயிரம் பொலி காளைகள்கூட வருகின்றன அமெரிக்காவிலிருந்து.

உணவு முறையில் இதுவரை துரைத்தனம் மேற்கொண்ட முறைகளும் திட்டங்களும் எந்த அளவு பலனற்று, பாழ்பட்டுப் போயிருந்தால் இந்த அளவுக்கு அமெரிக்க உதவி நமக்குத் தேவைப்பட்டிருக்கும் என்பதை மட்டும், எதற்கெடுத்தாலும் எரிச்சல் கொள்பவர்களை விட்டுவிட்டு,

எப்பொருள் யார்யார்வாய்க் கேட்பினும் அப்பொருள்
மெய்ப்பொருள் காண்பதறிவு

என்ற பண்பறிந்தவனிடம் கேட்டுப்பார். திட்டமிடு கிறார்கள்; தெளிவில்லை, ஆயிரமாயிரம் கோடிகளை அள்ளி வீசுகிறார்கள்; ஓரவஞ்சனை நடக்கிறது, ஒழுங்கீனம் இருக்கிறது. ஊழல் மலிந்திருக்கிறது என்று நம்மைப் போன்றவர்கள் கூறிய போதெல்லாம் காங்கிரஸ் துரைமார்கள், கனைத்தனர்; கண் சிமிட்டினர். காகிதத்தில் எழுதப்பட்டிருந்த புள்ளி விவரங்களைப் படித்துக் காட்டினர். நமக்கு பொருளாதார அறிவு போதுமான அளவுக்கு இல்லை என்று நையாண்டி செய்தனர். நினைவிலிருக் கிறதல்லவா? இப்போது காங்கிரஸ் அரசில், மேல் மட்டத்திலேயே ஆராய்ச்சி நடத்துகிறார்கள்.

திட்டங்கள் ஏன் போதுமான பலன் தரவில்லை என்பது பற்றி.

காங்கிரஸ் தலைவர்களிலே சிலர், திட்டம் தீட்டியதிலே தவறு இல்லை. அதை நிறைவேற்றிய முறையிலே தான் கோளாறு வந்து விட்டது என்றனர்.

திட்டக்குழுவின் துணைத் தலைவரான அசோக் மேத்தாவே இல்லை! இல்லை! நிறைவேற்றிய முறைகளிலே மட்டுமல்ல, திட்டங்களிலேயே கோளாறு இருக்கிறது என்று கூறுகிறார்.

தொழில் மந்திரியாக உள்ள சஞ்சீவய்யா, திட்டங்களினால் ஏன் தக்க பலன் கிடைக்கவில்லை என்பதைக் கண்டறிய வேண்டும. நாம் இதுவரை, திட்டங்கள் வெற்றிய பெற, பணம் வேண்டும்

சிவரஞ்சன் [வ.இளங்கோ]

மூலப்பொருள் வேண்டும் என்பது பற்றி மட்டுமே எண்ணிக் கொண்டிருந்துவிட்டோம்; ஏமாந்து விட்டோம்; திட்டங்கள் வெற்றிபெற மக்களிடம் இலட்சிய ஆர்வம் வயலில் உழைப்பவன், தொழிற் சாலையில் வேலை செய்பவன் எனும் எவருக்கும் திட்டம் வெற்றி பெற நான் பாடுபடுவேன், திட்டத் துக்காக நான் உழைத்தால், எனக்கு இன்னின்னது கிடைத்தாலும் என் வாழ்க்கை வளமாகும் என்ற நம்பிக்கை எழ வேண்டும். அவ்விதமான ஆர்வம் வேண்டும். அவ்விதமான ஆர்வம் எழத்தக்க விதமாகத் திட்டங்களின் விளைவுகள் இருந்திட வேண்டும். அது இல்லாததால் திட்டங்கள் மூலமாகக் கிடைக்க வேண்டிய பலன் கிடைக்கவில்லை என்று பேசுகிறார்.

திட்ட அமைச்சராக இருந்த நந்தா அவர்களே திட்டத்திலே தவறு இல்லை. முறைகளிலே குறை இல்லை, சத்தியம் கெட்டுவிட்டது. இதோ அழைக் கிறேன் சாதுக்களை, அவர்கள் அதர்மத்தை அழித் தொழித்துத் தர்மத்தை நிலை நாட்டுவர் என்று உபதேசிக்கிறார்.

லால் பகதூர், நிலைமைகளைக் கவனித்த பிறகு, சரி, சரி பெரிய தொழில்களிலே போய்ச் சிக்கிக் கொள்ள வேண்டாம்; இனி, திட்டத்தில் உடனடி யான பலன் தரத்தக்க மக்களின் அன்றாடத் தேவைப் பொருள்களைப் பெற்றுத் தரத்தக்கவைகளிலேயே கவனம் செலுத்த வேண்டும் என்று கூறுகிறார்.

திட்டத்துக்காகவோ பொருள் செலவாகி விட்டது; வெளிநாடுகளில் பெரிய அளவு வாங்கி

யாகிவிட்டது; மக்கள் மீது தாங்க முடியாது வரிச்சுமையை ஏற்றியாகிவிட்டது விளம்பரமோ அமோகமாகச் செய்தாகிவிட்டது. விழாக்களோ ஆடம்பரமாக! கடைசியில் உட்கார்ந்து பேசுகிறார்கள் ஒவ்வொருவராக, முடிவிலே நாட்டுக்குத் தெரிவிக் கிறார்கள்.

திட்டம் போதுமான, எதிர்பார்த்த பலன் தரவில்லை.

எனவே, இனித் திட்டமிடுவதிலும், திட்டத்தை நிறைவேற்றுவதிலும் ஒரு மாற்றம் செய்யப் போகிறோம்.

திட்டங்களின் மூலமாகக் கிடைக்க வேண்டிய வைகள் கிடைக்காது போன நிலையில் வெறும் பணம் மட்டும் தண்ணீர் பட்டபாடு என்பார்களே அது போலப் புரள ஆரம்பித்ததால் விலைகள் ஏறின. விசாரம் வளர்ந்தது; விலைகள் ஏறவே கூலி உயர்வு மீண்டும் தேவைப்பட்டது. இவ்விதம் ஒரு விஷச் சக்கரம் சுழல்கிறது. அதன் கொடிய பற்களிலே நாடு சிக்கிச் சங்கடப்படுகிறது.

பணப் புழக்கம் அதிகமாகி உள்ள அளவுக்குப் பண்டங்களின் உற்பத்தி அளவும் வளர்ந்தால் நிலைமையில் நெருக்கடி ஏற்படாது. பசு தின்னும் தீனி அளவுக்காவது பால் கிடைக்க வேண்டுமே! அவ்வித மின்றி தீனிக்குப் பசுவாக இருந்து, பாலுக்காகச் செல்லும்போது, பசு காளையாகிவிட்டால் நிலைமை எப்படி இருக்கும் அந்த நிலை இப்போது, தம்பி! திட்டங்களுக்குக் காசுக் கொட்டிக் கொடுத்தாயிற்று!

அதற்காக அவிழ்த்துக் கொட்டப்பட்ட பணம் ஊரெங்கும் உருள்கிறது; ஆனால், அந்த அளவுக்கு பண்டங்கள் பெருகவில்லை. திட்டத்தின்படி. எனவே பணவீக்கம்; பண வீக்கத்தால் விலை ஏற்றம்; விலை ஏற்றத்தால் பணத்தின் மதிப்பு சரிந்து விட்டது.

திட்டக் கமிஷனில் உள்ள பொருளாதார நிபுணர் அகர்வால்.

ரூபாயின் மதிப்பு கட்டுப்படியாகவில்லை என்கிறார்.

ரூபாயின் மதிப்பு வீழ்ந்துவிட்டது என்றால் என்ன பொருள்? விலைவாசி ஆறு மடங்கு அதிக மாகிவிட்டது என்று பொருள். இந்த ஏற்றம் மக்கள் தாங்கக் கூடியதல்ல.

இதனையும் பொருளாதார நிபுணர் அகர்வால் விளக்கியுள்ளார்.

இந்த நிலையில், தம்பி! தாய்மார்கள், லால் பகதூரிடம் வேண்டுகோள் விடுத்ததிலே தவறென்ன இருக்க முடியும்?

வாழவிடு

விலையைக் குறை!

என்றும் பொறித்திருப்பது.

பதினேழு ஆண்டுகளுக்கு பிறகு, நாட்டின் ஆளவந்தார்க்கு, இத்தகைய ஒரு வேண்டுகோள் தரப்படுகிறது. அந்த நிலைக்கு ஆட்சியிலுள்ளோர், நாட்டினைக் கொண்டு வந்துவிட்டனர். ஆனால், கா-

கிளாசிக்	சிவரஞ்சன்
307	(வ.இளங்கோ)

மராஜர் கூறுகிறார் 'எம்மையன்றி எவருளார் ஆள!' என்று. என்ன செய்வது, தம்பி! சிரிப்பதா அழுவதா! தெரியவில்லையே!

30.8.1964

அண்ணன்
அண்ணாதுரை

அய்யாவுக்கு
அமெரிக்காவிலிருந்து அண்ணா

பேரன்புடைய பெரியார் அவர்கட்கு,

வணக்கம்.

என் உடல்நிலை நல்ல விதமாக முன்னேறி வருகிறது.

வலியும் அதற்குக் காரணமாக இருந்து வந்த நோய் குறியும் இப்போது துளியும் இல்லை. பசியின்மையும் இளைப்பும் இருக்கிறது. டாக்டர் மில்லரின் யோசனைப்படி இந்தத் திங்கள் முழுவதும் இங்கு இருந்துவிட்டு நவம்பர் முதல் வாரம் புறப்பட எண்ணியிருக்கிறேன். இங்கு ராணி (மனைவி) பரிமளம் (மகள்) செழியன், ராசாராம், டாக்டர் சதாசிவம் ஆகியோர் உடனிருந்து கனிவுடன் என்னை கவனித்துக் கொள்கிறார்கள்.

சென்னை மருத்துவமனையிலும், விமானத் தளத்திலும் தாங்கள் கவலையுடனும் கலக்கத்துடனும் இருந்த தோற்றம் இப்போதும் என் முன் தோன்றிய படி இருக்கிறது. ஆகவே தான் கவலைப்பட வேண்டிய

அகிலம் போற்றும் அறிஞர் அண்ணா | சிவரஞ்சன் (வ.இளங்கோ) | கிளாசிக் 308

சென்னை மருத்துவமனையிலும், விமானத் தளத்திலும் தாங்கள் கவலையுடனும் கலக்கத்துடனும் இருந்த தோற்றம் இப்போதும் என் முன் தோன்றிய படி இருக்கிறது. ஆகவே தான் கவலைப்பட வேண்டிய நிலை நீங்கிவிட்டது என்பதனை விளக்கமாகத் தெரிவித்திருக்கிறேன். தங்கள் அன்புக்கு என்நன்றி.

தங்கள் பிறந்தநாள் மலர் கட்டுரை ஒன்றில், மனச் சோர்வுடன் துறவியாகி விடுவேனோ என்னவோ என்று எழுதியிருந்ததைக் கண்டு மிகவும் கவலை கொண்டேன். தங்கள் பணி மகத்தான விழிப்புணர்ச் சியைச் சமூகத்தில் கொடுத்திருக்கிறது. புதியதோர் பாதை மக்களுக்குக் கிடைத்திருக்கிறது. நான் அறிந்தவரையில் இத்தனை மகத்தான வெற்றி வேறு எந்த சமூக சீர்திருத்தவாதிக்கும் கிடைத்ததில்லை. அதுவும் நமது நாட்டில். ஆகவே சலிப்போ, கவலையோ துளியும் தாங்கள் கொள்ளத் தேவை யில்லை.

என் வணக்கத்தினை திருமதி மணி அம்மையார் அவர்களுக்கு தெரிவிக்கவும். அன்பு வணக்கங்கள்.

நியூயார்க் — தங்கள் அன்புள்ள
10.10.1968 — அண்ணாதுரை

| கிளாசிக் 309 | சிவரஞ்சன் (வ.இளங்கோ) |  |  |

அண்ணாவின் குட்டிக் கதைகள்

அறிஞர் அண்ணா அவர்கள் சிறுகதைகளை எழுதுவதில் மன்னர். தன்னுடைய சொற்பொழிவுகளிலோ, கட்டுரைகளிலோ குட்டி கதைகளை சொல்வார், எழுதுவார். அனைத்தும் சுவாரஸ்யமாக இருக்கும்.

வாசகர்கள் அவரின் குட்டிக் கதைகளை விரும்பி படிப்பர். தனித்தன்மையோடு காணப்படும் அக்குட்டிக் கதைகளை ஒருமுறை படித்தாலே என்றென்றும் நினைவில் இருக்கும்.

அவ்வப்போது திராவிட நாடு, காஞ்சி இதழ்களில் தம்பிக்கு... என்று கடிதங்களோ, கட்டுரைகளோ எழுதும்போது பாயசத்தில் முந்திரி, திராட்சைகளை போல குட்டிக் கதைகளை தெளிப்பார். அற்புதங் களாய் திகழும்.

குழந்தைகள் முதல் பெரியோர் வரை படித்து மகிழக்கூடிய அக்கதைகளில் அறிவு இருக்கும். அரசியல் ஞானம் மிளிரும், சில சிந்தனையை தூண்டும், சில பரவசமூட்டும் சில எழுச்சி் பெற செய்யும்.

ஏராளமான குட்டிக் கதைகளை வாசக மக்களுக் காக வழங்கியவைகளில் சில கதைகளை காண்போம்.

1. தாய் சொன்ன நீதி

ஒரு மரங்கொத்தி மரத்திலே துளை போட்டுக் கொண்டிருந்தது. இதைக் கவனித்துக் கொண்டிருந்த குருவி ஒன்று "நமக்கும்தான் மூக்கு இருக்கிறதே, நாமும் துளைத்துப் பார்த்தால் என்ன?" என்று எண்ணியது.

எண்ணியதோடு விடாமல் துளைக்கவும் தலைப் பட்டது. ஆனால் துளைக்க முடியவில்லை. குருவிக்கு வெட்கம்! மீண்டும் மரங்கொத்தியைக் கவனித்தது.

அது வீர ஆவேசமாக துளைத்துக் கொண்டிருந் ததைக் கவனித்த குருவிக்கு ரோஷம் வந்துவிட்டது. பலமாகக் கொத்திற்று. மூக்கு வலித்தது. ஆனால் மரத்தின் சிறிய பட்டைகூட பெயர்ந்தபாடில்லை. இப்போது குருவிக்கு கோபம் என்றால் அவ்வளவு

பெரிய கோபம்.

கோபம் கொண்ட குருவியைக் கேலி செய்வது போல - மரங்கொத்தி சுற்றி சுற்றிப் பார்த்தவாறு கம்பீரமாக துளைத்துக் கொண்டிருந்தது.

குருவிக்கு கோபம் இப்போது தலைக்கே ஏறிவிட்டது. துளைத்து விடுவது என்று சபதம் எடுத்து மீண்டும் மரத்தின் மீது தன் மூக்கால் கொத்தியது.

ஏற்கனவே மூக்கு வலி எடுத்திருந்தது. இப்போது மீண்டும் கொத்தவே, மூக்கு உடைந்தது.

வலி தாங்கமாட்டாத குருவி அவமானத்தோடு பொந்தினுள் நுழைந்தது. இதையெல்லாம் இது வரை அமைதியாகப் பார்த்துக் கொண்டிருந்த தாய்க் குருவி, "உனக்கேன் வீண் வேலை! மரங்கொத்தியைப் பார்த்து, உன் மனதிலே வீணான எண்ணத்தினை வளர்த்துக் கொண்டது தவறு அல்லவா; அதனுடைய மூக்கு துளைப்பதற்காகவே படைக்கப் பட்டது. எனவே அதனால் துளைக்க முடிகிறது. உன் மூக்கு அப்படிப்பட்டதா? யார் யாரால் எதை எதை செய்ய முடியும் என ஒரு நியதி இருக்கிறது. அதை மாற்ற முயற்சித்தால் உனக்கு ஏற்பட்ட கதிதான் ஏற்படும் புரிகிறதா?" என்றது.

குஞ்சுக் குருவி வெட்கித்தலை குனித்தது.

2. மருந்து இதோ!

ஊதுகுழல் வேண்டுமா? ஊதுகுழல் வேண்டுமா? என்று கேட்டான், நடைப்பாதை வியாபாரி.

“வேண்டாமப்பா” என்று கூறினான் அவ்வழியே சென்றவன்.

“பொத்தான் வேண்டுமா?”

“பேனா வேண்டுமா?”

“சாக்லெட் வேண்டுமா?”

“சாயப்பவுடர் வேண்டுமா?”

“சோம்பு, சீப்பு, கண்ணாடி, பீரோச், பின் வேண்டுமா?” என்று வியாபாரி விடாமல் கேட்டுக் கொண்டேயிருந்தான்.

அவ்வழி வந்தவருக்குப் பெருத்த தொல்லையாகிவிட்டது. அவர் அங்காடி வந்தது எதையும் வாங்க அல்ல; யாரையோ சந்திக்க; வியாபாரி விடாமல் தொல்லை கொடுக்கக் கண்டு, அவர் கோபத்துடன்.

“ஒன்றும் வேண்டாமப்பா, போய் தொலை ஒரே தலைவலியாகிவிட்டது உன்னாலே” என்றார்.

“அருமையான தலைவலி மருந்து இருக்கிறது ஆறே அணா, வேண்டுமா?” என்று கேட்டானாம் வியாபாரி.

கிளாசிக் 313 | சிவரஞ்சன் (வ.இளங்கோ)

3. மன்னனும் மல்லனும்!

"என் திறமையை மாமன்னா! கூறிடப் பெருமைப் படுகிறேன். கேட்டிடின் தாங்களே பூரிப்படை வீர்கள்!" என்றான் மல்லன்.

"கூறு, கேட்டிடுவோம்; வீரச் செயல் யாது செய்தனை?" என்றான் மன்னன்.

"ஒரே கன்னத்தில் ஒரே அறைதான்; அதுவும் இலேசாகத்தான்; பற்கள் முப்பத்திரண்டும் பொல பொலவெனக் கீழே உதிர்ந்துவிட்டன!" என்றான் மல்லன்.

"சபாஷ்! சபாஷ்! ஒரே அறையில் முப்பத்திரண்டு பற்களும் உதிர்ந்தனவா! அருமை அருமை!"

"அமைச்சரே! மல்லனின் திறமையைக் கேட்டீரோ? அவனுக்கு முத்துமாலை பரிசு தருகிறேன்" என்றான் மன்னன்.

அமைச்சர் குறுக்கிட்டு "அரசே! மல்லன் திறம் கண்டு மகிழ்வது சரியே! பரிசுக்குரியவன் எனத் தாங்கள் உரைத்ததும் தங்களுக்கு அழகே! ஆனால் ஒரே அறையினால் எல்லா பற்களும் இழந்தவன் யார்? ஏன் இழந்தான் என்று தெரிந்து கொள்ள வேண்டாமா?" என்றார்.

மன்னன், "ஆமாம், ஆமாம் அதை மறந்தேன்; யார் அவன் சொல்?" என்று அமைச்சரைக் கேட்டான்.

"மன்னவா! மல்லன் தன் மதிமிக்க மகனுடைய பற்களைத்தான் அங்ஙனம் உதிரச் செய்தான். அவன்

குற்றம் ஏதும் செய்யாதவன்; குடித்துப் புரளும் மல்லனைக் கண்டித்தான்; அதனால் மல்லன் அவனது பற்களை உடைத்திருக்கிறான் இதற்குப் பரிசா?" என்றார் அமைச்சர்.

வெட்கித் தலைகுனிந்த மன்னன், மல்லனுக்கு பரிசுக்குப் பதிலாக தண்டனையை வழங்கினான் மன்னன்.

4. காளியும் சிரித்தாள்

அந்த காலத்திலெல்லாம் காளி, கவிகளை நேரடியாகக் கண்டு குறைகளைக் கேட்டிருப்பாள் போலிருக்கிறது.

நம் கதையில் வருகிற காளி ஆயிரமுகக் காளி! முகம் மட்டும் தான் ஆயிரம்; ஆனால் கரங்கள் அவ்வளவு இல்லை;

ஒரு நாள் அந்தக் காளியைக் காணச் சென்ற கவி ஒருவன், கடகடவெனச் சிரித்தான்.

அவன் அப்படிச் சிரித்ததைக் கண்டதும் காளிக்கு கோபம் வந்துவிட்டது.

ஆங்காரத்தோடு, "ஏன் சிரித்தாய்?" என்று கேட்டாள்.

"தாயே! எனக்கு இருப்பது ஒரே மூக்கு இந்த ஒரு மூக்கில் சளி பிடித்துக் கொண்டாலே எனது இரு கைகளும் போதவில்லை. உங்களுக்கோ 1000 மூக்குகள்! உங்களுக்கு சளி பிடித்துக் கொண்டால் என்ன பாடு படுவீர்களோ என்று எண்ணிப் பார்த்தேன்;

சிரிப்பு வந்துவிட்டது.

மாகாளியும் விழுந்து விழுந்து சிரித்தாள்.

5. தந்தை சொல் மந்திரம்

கசபியான்கா என்ற சிறுவன் தன் தந்தையோடு கப்பலில் சென்றான். கடல் நடுவே கொடிய கப்பற் சண்டை நடந்தது.

கசபியான்காவின் தந்தையும் ஒரு கப்பல் தலைவன். அவன் தன் மகனை கூப்பிட்டு ஓரிடத்தில் நிறுத்தி, "குழந்தாய், நான் அழைக்குமளவும் இவ்விடத்தை விட்டு நகராதே" என உரைத்து ஏதோ அலுவலாக அப்பாற் சென்றான்.

சிறுவன் கசபியான்கா நல்ல பிள்ளை. தந்தை சொல் தட்டாத தனயன். கடமையை உணர்ந்த பாலன்.

சண்டையில் தந்தை உயிர் நீத்தான். இது இச்சிறுவனுக்கு தெரியாது. திடீரென்று கப்பல் தீப்பிடித்துக் கொண்டது. கப்பலில் உள்ளவர் யாவரும் பலவற்றாலும் உயிர் தப்பி ஓடினர். பாலன் கசபியான்காவைப் பலர் அழைத்தனர். அவன் போக மறுத்தான். தீ நாற்புறமும் அவனைச் சூழ்ந்து கொண்டது. அது காலை பலரும் அவனை அழைத்தனர். உடன் வருமாறு அவன் தன் தந்தையின் கட்டளையை மீறி நடக்க முடியாதென உறுதியாகக் கூறிவிட்டான். அனைவரும் போய்விட்டனர்.

கசபியான்கா, "தந்தாய்! தந்தாய்! நான் போகலாமா? போகலாமா?" என்று பலமுறை கூவினான். தகப்பன் உயிரோடியிருந்தாலல்லவா பதில் கிடைக்கும்? எனவே தந்தை சொல்லை தலைமேல் தாங்கி அவ்விடத்திலேயே நின்று சிறுவன் கசபியான்கா தீயில் மடிந்தான்.

6. எங்கே அந்த மான்?

"ஆகா! அழகு! அழகு! அற்புதம்! அற்புதம்!" என்று சொன்னது புலி.

"புலியாரே! புலியாரே! எதன் அழகு பற்றிப் பேசுகிறீர்கள்?" என்று கேட்டது ஓநாய்.

"ஓநாயாரே! மானின் உடலிலே உள்ள புள்ளியின் அழகைத்தான் சொல்கிறேன்" என்று புலி சொல்லிற்று!

"புலியாரே! நான்கூடப் பார்க்க வேண்டுமே! எங்கே அந்தப் புள்ளி மான்?" என்று கேட்டது ஓநாய் - பசியோடு.

"ஓ! அதுவா என் வயிற்றிலே!" என்று கூறிக் கொண்டே ஏப்பம் விட்டது புலி!

7. கோணிப் புளுகு

நான் பள்ளிக் கூடத்திலே படித்துக் கொண்டிருந்தபோது என்னுடைய ஆசிரியர்களில் ஒருவரைப் பற்றி மாணவர்கள் வேடிக்கையாக ஒரு கதை சொல்வார்கள்!

அவருடைய மனைவி நீண்ட நாட்களாகக் கர்ப்பம் தரிக்காமல் இருந்ததால் அவர் வேறொரு பெண்ணைத் திருமணம் செய்து கொள்ளப்போகிறார் என்று வதந்தி கிளம்பியது.

அதைப் பார்த்ததும் அவருடைய மனைவி சிறிய கோணிப் பைகளை மடித்து அடி வயிற்றில் கட்டி அதற்கு மேலே துணியைச் சுற்றிக் கொண்டே வந்தாராம்.

ஆசிரியர் அதைப் பார்த்துவிட்டு, “என்ன கர்ப்பமா?” என்று கேட்டாராம்.

“ஆமாம்” என்று அந்த அம்மையார் சொன்னார்களாம்.

ஆசிரியர் அடிக்கடி கேட்க அம்மையாரும் மாதா மாதம் கோணிப்பைகளை அதிகப்படுத்திக் கொண்டே வந்து எட்டு மாதம் ஆனபோது தாய் வீட்டிற்குப் போய் குழந்தை பெற்று வருவதாக சொல்லி, அதற்குப் பிறகு ஊரில் இருந்து கொண்டே குழந்தை இறந்து விட்டதாகக் கூறி மீண்டும் வீட்டுக்குத் திரும்பினாராம்.

அதனால் அந்த ஆசிரியரை மாணவர்கள் கோணிப்பை ஆசிரியர் என்று வேடிக்கையாகச் சொல்வார்கள்.

8. சீச்சீ இந்தப் பழம் புளிக்கும்?

ஒரு மருத்துவன், பிழைப்பு நாடி வேற்றூர் சென்றான்.

ஒருநாள் காலை.

அந்த ஊர் மக்களில் பலர், காலை வெயிலில் உலவிக் கொண்டும் வேலை செய்து கொண்டும் இருக்கக் கண்டான்.

மெத்த மகிழ்ச்சி ஏற்பட்டது மருத்துவனுக்கு.

காலை வெயிலில் கிடக்கிறார்கள். நிச்சயமாக பித்தம் சம்பந்தப்பட்ட நோய் உண்டாகும்.

நமக்கு வருமானம் கிடைக்கும். இதுதான் நம் தொழிலுக்கு ஏற்ற இடம் என்று எண்ணி மகிழ்ந்து தன் ஊர் சென்று, மருந்துப் பெட்டிகளுடன், மாலை வந்தான்.

வந்ததும் மகிழ்ச்சி போய்விட்டது.

கவலை பிடித்தாட்டியது.

காரணம் என்னவென்றால், ஊர் மக்கள் மாலையில் மஞ்சள் வெயிலில் காய்ந்து கொண்டிருந்ததைக் கண்டான்.

மாலை வேளையில் மஞ்சள் வெயில் உடலில் பட்டால் பித்தம் போய்விடும் என்பது மருத்துவ உண்மை! மருத்துவன் என்ன செய்வான்!

இந்த ஊர் பயனில்லை என்று எண்ணி வேறு இடம் நாடினான்.

9. நல்ல ஓவியன்

ஒருவன் தன்னை ஓவியன் என்று கூறிக் கொண்டு, ஒரு வெள்ளைத் தாளைக் காட்டி, "பார் பசுவும், புல்லும் என்ற படம் இது" என்றான்.

"புல்லைக் காணோமே!" என்றான் காகிதத்தைப் பார்த்தவன்.

"புல் எப்படித் தெரியும், அதைத்தான் பசு மேய்ந்து விட்டதே!" என்றான் ஓவியன்.

"அப்படியா சரி, பசு எங்கே? அதையும் காணோமே" என்று கேட்டதற்கு.

"புல்லைத் தின்ற பசுவை அடித்து விரட்டி விட்டார்கள். அதனால்தான் படத்திலே பசு தெரிய வில்லை" என்று ஓவியன் துணிந்து பதில் கூறினான்.

10. தலை(வலி) போனது

தீராத தலைவலியால் பாதிக்கப்பட்டு மிகவும் கஷ்டப்பட்டுக் கொண்டிருந்தான் அரசன்.

இதைத் தீர்த்து வைப்பவர்களுக்கு 10,000 வராகன் பரிசு வழங்கப்படும் என்று முரசறை வித்தான்.

ஆண்டு ஒன்று ஆயிற்று.

எந்த மருத்துவனும் அவனது தலை வலியைப் போக்க முன்வரவில்லை. தலைவலி நாளுக்கு நாள் அதிகமாகிக் கொண்டே வந்தது.

அடுத்து பரிசுத் தொகையை உயர்த்தினான்.

தனது இராஜ்யத்தில் பாதியை தருவதாக பறை சாற்றச் சொன்னான்.

இப்பொழுதும் ஒரு மருத்துவன்கூட வரவில்லை.

மூன்றாம் ஆண்டு, தன் தலை வலியைப் போக்கு பவனுக்கு தன் மகளை திருமணம் செய்து தருவதாக அறிவித்தான்.

இப்பொழுதும் பலனில்லை.

மன்னனுக்கு தீராத கோபம் ஏற்பட்டது. தலைவலியைப் போக்குகிற அளவுக்குக் கூட வா இந்த நாட்டில் ஒரு மருத்துவன் இல்லாமல் போய் விட்டான்? இனி எவன் வந்து என் தலைவலியைப் போக்கினாலும் அவனுடைய தலையைத் துண்டித்து விட வேண்டியதுதான் என்று மனதிற்குள்ளேயே முடிவு செய்து கொண்டான்.

ஏனென்றால், இப்போது தலைவலியைப் போக்க வருபவன், நான்கு ஆண்டுகளுக்கு முன்பே வந்திருந்தால் தலைவலியின் கடுமை அதிகரித்திருக்காதே என்று அவன் எண்ணினான்.

அவன் நினைத்ததைப் போலவே, ஒரு மருத்துவன் வந்து அவனது தலைவலியை போக்கினான்.

பதிலுக்கு மன்னன் மருத்துவனது தலையைப் போக்கிவிட்டான்.

கிளாசிக் 321 | சிவரஞ்சன் (வ.இளங்கோ) | அகிலம் போற்றும் அறிஞர் அண்ணா

அண்ணா உவமைநயம்

அண்ணா அடுக்குத் தொடரில் அற்புதமாக பேசக் கூடியவர் என்பதை தமிழகம் அறியும். தமிழ் இலக்கணத்தில் ‘உவமை நயம்’ என்ற அருமையான சொல்லாடல் உண்டு. ஒரு கருத்தின் மேல் அழகான உவமையை மேலேற்றிச் சொல்வது.

தமிழில் ‘சுரதா’வின் கவிதைகளில் உவமை நயம் துள்ளி குதித்தாடும். அழகுக்கு அழகு சேர்த்தாற் போல் என்று சொல்வதுபோல் ‘உவமைகள்’ சங்க

இலக்கியங்களில் உண்டு. அண்ணா அவர்களுக்கு மராட்டிய எழுத்தாளர் வி.ச.கண்டேகரின் ‘உவமை நயங்கள்’ நன்கு பிடிக்கும். பெரும்பாலான கதை, கட்டுரை, சொற்பொழிவுகளில் அதனை சுட்டிக் காட்டுவார்.

‘மூங்கிலும் கரும்பும்’ என்பதனை பற்றி அண்ணா எப்படி அழகாக கூறுகிறார் பாருங்கள்.

“மூங்கில் கரும்பைவிட ஓங்கிவளரத்தான் செய்கிறது. ஆனால் சுவை தராதே! அதுபோல கொள்கையற்ற நிலையின் துணை கொண்டு, தமது இடத்தை உயரமானதாக ஆக்கிக் கொண்டு கொள்கையாளர்களைக் காட்டிலும் நாங்கள் உயர்வு பெற்றுவிட்டோம் என்று நினைத்துக் கொள்வதும், கதைத்துக் கொள்வதும் ஓங்கி வளரும் மூங்கில் கரும்பினைப் பழித்தெடுத்தல் போன்றதாகும்.”

அண்ணாவின் எழுத்து, பேச்சு இரண்டும் ரசிக்கத்தக்கனவாகவும், சிந்திக்கக் கூடியதாகவும் இருக்கும் என்பதே பெருமைக்குரிய ஒன்றாகும்.

தம்பிகள்

எஃகு தயாரிக்க வேண்டிய முயற்சி மிகப் பெரியது. இரும்பை காய்ச்சி வாட்டமும் அழுத்தமும் ஏற்றி எஃகு தயாரிக்கப்படுகிறது. பின்னர் அந்த எஃகு எதையும் தாங்கும் ஆற்றலும் வலிமையும் பெறுகிறது. வளைவதில்லை. முறிவதில்லை. அதுபோலவே நமது தம்பிகள் எதையும் தாங்கும் இதயமுடைய எஃகுக் கம்பிகளாக உருவாக வேண்டும் விளங்க வேண்டும்.

காய்கறி வேக வைக்கும் கலம், காய்கறி வேக வேண்டிய அளவு வெப்பத்தைக் கொடுத்துவிட்டு மிகுதியான வெப்பத்தைத் தானே தாங்கிக் கொண்டு கரி பிடித்தும் போகிறது. இயக்கத்தில் விரும்பத்தகாத நிகழ்ச்சிகளால் ஏற்பட்டுவிடும் மிகுதியான வெப்பத் தைத் தாங்கிக் கொள்ளும் கலம் போலத் தம்பியர் இடையே இருந்து தாங்கிக் கொண்டால் தான் அரசியல் சமையல் ஒழுங்காக நடைபெறும்.

பட்டங்கள்

தான் உண்ட நீரதனைப் பன்மடங்கு பெருக்கி பார் மகிழத் தருவதற்கே .... கொண்டு உலவுவது மேகம். தன் தோகைகளை விரித்து கலாப மயில் ஆடுவது தானே கண்டுகளித்திடவா? பிறர் காண! பிறர் மகிழ! தான் காத்து வைத்துள்ள பொற் குவியல்களைக் கொண்டு தானேயா அணிகலனைச் செய்து நிலமாது பூட்டிக் கொள்கின்றாள்? இல்லை, மற்றையோர் பெற்றிடத் தருகின்றாள். ஒளிதனை உமிழ்ந்திடும் திருவிளக்கு எதற்காக? இருளில் உள்ளோர் இடர் நீக்க! பட்டம் பெற்றிடும் சிறப்புடையீர்! நீவிர் திருவிளக்கு; பொற்குவியல்; புள்ளிக் கலாபமயில்; கார்மேகம்; நாட்டைச் செழிக்கச் செய்திடும் வல்லுநர்கள்; இசைபட மக்கள் வாழ உமது ஆற்றலை ஈந்திட வந்துள்ளீர். இதற்கான அனுமதிச்சீட்டே இந்த பட்டங்கள்.

**(மாணவர்கள் பட்டங்கள்
பெறுவதைப் பற்றி அண்ணா)**

வேறுபாடு

காட்டிலே வேட்டையாடி கொன்ற புலியின் தோலினைக் காட்டி மகிழ்பவனைத்தான் வீரன் என்று உலகு ஏற்குமே தவிர. காரக் கருவாட்டை பக்குவமாக வைத்து பொறியில் விழச் செய்து, தான் கொன்ற எலியின் வால் காணீர் என்று கூறுபவனையா உலகு மதிக்கும்?

புலித்தோலுக்கும் எலி வாலுக்கும் உள்ள வேற்றுமை, ஒரு வீரனுக்கும், ஒரு வீரனுக்கும் உள்ள வேறுபாட்டினையன்றோ விளக்குகிறது.

அரசாங்கம்

அரசாங்கம் - ஒரு வீடு; ஆளுங்கட்சி அதை வாடகைக்கு எடுத்துக் கொள்கிறது. மக்களின் நல்லெண்ணம் தான் வாடகைப் பணம். அதன் கணக்கு ஐந்தாண்டுகளுக்கு ஒருமுறை பார்க்கப்படுகிறது.

இலட்சியம்

கள்ளிக் காளான்களையும், முட்புதர்களையும் களைந்துவிட்டு கழனியாக்கி ஈரோட்டாரின் ஏர் பிடித்து, மாஸ்கோ உரம் கலந்து நாம் அறுவடை செய்யப்போகும் கதிர்களினால் வாழ்வு செழிக்க வேண்டும் என்பதே எங்கள் இலட்சியமாகும்.

திருக்குறள்

பெரிய பாறாங்கல்லைவிட ஒரு சிறிய வைரக்கல் எப்படி மதிக்கப்படுகிறதோ அப்படித்தான் இரண்டு அடிகளால் ஆன குறள் மதிக்கப்படுகிறது.

கிளாசிக்	சிவரஞ்சன்
325	(வ.இளங்கோ)

வைரத்தைப் பட்டத் தீட்ட அதனுள் பல வண்ணங்கள் தெரிவது போல, திருக்குறளை ஆராய ஆராய அதில் பல புத்தம் புதிய அருமையான கருத்துக்கள் புலப்படும்.

மாதவியிடம் சிக்கிய கோவலனிடம் கடைசி காலத்தில் "இதோ காற்சிலம்பு" என்று கூறி கண்ணகி கழற்றிக் கொடுத்த கருவூலத்தைப் போல, தமிழர்கள் வலிவு இழந்து வாழ்வு இழந்து தத்தளிக்கும் நேரத்தில் தமிழ்த்தாயின் கடைசிப் பொக்கிஷமாகக் கிடைத்தது திருக்குறள்.

இதுநாள் வரை, நாம் அறிவு எனும் வாளை ஏந்தி அநீதிகளை எதிர்த்துப் போரிட்டு வந்தோம். இன்று பெரியார் நமக்குக் கேடயமும் கொடுத்திருக்கிறார். குறளே நமக்கு கேடயம். முழு ஆயுத பாணிகளாகி விட்டோம். ஆகவே அறப் போர் வீரர்களே புறப் படுங்கள் சென்னை நோக்கி அறப்போருக்கு.

மறைந்து வரும் இந்தி

மலர் மாலை ஒன்றினை மகிழ்வுடன் சூட்ட வருகிறார் நண்பர்; ஆனால் மலர் மாலையினுள் ஒரு பச்சைப் பாம்பு இருக்கிறது. அதைக் கண்ட நான் மலர் மாலையைக் கீழே வீசிக் காலால் மிதித்து, அந்தப் பச்சைப் பாம்பைக் கொல்கிறேன். சற்றுத் தொலை வில் உள்ளே ஒருவர் அண்ணாதுரைக்கு என்ன ஆணவம் பார்த்தாயா? போட்ட மாலையை வீசி எறிந்து காலால் மிதிக்கிறானே, என்று குறிப்பிட்டால் ஐயா! அருகில் வாருங்கள், நான் மிதித்தது மாலையை

அல்ல. அதனுள் இருந்த பாம்பை! மாலையோடு பாம்பு மறைந்திருந்ததால், அது உங்கள் கண்ணுக்குத் தெரியவில்லை என்றேன், அதுபோல குடியரசு தினம் என்ற மலர்மாலைக்குள் இருந்த இந்தித் திணிப்பு என்ற பச்சைப் பாம்பைத்தான் நாம் எதிர்த்தோமே அன்றி குடியரசு தினத்தை அல்ல.

ஆளும் கட்சி

மோட்டார் நன்றாக ஓட, அதை ஓட்ட, விசை இருந்தால் மாத்திரம் போதாது. அது தவறான வழியில் சென்றால் தடுக்க பிரேக்கும் வேண்டும். நாடு செழிக்க நல்ல ஆறு இருந்தால் மாத்திரம் போதாது. அதிலிருந்து வெள்ளம் புரண்டு ஊரை அழித்து விடாமல் இருக்க கரை வேண்டும். நல்ல காளையை ஓட்ட சிறு சவுக்கு இருந்தால் மாத்திரம் போதாது. அதைக் கிழக்கேயும், மேற்கேயும் திருப்ப மூக்கணாங் கயிறும் வேண்டும். வீட்டுக்கு வாயிற்படி இருந்தால் மட்டும் போதாது. வாயிற்படிக்கும் கதவும் வேண்டும்; கதவுக்கு தாழ்ப்பாளும் வேண்டும்.

அதுபோல ஜனநாயகக் காலத்தில் குடியரசு வந்த பிறகு நாட்டில் நல்லாட்சி நடக்க வேண்டுமானால் ஆளும் கட்சி ஒன்று இருந்தால் மட்டும் போதாது; மாற்றுக் கட்சி இல்லாத ஜனநாயகச் சர்க்கார், பிரேக் இல்லாத கார், கரை இல்லாத ஆறு, மூக்கணாங்கயிறு இல்லாத மாடு! ஆகவே ஆளுங்கட்சிக்கு அது அடக்குவாரற்று அக்கிரமம் செய்யும் கட்சியாக இல்லாது பார்த்துக் கொள்ள ஒரு மாற்றுக் கட்சி தேவை.

முகஸ்துதி

கழுகு பிணத்தைத்தான் கொத்தித் தின்னும். முகஸ்துதி செய்பவர்கள் உயிருடன் இருக்கும்போதே கொத்தி தின்பார்கள்.

மகிழ்ச்சியான செயல்

தாயின் அழகைப் பெற்றிடும் மகவு, பிறகு தாயுமாகித் தன் அழகளித்துச் சேயை அளித்திடும் அழகைக் காண்கிறோம். அன்றோ! அது போலவே தான், மகிழ்ச்சி பெறுகிறோம் விழா காரணமாக, எனில் அந்த மகிழ்ச்சியில் திளைத்தும் பிறகு, தொடர்ந்து, தொகை தொகையாக வகைவகையாக மகிழ்ச்சி பெற்றிடச் செயலில் ஈடுபட வேண்டும்.

பெருங்காயம்!

பெருங்காயம் குழம்புக்கு மணமளிக்கும். அதனையே கரைத்துக் குடித்துக் கொண்டிருக்க முடியாது. ஆனால் அரசியல்வாதிகள் தங்கள் தலைவர்களை புகழ்ந்தால் போதும், மக்கள் தமது மனக்குறை எல்லாம் தீர்ந்து போய்விட்டதாகக் கருதிக் கொள்வார்கள் என்று நம்புகிறார்கள்.

கை வியர்வைத் துளிகள்!

நான் கழகத்திற்குப் பணக்காரர்கள் பணம் தருவதைக் குஷ்டரோகிதரும் வெண்ணெய்க்குச் சமானம் என்று அடிக்கடி கூறி வந்திருக்கிறேன்.

அகிலம் போற்றும் அறிஞர் அண்ணா — சிவரஞ்சன் (வ. இளங்கோ) — கிளாசிக் 328

நான் வெண்ணெய் வேண்டாம் என்று கூற வில்லை. அதனைக் குஷ்டரோகி தரவேண்டாம் என்றுதான் கூறுகிறேன்.

எனவே, எனக்கு குஷ்டரோகமும் இல்லை. வெண்ணெயும் தரமாட்டேன் என்று கூறவும் கூடாது. வெண்ணெய் வேண்டும் தாருங்கள்.

வெண்ணெய் தர இயலாவிட்டால் எண்ணெய் தாருங்கள். அதுவும் இல்லாவிட்டால் கை வியர்வைத் துளிகளைத் தாருங்கள்.

பெரும் நஷ்டம்

கல்லும், கட்டிகளும், காகிதக் குப்பையும் ஏற்றிக் கொண்டு சென்ற கலம் கவிழ்ந்தால் நஷ்டம் என்ன? முத்தும், பவளமும், முழுமதி போன்ற துகிலும், பிறவும் கொண்டு செல்லும் கலம், கடலிலே மூழ்கிவிட்டால், நஷ்டமும், மனக்கஷ்டமும் நெஞ்சை வெந்திடச் செய்யுமல்லவா? அதுபோல காந்தியாரைக் கயவன் கொன்றபோது அவருடைய மனதிலே அருமையான திட்டங்கள், நாட்டுக்கு நலன் தரும் புதிய முறைகள் ஊசலாடிக் கொண்டிருந்தன. அதை எண்ணும் போதுதான் எவ்வளவு பெரிய நஷ்டம் இந்தச் சம்பவம் என்பது விளங்குகிறது.

கழுநீர் பானையும், பன்னீர் செம்பும்

கழுநீர் பானையைத் தலையில் சுமந்து செல் பவள், பன்னீர் சொம்பினை எடுத்துச் செல்பவளைக் கண்டு, "பூ" இந்த செம்புதானா உனக்கு கிடைத்தது.

கிளாசிக் 329 | சிவரஞ்சன் (வ.இளங்கோ) | அகிலம் போற்றும் அறிஞர் அண்ணா

என் தலையைப்பார். எத்தனை பெரிய பானை என்று கூறுவது போல் இருக்கிறது. காங்கிரஸ்காரர்கள் நம்முடைய படி அரிசித் திட்டத்தை கேலி செய்வது.

வாழ்வின் ஒப்பற்ற விழா

சூரியன் எப்படி எந்தவிதமான பேதமின்றி அனைவருக்கும் சமமாக ஒளியும் வெப்பமும் தருகிறானோ, தென்றல் எப்படி பேதம் பாராமல் அனைவரையும் தீண்டி மகிழ்ச்சி தருகிறதோ, மணமுள்ள மலர் எப்படி தன் மணத்தை பேதமின்றி அனைவரும் முகர வழங்குகின்றதோ அதுபோல திருமணமும் நாடு, மொழி, இனம், நிறம், ஏழை, செல்வந்தன், அறிவாளி மூடன் என்ற பேதமின்றி அனைவருடைய வாழ்க்கையிலும் சமமாக வந்து பே-ாகிற வாழ்வில் ஒப்பற்ற விழா!

சபலம்

ஒரு கூடை தவிடு தருகிறேன்; ஒரு குண்டுமணி தங்கம் கொடு என்றால் கொடுப்பார்களா? கருத்துக் கெட்டவர்கள் கூடத் தரமாட்டார்கள். ஆனால் பளபளப்பான செயற்கை வைரத்தைக் காட்டி, அது வைரம் என்று கூறித் தங்க நகைக்கு ஈடாகத் தருவதாகச் சொன்னால், சிலர் ஏமாந்து போவார்கள்; பலர் சபலம் கொள்வார்கள்.

பணத்திற்கு ஓட்டு கொடுப்பது, தவிட்டுக்காகத் தங்கம் கொடுப்பதாகும் என்பதை தாய்மார்களுக்கு எங்கே சொல்ல, உணரச் செய்ய நம்மிடம் அணி

இருந்தது, இல்லை. அது இனி அமைக்கப் பட்டாக வேண்டும்.

எந்தக் கருத்தும்

எந்த வளையல் தங்கள் கரத்திற்குத் தேவையோ அதைத்தான் மங்கையர் விரும்புவாரே தவிர, எந்த வளையல்களாயிருந்தால் என்ன... பெரியதாய் இருந்தால் என்ன? சிறியதாய் இருந்தால் என்ன? வளையல் தான் தேவை என்று எவரும் சொல்ல மாட்டார்கள்.

அதுபோல் எந்தக் கருத்து பழம் கருத்து, எந்தக் கருத்து புத்தம் புதிய கருத்து எது முனிவர் சொன்னது! எது புலவர் சொன்னது? என்று பார்த்துப் பயன் இல்லை. எந்தக் கருத்தும் சமூகத்திற்கு தேவைப்படு வதாக இருக்க வேண்டும் அப்படிப்பட்ட கருத்துதான் தேவை.

காலத்தை வைத்து

சென்ற ஆண்டு கொடுத்த இரயில் டிக்கட் (பயணச்சீட்டு) அளவிலும் நிறத்திலும் ஒரே மாதிரியாக இருந்தாலும் அதை வைத்துக் கொண்டு இந்த ஆண்டு பயணம் போக ஒத்துக் கொள்ள மாட்டார்கள். அதைப் போல் நாம் காலத்தை வைத்துக் கருத்துகளைக் கணக்கிட வேண்டும்.

கிளாசிக் 331 — சிவரஞ்சன் (வ.இளங்கோ)

விளக்கு அணையாமல்

முடியாட்சி மறைந்தது. குடியாட்சி பிறந்தது என்பதனை இருள் மறைந்தது. ஒளி விளக்கு கிடைத்தது என்பதற்கு ஒப்பானது என்று கொள்ளலாம். ஆனால் திரியும் எண்ணெய் இருந்திடல் வேண்டும். தூண்டி விடும் முறையும் தேவை. விளக்கு அணையாதபடி பார்த்துக் கொள்ளவும் வேண்டும்.

வெறும் இலட்சிய முழக்கம்

தோல்வி தாக்கிடும் என்று அஞ்சி இலட்சியங்களை மேற்கொள்ளாதிருப்பதும் தவறு. நடைமுறைக்கு ஏற்றதோ அல்லவோ என்பது குறித்த கவலையற்று காலமும் கருவியும், தக்க விதமாக அமைகின்றனவா என்பது பற்றிப் பொருட்படுத்தாமல் வெறும் இலட்சிய முழக்கம் எழுப்பியபடி இருந்து விடுவதும் பயனற்ற வேலையாகிவிடும்.

குழலின் துளைகள் சரியானபடி அமைத்து விடுவதாலேயே அதனைக் கொண்டு எவரும் இன்னிசை எழுப்பி விடலாம் என்பது தவறு. அது போலவே திறமைமிக்க இசைப் புலவன் நான் எனவே குறைகள் எப்படி தாறுமாறாக இருப்பினும் இனிய இசையினை எழுப்பிட என்னால் முடியும் என்று இறுமாந்து கூறுவதும் தவறு.

தமிழர் இனிமை பெற...

இந்தத் தமிழர் இனிமை பெற, 'இரவல்' எதற்குப் பெற வேண்டும். புள்ளிக் கலாபம் படைத்த மயிலுக்கு,

வான் கோழிச் சிறகிலான தோகை தர வேண்டுமா? கிளி அழகு பெற, அதற்குப் பச்சை வண்ணம் பூச வேண்டுமா? கேட்க வேண்டாம் கோபிப்பர்! எண்ணிப் பார், அதுபோதும்.

தமிழ் வகுப்பு நடந்து கொண்டேயிருக்கும். தெய்வானையை விட்டு விட்டு வள்ளியைத் தேடிக் கொண்டு முருகன் போவதுபோல், மாணவர்கள் வாத்தியாரை விட்டு வெளியே போய் விடுவார்கள். ஆனால் அந்த நிலை மாறிவிட்டது. எங்கு சென்றாலும் தமிழ், தமிழர் என்று பேச்சுக்கள்.

தீண்டாமை கொடுமை

கெட்ட பொருளைத் தொடக்கூடாது; குப்பைக் கூளம், நாற்றப் பொருள் ஆகியவைகளிடம் நிச்சயமாகத் தீண்டாமை அனுஷ்டிக்கத்தான் வேண்டும். அக்கினித் திராவகம், வெடிகுண்டு, விஷம், சீறும் நாகம், கொட்டும் தேள் இன்னும் பலப்பல உண்டு ஆபத்துத் தரக்கூடியவை. அவைகளைத் தீண்டாதிருக்க வேண்டும். நியாயம் அது. ஆனால் பல கோடி மக்களை, தாய் நாட்டவரை மூதாதையர் காலம் முதற்கொண்டு நம்முடன் வாழ்ந்து வருபவர்களை தீண்டலாகாது என்பது எவ்வளவு கொடுமை.

கள்ளக் கையொப்பக்காரன் கரம் கூப்புகிறான். விபசாரி விசேஷ அபிஷேகம் செய்விக்கிறாள்.

கொள்ளை இலாப மடித்தவன் வெள்ளிரிஷபம் செய்து வைக்கிறான்.

கிளாசிக் 333 | சிவரஞ்சன் (வ.இளங்கோ)

ஒழுக்கக் குறைவு உள்ளோர், அழுக்குமனம் படைத்தோர், அழுக்கான வழி செல்பவர்கள், ஆலயங்களில் நுழையாதபடி தடை உண்டா, ஆனால் ஆதிதிராவிடரை மட்டும் ஆலயத்திற்குள் வரக்கூடாது என்று தடுப்பது என்ன நியாயம்?

பிடிப்பட்ட கள்ளன் உதைப்பட்டு அலறுவது போல, அவர்கள் கூவித்தான் கிடப்பார்கள். நாம் சிவராஜ் அவர்கள் சீறிப் பேசினதை வரவேற்கிறோம். பாராட்டுகிறோம். இதுபோல இடித்துரைகள் அடிக்கடி அந்த மன்றங்களிலே நிகழத்தான் வேண்டும். நெடுநாளைய நோய் தீண்டாமை; அதை நீக்கக் காரணமான மருந்து தேவை.

புண்ணின் மீது பனிநீர் தெளிப்பது பயன் தராது பரிமாணம் பத்தே விநாடியில் போய்விடும். புண் போகாது. பழங்குடி மக்களை ஜாதி படுத்தி வரும் பாடு, இன்று குறைந்துவிட்டது என்று நேர்மையில் விருப்பமுள்ளவர் எவரும் கூற முடியாது. குறைக்க முயற்சி நடக்கிறது என்று கூறலாம். குறைவது போலத் தெரிகிறது என்று சொல்லலாம். அதற்கு மேல் கூறல் மிகையாகும்.

வேகாச் சரக்கு

கொதி வந்ததும் கிளறிப் பார்க்கிறார்கள். அரிசி சோறாகி இருக்கிறது. அரிசிதானே! அதனுடன் கலந்த கல்லுமா? இல்லையே! கல், கல்லாகவே தான் இருக்கிறது. எத்தனை தீ அதனைத் தாக்கிடினும், வேகக்கூடியதைத்தான் வெந்திடச் செய்யலாம்.

அடுக்களை எடுத்துக் காட்டும் இந்தப் பாடம் அரசியலுக்கும் பொருந்திடக் கூடியதே. இந்த 'அரசு' வேகும் பண்டம் கொண்டதல்ல. இது வெந்து சுவை தரும் பண்டமாகும் என்று எத்தனை நேரம் அடுப்பை எரியவிட்டாலும் வீணாகித்தான் போகும். வேகாது. எனவே இந்த வேகாச் சரக்கை எடுத்து வீசி விட்டு, வேறு எடுத்துக் கொள்ள வேண்டும்.

வழுக்கு நிலம்

இன்றைய சமுதாயம் வழுக்கு நிலம் போன்றது. வழுக்கு நிலத்திலே ஒருவன் எத்துணைக் காலம் விழிப்போடு நடக்க முடியும்? கனத்த காற்றடித்தால் அவன் வழுக்கு விழுவது திண்ணம். அவன் வழுக்கு நிலத்தை செம்மைப்படுத்துவது தான் மனதிற்குகந்த மார்க்கம். அதுதான் என்றும் வழுக்கி விழாதிருக்கும் வழி.

மாநில அரசினர்

மக்களின் சுக துக்கத்தோடு பின்னிப் பிணைந் திருப்பது மாநில அரசுதானே தவிர, மத்திய அரசு அல்ல. மக்களின் மீது அக்கறை இருக்கலாம். மத்திய அரசுக்கு அது எப்படிப்பட்ட அக்கறை.

குடிசைப் பகுதியில் 'தீ' பற்றியதும் மூன்றாவது மாடியில் உள்ள சீமான், ஏதோ கருப்பாக தெரிகிறதே! பெரும் 'தீ' விபத்து போல இருக்கிறதே என்று கூறுவான்! அதைப் போன்ற அக்கறைதான் இது.

ஆனால் குடிசைப் பகுதியில் தீ பற்றியதும் பதறித் துடிப்பவர் யார்? அந்தக் குடிசைக்குப் பக்கத்திலுள்ள குடிசை வாசிகள்தான்.

அதைப் போலதான் மாநில அரசினர் தான் மக்களை நேருக்கு நேர் சந்திக்க வேண்டியவர்கள்.

தம்பதியர்க்கான அறிவுடைமை

நெல்லுக்கு 'களை' பகை இருந்தும், அது இயற்கையாகவே தோன்றுகிறது. அதுபோலத்தான் வாழ்வில் துன்பம் என்பது வாழ்வுப் பயிருக்குக் களை போன்றது. எப்படி களையை களைந்து விட்டு நெற்பயிரைக் காக்கின்றனரோ அதைப் போலவே தம்பதியர்கள் தங்கள் வாழ்வில் தோன்றும், துன்பம், தொல்லை போன்ற காளைகளைத் தன் அறிவாற்றலால் களைந்து தூர எறிந்துவிட வேண்டும். இப்படிச் செய்வது தான் அறிவுடைமை.

நாட்டின் நிலை

ஆட்சியிலே ஊழல்! கட்சியேலயும் குழப்பந்தான்!

வீடுதான் இடிந்ததென்றால், விளையும் வயலிலே யும் வெள்ளம் வந்து பாழாகிவிட்டது.

தாய்க்கு அம்மை, அதைக் காணச் சகிக்காமல் உள்ளே சென்றால் மனைவிக்கு காலரா. வீட்டுக் குடையவன் எந்த நிலையிலிருப்பான்.

அப்படித்தான் தவிக்கிறது நாடு.

சிவரஞ்சன்
[வ.இளங்கோ]

கிளாசிக்
336

மாற்றம் வேண்டும்

சிறிய ஜன்னலால் போதிய காற்று கிடைக்காவிடில் அதை இடித்துப் பெரிய ஜன்னல் வைக்கிறோம். பால பலமற்றதாக இருந்தால், அதை மாற்றிப் பலப்படுத்துகிறோம். சுரம் செந்தூரத்தினால் குணமாகாவிட்டால் ஜெர்மன் மருந்துகள் உட்கொள்கிறோம். இதெல்லாம் பழமையைக் கண்மூடிக் கொண்டு கைப்பற்றுவதில்லை. அதுபோலத்தான் கடவுளுணர்ச்சியிலும் மாற்றம் வேண்டும்! மாற்றம் செய்தாக வேண்டும்.

படிப்பது இல்லை

ஆம்! இந்த நிலையில்தான் தமிழர்களாகிய நாம் இன்று இருக்கின்றோம். என்னிடம் காசு மாலை இருக்கின்றது; என்னிடம் ஒட்டியாணம் இருந்தது; என்னிடம் வங்கி இருந்தது என்று பெருமை பேசும் சிறுமை நிலையில்தான் இருக்கின்றோம். தொல் காப்பியம் இருந்தது; திருக்குறள் இருந்தது; சிலப்பதிகாரம் இருந்தது; என்று சொல்லி மகிழும் இழி நிலையில்தான் இன்னும் இருந்து வருகின்றோம். நம்முடைய பொன் போன்ற பழைய நூல்களைப் படிப்பதுமில்லை; பயன்பெறுவதுமில்லை.

பாசிசம்

கருத்து மோதல்கள் நமக்குள் ஏற்படலாம். வளர்ச்சிக்கு அறிகுறி அது; நாம் மக்கள் - வன விலங்குகள் அல்ல. இது நாடு. காடு அல்ல; நாட்டு

சிவரஞ்சன் (வ. இளங்கோ)

முறை தேவை. காட்டு ஆட்சி அல்ல; காட்டு முறையைக் காட்டு முறையைக் கையாண்டால் அதற்குப் பெயர் ஜனநாயகமாகாது; பாசிச ஆட்சி அது.

எங்கே நிம்மதி

உரிமை, சமத்துவம் கேட்டு கேட்டு அலுத்துப் போய்விட்டது. வெள்ளையர் நாட்டில் கருப்பருக்கு உரிமையும், சமத்துவமும் கிடைத்திடாது; ஓநாய்களுக்கு மத்தியில் ஆடுகள் நிம்மதியாக வாழ்ந்திட முடியாது.

சில்லறை அதிகாரங்கள்

பஞ்சத்தால் அடிப்பட்டுக் கிடந்தவனுக்குப் பழங்கஞ்சி கிடைத்தாலும் அதுவே பாலும் தேனுமாக இருப்பது போலப் பதவிப்பசி பிடித் தலையும் சிலருக்கு, இந்தப் போலி மதிப்பு மட்டுமே உள்ள, சில்லறை அதிகாரங்கள் கிடைத்துவிட்டாலே போதும், சித்தம் குளிர்ந்து விடும். சத்தம் அடங்கி விடும்.

பராரி (ஏழைகள்)க் கூட்டத்துக்குப் பட்டாடை ஏது? கந்தலே கிடைக்கும். அதிலே ஒரு கந்தல் அழகாக இருந்தால் ஆனந்தம் அதிகமாகும்.

மாட்டுக் கழுத்திலே கட்டப்படும் மணி, அந்த மாட்டுக்கு அணியாகிவிடும்! அதுபோல மிகமிகச் சாமான்யமான சில்லறை அதிகாரங்களைப் பெறு வதும், சிரித்துபேசக் கற்றுக் கொள்வதும், சீமான் களின் தோழமையைப் பெறுவது சிலாக்கியமான

காரியம். அதுவே அரசியல் மூலம் அடைய வேண்டிய பேறு என்று எண்ணுகின்றனர் சிலர்.

நரிக்குக் கிடைப்பது அரிமாவுக்கு கிடைத்தால் தான் அரிமா அகங்குளிருமா?

அது போலத்தான் தன்னலத்துக்காக ஏதோ ஒரு தகரக் குவளை போன்ற அதிகாரம் கிடைத்தால் போதும் என்று திருப்தி அடையச் சிலர் தயாரில் இருக்கலாம். தமிழன், தமிழ்ப் பண்பை இழவாதவன், வீரன், உண்மைத் தொண்டன், விடுதலை விரும்பு வோன், இவை தமை துச்சமெனக் கூறிவிடுவான் 'தூதூ' என்று ஏசிவிடுவான். அவன் விரும்பமாட்டான் காகிதப் பூஞ்சோலையை, கலர்க் கண்ணாடியான நகையை, கனியாத பலானவர்.

நெல்லும் பயிரும்

வடிவத்திலே ஒத்தது போலவே இருப்பினும் ஏன் பதர், கானல் இவற்றைப் பயனற்றன என்கிறோம்.

பொருளற்றன; பயனற்றன; அவ்வளவே!

பதருக்குள்ளே பொருள் இல்லை; நெல்லுக்குள் அரிசி என்னும் பொருள் இருப்பது போல! பொருள் இல்லை; ஆகவே பயன் இல்லை;

கானலில் நீர் இல்லை; பருகிட பொருள் இல்லை; பயன் இல்லை.

சொல்லிலேயும் அவ்விதமே, பயனுள்ள சொல்லில் பொருளிருக்கும், பொருள்ள சொல்லால் பயன் கிடைக்கும். பொருளற்ற சொல் பயனற்றுப் போகும்.

| கிளாசிக் 339 | சிவரஞ்சன் (வ.இளங்கோ) |

நெல்லும் பயிரும் ஒரே பயிரிலே விளைவது போலவே, பயனுள்ள சொல்லும் பயனற்ற சொல்லும், ஒரே பேச்சிலிருந்துதான் முளைக்கின்றன.

பதர் நீக்கி நெல் கொள்வதுபோல, பேசப் படுவனவற்றில் பயனற்றவற்றை நீக்கிவிட்டுப் பயனுள்ளதைக் கொள்ளவேண்டும்.

பழங்காலச் சட்டங்கள்

வாடிய மலர்களை வீசி எறிகிறோம்.

வாடை கண்ட வடையை தின்ன மறுக்கின்றோம்.

உடைந்த கண்ணாடிப் பாத்திரத்தை குப்பை மேட்டில் வீசி எறிகின்றோம்.

ஆனால் அர்த்தமும், அவசியமும் அற்றுப் போன பழங்காலச் சட்டங்களை மட்டும் இன்னமும் விட்டுவிட மறுக்கின்றோம்.

பெண்

நிலவுக்கென்று தனி ஒளி இல்லை.

அதுபோலவே, பெண்களுக்கென்று தனி வாழ் வில்லை. அண்ணன், தம்பி, அப்பா, புருஷன், மகன், பேரன் என்று இப்படித்தான் இரவல் வெளிச்சத்தில் வாழ வேண்டி இருக்கிறது.

பொது அறிவு!

தேங்காயை நாம் பயன்படுத்துவதற்கும், மாங்கா யைப் பயன்படுத்துவதற்கும் வேறுபாடு இல்லையா?

தேங்காயிலுள்ள நாரையும், ஓட்டையும் நீக்கி விட்டு உள்ளே உள்ள பண்டத்தைத் தின்கிறோம்! மாங்காயில் மேலே உள்ள பழம் உள்ளே கொட்டை. பழத்தை தின்றுவிட்டுக் கொட்டையை வீசி எறிந்து விடுகிறோம். அதைப் போல தமிழ் இலக்கியங்களிலும் எதை எதை எந்தக் காரியங்களுக்குப் பயன் படுத்துவது, எப்படிப் பயன்படுத்துவது என்று முறைப்படுத்தி வரிசைப்படுத்தி வகைப்படுத்தித் தர வேண்டாமா?

அப்படித் தந்தால் அன்றி மக்களிடம் பொது அறிவு வளருவது எப்படி?

ஒளி

விளக்கிலே காணப்படும் ஒளிக்கு, அதிலே ஊற்றப்பட்டுள்ள எண்ணெய்த் துளி ஒவ்வொன்றும் தன்னைத்தானே அர்ப்பணித்திருக்கிறது. திரியின் ஒவ்வொரு இழையும் தன்னைத்தானே தந்து விட்டிருக்கிறது. இவற்றின் மொத்த விலையே ஒளி.

ஒரு நாட்டு விடுதலைக்காகப் பாடுபட்டு வெற்றி பெற்றவர் என்ற 'விருது' ஒருவருக்கோ, ஒரு சிலருக்கோ கிடைப்பதற்காக அந்த நாட்டில் 'ஊர் பேர்' தெரியாத எண்ணற்றவர்கள் உழைத்தவர் உருக் குலைந்து போயுள்ளனர். அவர்களின் தியாகத்தின் விளைவின் காரணமாகவே, நாடு விடுதலையைப் பெற்றிட முடிந்தது என்ற உண்மையை உணர்ந்திடின், எத்தனை பெரிய விடுதலை வீரனுக்கும் ஓர் அடக்க உணர்ச்சி ஏற்படும். அந்த அடக்கம் அவனது ஆற்றலைப் பன்மடங்கு அதிகமாக்கிவிடும். பெருமை

யைப் பன்மடங்கு உயர்த்திடும்.

முல்லைப் பூத்திடும் பூங்கா

காகிதத்தில் பூ செய்து, அதற்கு கவர்ச்சி மிகு வண்ணம் பூசி, சிறிதளவு நறுமணமும் தடவி அங்காடிக்கு கூடை கூடையாகக் கொண்டு செல்வது எளிது. நேரமும் அதிகம் பிடிக்காது. ஆனால் அதனை எவர் கொள்வர்? எதற்கு அது பயன்படும்? காகித மலர்க் குவியல் கடை நிறைய வைத்திருக்கிறேன். காண வாரீர்! பெற்றுச் செல்வீர்! பெருமகிழ்வு கொள்வீர் என்று கூவிக் கூவி விற்றாலும் அந்த இடத்தை பூக்கடை என்று எவரும் கூறிடார். எளிதாகச் செய்யக் கூடியது காகித மலர்.

மல்லியும், முல்லையும், மரிக்கொழுந்தும், பிறவும் எளிதிலே கிடைத்திடத்தக்க முறை இல்லை.

பாத்தி எடுத்து, பண்படுத்தி, பதியம் வைத்து பல நாள் பாடுபட்ட பிறகே மலர் கிடைத்திடும். கரத்திலே முள் தைக்கும், காலிலே கல் தைக்கும். கோடையின் கொடுமை, மாரியின் மருட்டுத் தன்மை என்பவைகளைத் தாங்கிக் கொள்ள வேண்டும்.

மணமிகு முல்லை பெற, கிடைத்திடின் மனம் இனிமை தரும். கிடைக்கும் முன்பு பொறுமையுடன் வேலை செய்தாக வேண்டும்.

நாம் மேற்கொண்டுள்ள செயல், காகிதப் பூ செய்திடுவது போன்றதல்ல. முல்லைப் பூத்திடும் பூங்கா அமைப்பது போன்றதாகும்.

சிவரஞ்சன் (வ.இளங்கோ) — கிளாசிக் 342

சோசலிசம்

பணம் ஒரு சிலரிடம் போய் குவிந்து கொள்வதற்கான வழியை அமைத்துக் கொடுத்துவிட்டுச் சோசலிசம் பேசுவது, கன்றுக்குட்டி இறந்த பிறகு, வைக்கோலால் செய்த உருவத்தின் மீது அதன் தோலைப் போர்த்து வைத்து அதைக் காட்டிப் பசுவை ஏய்த்துப் பால் கறந்திடும் தந்திரம் போன்றதாகும்.

எஃகு கம்பிகள்

எஃகு தயாரிக்க வேண்டிய முயற்சி மிகப் பெரியது. இருபைக் காய்ச்சி வாட்டமும் அழுத்தமும் ஏற்றி எஃகு தயாரிக்கப்படுகிறது. பின்னர் அந்த எஃகு எதையும் தாங்கும் ஆற்றலும் வலிமையும் பெறுகிறது; வளைவதில்லை; முறிவதில்லை; அதுபோலவே தமது தம்பிகள் எதையும் தாங்கும் இதயமுடைய எஃகு கம்பிகளாக உருவாக வேண்டும். விளங்க வேண்டும்.

சொற்போரில் அண்ணா

9.2.1943 செவ்வாய்க்கிழமை மாலை 4.30 மணிக்கு சென்னைச் சட்டக் கல்லூரி மண்டபத்தில் கம்ப இராமாயணம், பெரிய புராணம் பற்றிய நூல்களில் பகுத்தறிவுக்கு ஏற்புடையதான செய்திகளை கருத்து களை முன் வைத்து சொற்போர் நடைப்பெற்றது.

அறிஞர் அண்ணா இராமாயணம், பெரிய புராணத்தை எதிர்த்தும், சொல்லின் செல்வர் தமிழறிஞர் ரா.பி.சேதுப்பிள்ளை (பி.ஏ.பி.எல்.) நாவலர் ச.சோமசுந்தர பாரதியார் (எம்.ஏ.பி.ல்)

| சிவரஞ்சன் | கிளாசிக் |
| (வ.இளங்கோ) | 344 |

ஆகியோர் ஆதரித்து சொற்போர் நிகழ்த்தினர் (இதற்கு பின் இப்படியொரு சொற்போர் நிகழ்த்தப்பட்டிருக்குமா? சந்தேகமே!)

இந்தச் சொற்போர் குறித்து 'தீ' பரவட்டும் என்ற தலைப்பில் நூலாக வெளியிடப்பட்டது. இன்னும் அதனை வாங்கி முழுமையாக படிக்கலாம். அறிஞர் அண்ணாவின் 'தீர்க்கமான' கருத்துகளையும் காணலாம்.

மேலும் கம்பராமாயணம், பெரிய புராணம் என்ற இரு நூல்களையும் எந்த அளவுக்கு கருத்தூன்றி படித்திருக்கிறார் என்பதிலிருந்து அவரின் அறிவு விசாலத்தையும் அறிந்து வியக்கலாம்.

மேம்போக்காக பேசாமல், எதிர்த்து பேசுபவர்கள் தன் கருத்துகளை ஏற்றுக் கொள்ளும்படியாக பேசுவது சாதாரண விஷயமல்ல; அவரை எதிர்த்து பேசியவர்கள் இலக்கியங்களில் மூழ்கியவர்கள், சிறந்த தமிழறிஞர்கள் அத்தகையவர்களை தன் சொற் போரிலே வென்றார் அண்ணா என்பது அவரின் அறிவாற்றலை அறியலாம்... (இது பட்டிமன்றம் அல்ல).

அறிஞர் அண்ணாவின் 'சொற்'பொழிவு திறனை யும் உணரலாம்; வியக்கலாம்

அண்ணாவின் சொற்போர் ஆரம்பம் :

தலைவர்களே! தாய்மார்களே, தோழர்களே, சட்டக் கல்லூரித் தமிழ் கழகத்தினர், இவ்வாதத்தை

அமைத்து, என்னை அழைத்தமைக்கு என் நன்றியறி தலை தெரிவித்துக் கொள்கிறேன்.

இங்கே தலைவர் கூறிய வண்ணம். நான் இந்திர ஜித்தன். ஏதோ மாயாஸ்திரங்களை ஏவுவேன் என்று கருதிவிடத் தேவையில்லை. இன்று நடைபெறப் போவது யுத்தகாண்டமுமல்ல. எனக்குப் பிறகு பேச இருக்கும் நண்பர், தோழர் சேதுப்பிள்ளை அவர்கள் புராணப் பண்டிதர்கட்கும் பகுத்தறிவாளருக்கு மிடையே உள்ள பிளவை தமது பெயருக்கேற்ப சேதுபந்தனம் செய்தல் வேண்டும். அனை கோலால் வேண்டும் என்ற அவாவுடையேன்.

விவாதங்கள் என்றால், நான் வெகுண்டு விடுபவ-னல்ல; வரவேற்பவனே; அதிலும் கற்றுணர்ந்த நம் சேதுப்பிள்ளை அவர்களிடம், தமிழ்ப் பெரியாரும் சைவத் திருவினருமான தோழர் இராமச்சந்திரஞ் செட்டியார் அவர்கள் தலைமையில், நீதிமன்றங் களுக்கு நீதிமான்களையும், நீதியுரைப் போரையும் தயாரித்து தரும் சட்டக் கல்லூரி மன்றத்தில், விவாதம் நிகழ்த்துவது மிக்க சந்தோஷம், விவாதம் மிக மேலான முறையானதாக இருக்கும்.

இராமாயணம், பெரிய புராணம் முதலியவற்றை கண்டித்தால், அறிவிற் சிறந்தோர் கூடியுள்ள இங்கு நாங்கள் கண்டிப்பது அவைகளிலே புகுந்துள்ள பொய்ம்மைகள், ஆபாசங்கள் ஆகியவற்றையே என்பதை அறிவர்.

சாதாரண மக்கள் கொண்ட கூட்டத்திலோ, இராமாயணத்தைக் கண்டிக்கின்றார் என்றால் உடனே ஆத்திரப்படுவர். வழக்கொன்றுண்டு. இராம காதை படிக்குமிடந்தோறும் அனுமன் வந்திருப்பான்

என்று, கூறுகிறேன்.

கம்ப இராமாயணம், பெரிய புராணம் ஆகிய வற்றைக் கொளுத்த வேண்டும் என்று எனது தலைவர் ஈ.வே.இராமசாமி கூறியது கண்டு, மக்களுக்குக் கோபம் வருவது இயற்கை என்று அமைச்சர் உரைத்தார்.

உண்மை, மக்கள் கோபிப்பர் என்பதை நாங் களறிவோம். நாங்கள் துவக்கிய எக்காரியத்துக்கும், நாங்கள் புகுத்திய எக்கருத்துக்கும் எதிர்ப்பு ஏற்பட்டு மக்கள் கோபித்துப் பின்னர் எம்முடன் சேர்ந்து எமது பாசறைக்கு வந்துற்றனர் என்பதை அவர் அறிய வேண்டுகிறேன்.

ஆனால் யாரையும் புண்படச் செய்யவேண்டு மென்பதற்காக இக்காரியத்தை துவக்கினோமில்லை.

கலையை அழிக்கின்றனர். கம்பன் புகழை மறைக்கின்றனர் என்று கூறப்படும் பழிச்சொல்லை நாங்களறிவோம். கலையிலே தேர்ந்து அதிலே ஆழ்ந்து நம்பிக்கை கொண்டு கம்பனின் இராமாயணமும், சேக்கிழாரின் பெரிய புராணமும் கலை என்று கருதும் அன்பர்கள்; ஒரு பெரியாரின் பேரால் ஓர் அண்ணா துரையின் அனலால் அக்கலை அழிந்துவிடும் என்று கருதுவரேல், அவ்வளவு சாமான்யமானது கலையா காது. அத்தகைய கலை இருத்தலுமாகாது என்றுரைக்க ஆசைப்படுகிறேன். கலையை குலைக்கும் செயலல்ல எமது கலையிலே புரட்சி உண்டாக்க விழைகிறோம் - தக்க காரணங்களோடு.

கலை ஓர் இனமக்களின் மனப்பண்பு. இவ்வின

கிளாசிக் 347 — சிவரஞ்சன் (வ.இளங்கோ)

மக்களிடையே தோன்றும் தெளிவு, வீரம் ஆகியவற்றின் எடுத்துக்காட்டு. எனவே கலை இனவளர்ச்சிக்கு ஏற்ற படி மாறியும் விரிந்தும் வருமென்பதே நுண்ணறி வினரின் துணிபு, கலை உலகில் அவ்வப்போது மாறுதல் உண்டாகும். இனத்துக்கோர் கலையும், இடத்தின் இயல்பு, தட்பவெப்பம் ஆகியவற்றுக்கு ஏற்ற முறையிலும், கலை உண்டாகும், வளரும், மாறும்.

அரபு நாட்டுக் கலையிலே தென்றலைப் பற்றிய கவிதைகள் அதிகமிருக்க முடியாது.

எஸ்கிமோ நாட்டுக் கலையிலே, கதிரோனின் ஒளி பற்றிய கவிதைகள் அதிகமிராது.

ஆப்பிரிக்க நாட்டு ஜுலு வகுப்பினரின் கலை யிலே, அவர்களின் நாட்டியம் கவியிலே இருக்கும்.

அதுபோலவே ஆரியக் கலையிலே கங்கையின் கவர்ச்சியும், கரையோரக் காட்சியும் சோலை மாட்சி யும் என்பன போன்றவைகள் கவிதைகளாக இலக்கிய மாக இருக்கும்.

இந்தியா என்ற இந்த உபகண்டம், பல இனங்கள் வசிக்கும் இடம். ஆகவே, இங்குப் பல கலைகள் உண்டு. இனத்திற்கோர் கலை என்றுண்டு. எனினும் இரு பெரும் கலைகள் இங்குள்ளன என்று அறிவாளிகள் கூறுகின்றனர். ஆரியக் கலை ஒன்று, திராவிடக் கலை பிறிதொன்று.

இடத்திற்கோர் கலை உண்டென்றும், இனத்திற் கோர் கலை உண்டென்றும் கூறினேன். அவை ஒன்றுக்கொன்று தழுவாவிடினும், மோதிக்கொள்ளா

மல் இருத்தலுண்டு. அவை தனித்தனி அமைப்புப் பெற்று திகழ்வதால், இந்துக் கலை என்று கூறப்படுவதும், இஸ்லாமியக் கலை என்று கூறப்படுவதும் வேறு வேறு. எனினும் அவை ஒன்றை ஒன்று மோதிக் கொள்ளாதபடி தனித்தனி அமைப்புகளாகி விட்டன. ஆனால் ஆரியக் கலையும் திராவிடக் கலையும் அப்படியின்றி, ஒன்றுக்கொன்று முரண்பட்டதாகவும், மோதிக் கொள்வதாகவும் இருத்தலை அறிஞர் ஒப்புக் கொள்கின்றனர்.

இந்நிலையின் பயனாகத் திராவிடக் கலை மீதும் சட்டதிட்டங்கள் மீதும், ஆரியம் ஆதிக்கம் செலுத்தலாயிற்று. இக்கல்லூரியில் பன்நெடு நாட்களுக்கு முன்பு இருந்த வரும் சட்ட நிபுணருமான மிஸ்டர் நெல்சன் என்பார், "இந்து சட்டம் என்பது ஆரியர்களின் அடிப்படைகளின் மீது அமைக்கப்பட்டிருப்பதாலும், தென்னாட்டு மக்களில், பார்ப்பனரல்லாத பெருங்குடி மக்கள் ஆரியரல்லாதார் ஆசையினாலும், அவர்கள் மீது இந்து சட்டத்தைத் திணிப்பது தவறு" என்று எடுத்துக்காட்டினார்.

அவரது பேச்சு, காட்டுக் கூச்சலாக்கிவிட்டது. இந்து சட்டமே ஆரிய நீதியே இன்று நம்மை ஆள்கிறது. தமிழருக்குத் தேசவளமை போன்ற சட்டமோ அல்லது குறள் நீதியோ இன்று இல்லை. ஆரியமே சட்டத்தை ஆள்கிறது. கலையிலே ஆரியத்தை ஆதிக்கம் செய்யவிட்டதனால், நாம் கண்ட பலன் இதுவென்றுரைக்க ஆசைப்படுகிறேன்.

எனவேதான், தமிழருக்குத் தமிழ்நெறி,

கிளாசிக் 349 | சிவரஞ்சன் (வ.இளங்கோ) | அகிலம் போற்றும் அறிஞர் அண்ணா

தமிழ்முறை ஒழுக்கம், வீரம், கற்பு, காதல் எனும் பண்புகளைத் தரக்கூடிய கலையாக இருத்தல் வேண்டுமேயொழிய, வேறொர் இனத்தைப் புகழ் வதும் அதற்கு ஆதிக்கமளித்துத் தமிழ் மக்கள் மனதிலே தன்னம்பிக்கையற்றுப் போகும் படியும்; தமது இனத்தைப் பற்றியே தாழ்வாகக் கருதிக் கொள்ளும்படியான நிலைமை உண்டாக்கும் கதை, காவியம், இலக்கிய மென்பவைகளைக் கொளுத்த வேண்டுமென்று நாங்கள் கூறுகிறோம். தமிழர் என்று நான் கூறும்போது தமிழ்மொழி பேசுவோர் என்பவரை மட்டுமல்ல நான் குறிப்பது. தமிழ் இனத்தை என்பதை நினைவூட்டுகிறேன்.

கலை, இலக்கியம் கற்பனை நூல் ஆகியவற்றின் மீதெல்லாமா எங்களுக்கு விரோதம்? இல்லை தொல்காப்பியத்தை தொட்டோமில்லை, நற்றிணையை, நல்ல குறுந்தொகையை, கற்றறிந்தோர் ஏற்றும் கவியை, அகத்தைப் புறத்தை அழிக்கப் புறப் பட்டோமில்லை. ஆரியத்தை அழகுறப் புகுத்தித் தமிழரை அழிக்கும் நூற்களையே கண்டிக்கிறோம்.

தொல்காப்பியமே, அதற்கு முன் இருந்த புலவர் களின் பெண்ணுரைகளின் பெட்டகம் எனில், 700 ஆண்டுகளுக்கு முன் தோன்றிய கம்ப இராமாயணம் பழம் பெரும் புலவர்களின் இலக்கியங்களின் கூட்டாகவே இருக்கும். பழைய மூல நூற்கள் இருக்கும் போது, இடையே ஆரியத்தைப் புகுத்த வந்த இராமாயணத்தை அழிப்பதனால் இலக்கியம் இறந்து படுமா? கலை கெடுமா? என்று கேட்கிறேன்.

இவ்விரு நூற்களைக் கொளுத்துவதால் கலை போகும் என்னும் பண்டிதர்களை நான் கேட்கிறேன்.

இவை இரண்டொழியத் தமிழனிடம் இலக்கியமே இல்லையா? கலையே கிடையாதா? என்று

கலை விஷயமான கிளர்ச்சியை நாங்கள் எடுத்துக் கட்டிக் கொண்டு வர ஆசை கொள்ளவில்லை.

முதலிலே ஆரியக் கலையின் சார்பாக ஜெர்மன் பேராசிரியர் மாக்ஸ் முல்லரும், திராவிடக் கலை சார்பாக சர்ஜான் மார்ஷலும் வாதிட்டனர்.

இந்தியக் கலை என்றால் ஆரியக் கலை என்று நம்பிய காலமும், ஆரிய தருமம், நாகரிகம் என்பது குறித்து திருவல்லிக்கேணியும், மயிலாப்பூரும் பூரித்த காலமும் உண்டு.

நான் சிறு பிள்ளையில் படித்தது, ஆரியமத உபாக்கியானாம் என்பதைத்தான். பிறகு மனோன் மணிய ஆசிரியர் சுந்தரம் பிள்ளை அவர்களும், சைவத்திருவாளர் வி.பி.சுப்பிரமணிய முதலியாரும், திராவிட நாகரிக மேம்பாட்டை எடுத்துரைத்தனர். மறைமறை அடிகளாரும், இது குறித்துக் கூறினார். நாங்கள் கூறுவதைக் காட்டிலும் கடுமையாகவே, ஆரிய மன்னன் இராமனைத் தெய்வமாக்கி தமிழரைச் சிறு தெய்வ வழிபாடாற்றும் சிறுமதியினராக்கிற்று ஆரியம் என்று கூறினார்.

அரசியலில் வேறுபாடான கருத்தை கொண்ட பண்டிதர் ஜவஹருங்கூட ஆரிய திராவிடப் போராட்ட கலையே இராமாயணம் என்று உரைத்ததை கூற விரும்புகிறேன்.

எனவே ஆராய்ச்சியாளர்களின் முடிவு

கிளாசிக்	சிவரஞ்சன்
351	(வ.இளங்கோ)

இராமாயணம் ஆரியக்கதை என்பதும், ஆரிய திராவிட போராட்ட விவரம் என்பதுமாகும். அதனை கம்பர் எழுதியுள்ள முறை. தமிழர் ஆரியத்தை ஏற்றுக் கொள்ளும் தூண்டுகோலாகவும், தமிழ் இனம் ஆரிய இனத் தலைவனிடம் தோற்றுவிட்ட என்பதை ஒப்புக் கொள்ளச் செய்வதாகவுமிருப்பதனால். அந்நூலைப் படித்திடும் தமிழ் இனம், தன்னம்பிக்கை, தன்மானம் இழந்து கெடுகின்றது என்று கூறுகிறோம்.

தமிழ் இனம் புத்துயிர் பெற, இத்தகைய ஆரியக் கலையை அழிப்போம் என்றுரைக்கிறோம். இது இன எழுச்சியின் விளைவு. முடியுமா? முடியாதா? என்பது கேள்விக்குரியதுமல்ல. இலட்சியவாதிகளுக்கு அதைக் குறித்து யோசிக்க அவசியமும் இல்லை என்பேன்.

சீப்பை ஒளித்தால் திருமணம் நிற்குமா என்று சிறுமொழிகளெல்லாம் பெருமதி படைத்த நமது சபையினரின் மனதில் உண்டாகாது என்று கருது கிறேன். வெற்றி எமக்கு கிடைக்குமா என்பது உமது ஒத்துழைப்பை பொறுத்தது.

நீங்கள் எதிர்ப்பதனால், உமது எதிர்ப்பை சமாளிக்கும் சக்தியை நாங்கள் பெறுவதை பொறுத் திருக்கிறது. எனவே எமது நோக்கம் கலையை கெடுத்தலுமல்ல; இலக்கியத்தை அழித்தலுமல்ல. கலைப்புரட்சி மூலம் இனஎழுச்சி இன விடுதலை கோருவதேயாகும்.

எனக்கு பிறகு பேச இருக்கும் தோழர் சேதுப் பிள்ளை அவர்கள், கம்பரின் கவித்திறனை, காவியத் திலே வரும் அணியழகை, உவமை நயத்தை எடுத் துரைப்பார்கள். அவர் அங்ஙனம் கூறினதை நான்

பலமுறை கேட்டு மகிழ்ந்துள்ளேன். இன்றும் கேட்டும் அவாவுடையேன்.

செந்தமிழ் செல்வியில் அவர் கம்பச் சித்திரங்கள் தீட்டியதை நான் அறிவேன். எனவே அவருக்கும், உமக்கும் ஒன்றுரைப்பேன். நாங்கள் கம்பனின் கவித்திறமையைக் குறித்து விவாதிக்கும் நோக்க முடையவர்களல்லர். இச்சபையிலும், சீத்தலைச் சாத்தனாரும், ஒட்டக்கூத்தர், புகழேந்தி என்பார் போன்ற கவிகளும் கூடிக் கம்பன் கவியிலே திறமை உளதா, இல்லையா என ஆராய்வது போன்றும் நாம் கூடவில்லை. திறமை வேறு தன்மை வேறு, விளைவு வேறு.

கம்பரின் கவித் திறமையைக் கண்டு நாங்கள் வியக்கிறோம். அந்தத் திறமை ஆரியத்தை ஆதரிக்கும் தன்மையாயிற்றே என்பது கண்டு திகைக்கிறோம். அவரது கவிதையின் விளைவாகத் தமிழ் இனம் தாழ்ச்சியுற, ஆரியத்திடம் அடிமைப்படும் விளைவு நேரிட்டதைக் கண்டு நாங்கள் வேதனைப்படுகிறோம்.

நாங்கள் கண்டிப்பது கம்பனின் கவித்திறமை யல்ல. அதன் தன்மையை, விளைவை என்பதை அறிஞர்கள் தெரிய வேண்டுகிறேன். கம்பர் இராமா யணத்தை பாடியதன் நோக்கம் என்ன?

பழந்தமிழ் நூலான சிலப்பதிகாரத்தை இயற்றிய இளங்கோவடிகள், தமது பாயிரத்தில், தாம் காதை பாடுவது எதற்கு என்பதைக் கூறும்போது, பத்தினியை உலகு புகழ்ந்தேத்தும், நீதி தவறிய அரசு கெடும், அவனவனின் செயலின் விளைவு அவனவனைத்

| கிளாசிக் 353 | சிவரஞ்சன் (வ.இளங்கோ) |

தாக்கும் என்ற கருத்துரைகளைக் கூறவே நான் இப்பாட்டுடைச் செய்யுளை இயற்றினேன் என்று எழுதினார் தெளிவாக.

ஆனால் கம்பரோ! தாம் இராமாயணம் எழுதியதற்கு நோக்கம் கூறாது, நொந்த மனம் கொண்டு, வையகம் என்னை இகழுமோ, மாசு வந்து எய்துமோ? என்று கூறுகிறார்.

ஆண்டவனின் அவதாரம் என்று ஆரியராலும் கம்பரால் போற்றப்படும் இராமக்காதை பாடுவதற்கும் கம்பர் ஏன் இவ்வளவு சஞ்சலப் படுகிறார்? இதனால் உலகு பழிக்குமோ என்ற சந்தேகம் ஏன் கொண்டார்? என்று கேட்கிறேன்.

ஆரியக் காதையைப் பாடுவது அடாது என்பதை யும், அதற்குப பூச்சு வேலை செய்து வைப்பது தமிழருக்குத் தீங்காகும் என்பதையும் ஒருவாறு உணர்ந்தே, இங்ஙனம் உரைத்தாரோ என்று கேட்கிறேன்.

பள்ளி மாணவன், பரீட்சையில் கேள்விகளுக்கு விடை எழுதினால் வெளியே வந்தபின் எட்டுக் கேள்விகளில் ஐந்துக்கே விடையளித்தேன். அதிலே மூன்று நல்ல முறையில் எழுதினேன். இரண்டு ஒரு விதமாக எழுதினேன் என்று ஆயாசப் படுவதுபோல இல்லையா, கம்பரின் பாயிரம் என்று கேட்கிறேன். ஏன் வந்தது அவருக்கு அந்தச் சந்தேகம்? மேலும் அவர் கூறினார்.

தேவபாடையில் (பாஷையில்) மூவர் செய்தனர் மூவரில் முதல்வரான வால்மீகரது நூலை நான் மூலமாகக் கொண்டேன் என்றுரைக்கிறார்.

ஆசிரியர் தமது மொழியாம் வடமொழியை தேவபாடை என்று கூறுவார்; தம்மையே பூதேவர் என்று கூறுவார் அதனைக் கம்பர் கூறுமிடத்து, ஆரியரால் தேவபாடை என்று கூறப்படுவ-தான வடமொழி என்று எழுதாது. தேவபாடை என்று ஏற்றுக் கொண்டு எழுதுவது சரியாகுமா? அம்மொழியைத் தேவபாடை என்று ஏற்றுக் கொண்டால், அம்மொழியினரைத் தேவர் என்றும், தாழ்ந்தோரென்றும் கம்பர்ஒப்புக் கொண்டதோடு, தமிழரையும் ஒப்புக் கொள்ளச் செய்கிறார் என்று ஏற்படுகிறது. ஓர் இன எழுச்சிக்கு இது ஆக்கம் தருமா என கேட்கிறேன்.

கம்பரின் திறமை பற்றித் தோழர் சேதுப்பிள்ளை கூறுவர். பிறகு, ஆனால் அவரும் பண்டிதர்களும் கம்பரை எந்தத் திறமைக்காக புகழ்கின்றனரோ, அதே திறமையே தமிழர் கெட உதவி செய்தது என்பதே எது குற்றச்சாட்டு. கதையிலே வரும் பாத்திரங்களின் மனப்பாங்கையும் செயலையும் விளங்குவதிலே, கம்பர் மிக சமர்த்தர் என்றுரைக்கின்றனர். அந்த சமர்த்துத் தான், குற்றங்குறைகள் கொண்ட ஆரியத் தலைவர் களைச் சற்பாத்திரங்களாக்கிக் காட்டித் தமிழரின், வணக்கத்துக்குரியோராக்கிவிட்டது. எனவே தான், தமிழ் இனம், ஆரிய இனத்தலைவனைத் தேவானைக் கொண்டது என்று நாங்கள் கூறுகிறோம்.

காடேக இராமன் கிளம்பும்போது உடன் வரப் புறப்பட்ட சீதையுடன் வாதிடுகையில், சீதை கூறும் மொழியின் தன்மையையும் இலக்குவன் கைகேயியை நிந்திக்கும் பகுதியையும், சீதையை இராவணன்

கிளாசிக்	சிவரஞ்சன்
355	(வ. இளங்கோ)

எடுத்துச் சென்ற விதத்தையும் வால்மீகி கூறியுள்ள படியே கம்பர் எடுத்தெழுதியிருப்பின், அந்த ஆரியப் பாத்திரங்களிடம் ஆபாசக் குணங்கள் கிடந்ததைத் தமிழர் கண்டு, அவர்களை தெய்வங்களென்று போற்றும் கீழ்நிலைக்கு வந்திருக்கமாட்டார்கள்.

கம்பரோ தமது கவித் திறமையினால் ஆரிய இராமனைக் குற்றங்குறையற்ற சற்பாத்திரனாக்கிக் காட்டி, வழிபாட்டுக்குரிய தெய்வமாக்கிவிட்டார்.

இராவணன் மிக்க வல்லமைசாலி, திறமை யுடையோன். வேதம் பயின்றோன், சிவபக்தன், இலங்கை சகல சுகமும் நிரம்பிய இடம் என்று வர்ணித்துவிட்டு, இராவணன், ஓர் ஆர்ய மங்கையைக் கண்டு காமமுற்று கருத்தழிந்து, அறம்விட்டு அழிந் தான் என்று முடிப்பது திராவிட இனப் பெருமைக்கே கேடு தேடுவதாகும்.

திராவிட இன மக்கள், நாம் எவ்வளவு ஆற்றல் படைத்திருப்பினும், கல்வி கேள்வி இருப்பினும், ஆரிய மங்கையிடஞ் சங்ககாலத்துக்குள்ளாவோமா? அழிந்து படுவோமா? என்ற சந்தேகத்தையும், மண்டோதரி எனும் பேரழகியின் நாயகனும், சுந்தரனுமாகிய, இராவணனா சீதை எனும் ஆரிய மங்கையைக் கண்டதும் மையல் கொண்டான் இராவணனுக்கே அந்த நிலை வந்ததென்றால் நாம் தப்ப முடியுமா என்ற திகைப்பு ஏற்படுமன்றோ? ஆற்றல்மிக்க ஓர் அரசன், ஆரிய மங்கையைக் கண்டு காமுற்றுக் கருத்தழிந்தான் என்ற கதையைப் படிப்பது திராவிடருக்கும் ஆபத்து ஆரியருக்கும் ஆபத்து என்றுரைப்பேன்.

கவிநயத்தைக் காட்டி இராமகாதையிலே வீரம்

செறிந்திருக்கிறது; தியாகம் ததும்புகிறது. நட்புக்கு உதாரணம் நன்றாகக் காண்கிறோம். கற்புக்கும் காதலுக்கும் சான்றுகள் உள என்று கூறி அவ்வின்பத்துக்காகக் கம்பராமாயணம் தேவை என்று பேசுவோர் உரைப்பார்.

நான் கூறுகிறேன் காதலுக்கும் கற்புக்கும் இராம காதையிலிருக்கும் இன்ப நுணுக்கப் பொருள்களை விட, மிகச் சிறப்புடைத்தான பொருள்கள் அகப் பொருளில் உண்டு. எனவே கம்பராமாயண மழியின், காதலுக்கும் கற்புக்கும் கவிதை இராதே என்று கண்டிதர்கள் கவலைக் கொள்ள தேவையில்லை.

நட்புக்குறித்துக் கூறுவரேல், இராமனுக்கும் படகோட்டி குகனுக்கும் கண்டதும் ஏற்பட்ட நட்பு எத்தகைய சிறப்புடையது என்று வியந்து கூறுவர். வால்மீகி நூற்படி, அயோத்தி எல்லையினன், இராமனின் நண்பன் என்பது விளங்கும். கம்பன் மொழி பார்த்திடின் குகன் இராமனைக் கண்ட அன்றே நட்புக் கொண்டான் என்று கூறுகிறார்.

நட்பின் சிறப்புச் சாற்ற இராமனும் குகனுமாவது கண்டதும் நட்புக் கொண்டனர். கம்பச் சித்திரத்தின் மாண்பு அது என்றால், கோப்பெருஞ்சோழ னென்றும் அரசனும், பிசிராந்தை யாரும் ஒருவருக் கொருவர் காணாமலே ஒருவர் பற்றி ஒருவர் கேட்டே, மாறநட்பினராக இருந்ததை விளக்கும் சங்கக் கவி நம்மிடமிருக்கும் மாண்புப் பற்றி பண்டிதர்க்குக் கவனமூட்டி நட்பின் பெருமையை இங்கே சுட்டிக் காட்டுகிறேன்.

தியாகத்தைக் குறித்துக் கூறுவர். இராமன்

சிவரஞ்சன்
(வ.இளங்கோ)

அரசுரிமை துறந்து காடகினான். மரஉரிதரித்து மன்னன் மைந்தன், மாலின் அவதாரம் சென்ற போது, அத்தியாக மூர்த்தியின் முகம் அன்றலர்ந்த செந்தாமரை போன்றிருந்தது. தியாகத்தின் சிறப்பு இது.

கம்பனின் கவித்திறன் இது என்பர். அரசு போவ தறிந்த இராமன் முகங்கோணியதை வால்மீகி கூறினார்; கம்பர் மெழுகினார்; கம்பர் மொழியைக் குறை கூறாது அங்ஙனமே கொண்டு பார்க்கினும் அந்த தியாகத்தைவிட அதியற்புதமான தியாகங்கள் உள்ளன என்பதை மறக்க வேண்டாமென்று கூறுகிறேன்.

இராமனாவது தந்தை சொல்லால், சிற்றன்னை யின் கொடுமையால் அரசு துறந்தான். இளங்கோவடி களோ, தாமாகவே மனமுவந்து அரசு துறந்தார். இந்தத் தியாக நிகழ்ச்சியைத் தமிழனறிய, ஓர் ஆரிய இளவரசனுக்கு நேரிட்ட அவதினாயக் காதையாக்கிக் காட்ட வேண்டுமா என்று கேட்கிறேன். நாம் காணாத அந்நிகழ்ச்சிகள் கிடக்கட்டும். நம் காலத்திலேயே காதலுக்காக வேண்டித் தம் மணி முடியைத் துறந்த எட்வர்ட் அவர்களின் மாண்பு கண்டோமே!

(இந்த பகுதியில் அண்ணாவின் உலக அறிவு, இலக்கிய அறிவை காணலாம்)

  கிளாசிக் 358

அண்ணாவின் கவிமழை

அண்ணா சிறந்த எழுத்தாளர்; சிறந்த பேச்சாளர்; சிறந்த நாடகாசிரியர்; நடிகர்; மட்டுமல்ல சிறந்த கவிஞரும் கூட. அவர் ஆரம்ப காலத்தில் சற்றே இசையையும் கற்றார்.

தான் எழுதிய பாடல்களை இசைக்குறிப்புகளையும் வெளியிட்டார். அவரின் கவிதைகள் யாவும் சமூகத்தின் அவலங்களையும் மட்டுமின்றி, அப்போதைய ஆளும் கட்சியினரை 'நையாண்டி' செய்பவையாக இருந்தன.

அவரின் கவிதைகள் அன்றாட அரசியல் நிகழ்வு களை, அரசியல்வாதிகளின் பொய் பித்தலாட்டங் களை வெளிப்பபடுத்துபவையாக திகழ்ந்தன.

அவர் மொத்தம் 76 கவிதைகள் எழுதியுள்ளார். முதல் கவிதை காங்கிரஸ் ஊழல் (9 டிசம்பர் 1937) என்ற தலைப்பில் விடுதலையால் எழுதினார். பிறகு தொடர்ந்து திராவிட நாடு, காஞ்சி, நம்நாடு, முரசொலி மற்றும் பல இதழ்களில் எழுதினார்.

பல மொழிபெயர்ப்பு கவிதைகளும் உண்டு. ‘அரசியல் கவிதைகள்’ என்ற பகுதியே இல்லாத (அவர்) காலத்தில் ‘அக்’கவிதைகள் எழுதி வியக்க வைத்தார். இன்று மட்டுமல்ல என்றென்றும் மக்கள் படித்து, எழுச்சிப் பெறத்தக்கனவாக இருந்தன அவர் கவிதைகள்...

1. போர் முரசு கொட்டுவீர்

விழித்தெழுக வீறுகொள்க வீர பிரான்சு மக்களே!
மக்கள் மனையாள் பெற்றோர் உற்றார்
கண்கள் கசிய கதறுதல் கேண்மினோ
கொடியோன் கொடும்படை கொண்ட நம்பதி
குனியக் குமுற கொக்கரித்திடவோ
கோரிடும் சுதந்திரம் சிதைத்திடல் முறையோ
கோலமிடும் சாந்தி சாய்ந்திடல் நெறியோ
வாள் வேல் ஏந்துமின்? வகையுடன் வீசுமின்
உரதனை நீக்குமின் உக்கிரம் கொண்மின்
பழிக்குபழி வாங்கிட பதைத்தே எழுமின்

பாய்க! பாய்க! படைக்களம் தனிலே
வெல்க! வெல்க! இன்றேல் மடிக!

(பிரான்ஸ் மக்களை தட்டி எழுப்பிய கவிதை)

- விடுதலை, 28.06.1940

2. வெள்ளி முளைக்குது!

தூங்கிய திராவிட வீரரே எழுமினோ!
துயர்மிகு வாழ்வினைத் துரிதமாய் துடைமினோ!
தீங்குள்ள ஆரியர் தீமைகள் இழைத்தனர்
தேன்மொழி திராவிடர் சீர்குலைந்து தாழ்ந்தனர்

குமரி முதல் இமயக் குன்று வரை வாழ்ந்திட்டோம்
கூனில்லா உள்ளத்தால் குலவி கைக் கூடிட்டோம்
சூபதரும் பீடையும் பேடியும் அன்றில்லை
பெருமிதமாய் வாழ்ந்தோம் பேசவும் கூசுதே (தூங்)

சேரனும் சோழனும் செம்மல் பாண்டியனாரும்
சீலராய் வீரராய்ச் செங்கோலாசினரன்று
செந்நெல் மணி நிலத்தில் சிந்துகள் பாடி நின்று
சந்தன வாடை யெனத் தமிழ் பரப்பினோம் (தூங்)

ஒன்றே குலமென்றோம் நாம் ஒருவனே தேவனென்றோம்
ஓங்கார மூர்த்திக்கன்று ஒய்யார மில்லை யென்றோம்
ஆங்கார ஆரியர் அலைந்து திரிந்தவர்கள்
ஆபாச நியதிகள் அவர் வாழப் புகுத்தினார் (தூங்)

கத்திகட்டாரிக் கொண்டு களத்தினில் நின்றிட்டோம்
கயவரைக் காய்வோரைக் கண்ட துண்டமாக்கினோம்

பெருநெறி பிடித்திட்டோம்; பெரியோராய்
வாழ்ந்திட்டோம்
பித்த சித்தங் கொண்டது பேத ஆரியராலே (தூங்)

கண் மூன்று கொண்டலென்? காட்டும் கண்
கணக்கின்றிக்
காட்டுக காட்டிடின் கருத்துக் கோளாறுதான்
என்று கலங்காது எடுத்தரைத்தான் நக்கீரன்
இயல்பு அதுதான் தமிழ் ஏற்றமும் அதுதான் (தூங்)

வேள்வி யெனும் வலையில் வேதியர் நமைத்தள்ளி
வேதபுராண மென்றால் வேலெனத் தர்ப்பை கொண்டார்
வீணரின் விபரீத வித்தையில் வீழ்ந்திட்டோம்
விகசித பரிமள நாட்டை நாம் இழந்திட்டோம் (தூங்)
கண்டோம் ஆரியர் தம்மை கவலைக்கொண்டோம்
கார்கை விலங்கில்லை கருத்துக்கீடு விலங்குண்டு
கட்ட றுப்போ மின்று காளைகள் ஆவோம் நன்று
களம் போக நேர்ந்தாலும் கலங்கோமென்று (தூங்)
வெள்ளி முளைக்குது வெண்தாடி அசையுது
வீணரின் விலா வெல்லாம் வேதனை மீறுது
வெள்ளையருமா அதிரவெடி வேட்டுக் கிளம்புது
வேதியக் கூட்டமெலாம் வியர்த்தின்னு விழிக்குது (தூங்)
ஈரோட்டுப் பாதையாம் ஈ.வெ.ரா மார்க்கமாம்
இனம் போற்றும் பார்ப்பனர்க்கு இனிக்காது; இனிக்காது
இன்னல் அகற்றி நாமும் இச்சுகம் பெற இனி
இதனையே நமதாவி எனக் கொண்டு எழுப்புவோம்
(தூங்)

தமிழ்நாடு தமிழர்க்கோ என்பதே தத்துவம்
தமிழ் வாழ்க நம்வாழ்வு தடையில்லை! தாழ்வில்லை

தளுக்கர், மிடுக்கர், இத்தனை காட்டக் கூடாது
தந்திரம் பலிக்காது; தருணம் தருணம் சொன்னேன்

– **விடுதலை**, 15.7.1940

❖❖❖

3. புதுப்போர் ஆரம்பம்

வீதியிலே வந்திடும்
வெள்ளையரைக் கண்டும்மே
வினயமாகக் கைகூப்பிடுவோம் நின்றுமே
போய் வருவீர் துரைமாரே
போவீர் உமதூருக்கே
என்று உரைத்திடவேண்டும்
பின்னர் நின்று நிலைத்திடும்
நற்சுயராஜ்யம்

– **திராவிட நாடு**, 21.6.1942

❖❖❖

5. ஜீவஸ் போற்றி

ஜெகமதைப் படைத்தாய் போற்றி
தேவனே ஜூவஸ் போற்றி
அமரர்தம் முதல்வா போற்றி
தீரனே போற்றி, போற்றி
இடிப்படை கொண்டாய் போற்றி

இகபர அரசே போற்றி
மழைதனைப் பொழிவாய் போற்றி
மா புயல் விடுவாய் போற்றி

கிளாசிக் 363 — சிவரஞ்சன் (வ.இளங்கோ)

மேகசம் வறாரா போற்றி
மேதினி காப்பாய் போற்றி
தந்தையை வென்றாய் போற்றி
தங்கை மணாளா போற்றி

- திராவிட நாடு, 21.8.1949

6. வண்டு கண்டேன்

(இசை அமைத்திடுக)

பண்பாடும் வண்டு கண்டேன் - காதல்
பண்பாடும் வண்டு கண்டேன்
பாராயோ! எனைச் சேராயோ!
இன்பம் தாராயோ எனப் (பண்)
செண்டாகி சேயிழை கொண்டாட
செடிதனில்
நின்றாடும்
மலர் மங்கை
மனம் மகிழ (பண்)
தித்திடும் இசை அளித்துச்
சுற்றிச் சுற்றி வட்டமிட்டுச்
சுருதி கூட்டிடும் அன்பு
மெத்தவும் உருக்கு தெந்தன்
சித்தமதை என்று எண்ணிச் சிரித்திட (பண்)

மலரிடை குதித்துமே
மதுவினை ருசித்துமே
மொண்டு
நிரம்ப உண்டு

கனி கொண்டு
பண்டு
பாடிய பண் மறந்து
மலரை துறந்து
வேறிடம் பாய்ந்து (பண்)
கள்ளமிலாக் கன்னியரைக்
காதலில் இழுத்து வைத்தும்
காரியம் கனிந்த பின்னர்
காதகம் செய்யும் கயவர்
எங்கள் இனம், எங்கள் இனம்
எச்சரிக்கை, எச்சரிக்கை
என்று முழங்குவது போல்
எனக் கறிவிக்கும் இன்ப (பண்)

– திராவிட நாடு பொங்கல் மலர் (1955)

❖❖❖

7. கொலைகாரன் கோட்சே!

அநியாயம் தானுங்கோ
அவனிக் கடுக்காதுங்க
அக்கிரமக் காரன் பேரு
கோட்சே தானுங்க (அநியாயம்)

மாலையிலே பஜனைக் கூடடம்
மகாத்மா வந்தாருங்கோ
மாபாவி கோட்சே வந்தான்
மகாத்மா காந்தியை கொல்ல (அநியாயம்)

இந்துவும் முஸ்லிமும் ஒண்ணுன்னு சொன்னாரு
இங்கே மதச் சண்டைகள் ஏன்னு கேட்டாரு

இதுக்காக பார்ப்பன கோட்சே
கொலை செய்ய துணிஞ்சானுக (அநியாயம்)

கோட்சே கூட்டம் இன்னும்
கொடிகட்டி ஆளுவதா!
கொலைகாரக் கும்பலின் கொட்டம்
தரைமட்ட மாக்கோனும், குலமும் ஒண்ணு
கடவுளும் ஒண்ணு என்றேதான் ஓதணும் (அநியாயம்)

- திராவிட நாடு, 1956

8. பொங்கல் வாழ்த்து

பொலிவு பொங்கிடும்
பொங்கற் புதுநாளில்
மகிழ்வு பொங்கிடும் நின்
மனைவுளார் அனைவருக்கும்
என் வாழ்த்து தனை அதற்குத்
தேனாக்கிக் கலப்பதற்கு
வழங்கி மகிழ்கின்றேன்
வாழியநீ என்றென்றும்
வாழ்வும் வளமும் மங்காத
தமிழ் என்பார்!
தமிழ்வாழ நாம் வாழ்வோம்

அறிவாய் நன்றாய்
நாம் வாழ்வில் பெறும் இன்பம்
கரும்பாகி டல் வேண்டும்
நாட்டி னோர்க்கு 'தை' அதனில் காணும் செல்வம்
தமக்கென்றே கொண்டனரோ!

உழவர், மேலோர்
தாரணிக்கு நாம் அளித்தச்
செல்வம் காண்போம்
நலலறம் இஃதெனக்கண்ட
நான் வாழ்த்துகின்றேன் தம்பி
உன் வெற்றிக்காக....

- திராவிட நாடு, 1963

9. கண்ணாயிரம் கனிவாயிரம் காட்டிடுவார்!

கண்ணாயிரத்தின் கை வண்ணம் கண்டார்
பண்ணாயிரம் பாடுவார் மகிழ்ந்து
கல்லொடு மண்ணும் கலந்து உறவாடும் அரிசி
காயா? பழமா? எனும் கேள்விக்குறியில் கறிகள்
ஈவைதமை சிறையினர் அறிந்திடக் கண்டு
சுவைமிகு உண்டியாய் அவற்றினை மாற்றி
சிறையுள் குறைகளை மாய்த்திட முனைந்து
நெருப்பெதிர் நின்று நேர்த்தியாய் வென்று
பலப்பல சமைத்து பரிவுடன் அளித்தனர்.
பண்பெனும் பாகு மிகுதியும் பெய்து
கண்ணாயிரம் வந்து தந்தபடி நிற்பார்
புன்னகை யெனென்று பூத்தபடி இருக்கும்
புதுச்சுவை கலந்திருக்கும் ஒவ்வொன்றிலும்தான்

கடுகு அதிகமாகி கருநியமாய்ப் பண்டம் காட்சி கொணும்
ஆங்கு செக்கச் சிவந்தமேனி அழகுடனே மிளகாய்
தோன்றும்
கலராயிரம் ஆவார் கண்ணாயிரம் அன்று

| கிளாசிக் 367 | சிவரஞ்சன் (வ.இளங்கோ) |  |  |

கலகலப்பு மிக்க ஒலி எழுப்பி அதுபோல்
அழைத்திடுவார் சண்முகம் அன்பால்!
அண்ணா இதோ வந்தேன் என்று கூறி
கண்ணாயிரம் கனிவாயிரம் காட்சி நிற்பார்
என்னே இவர் எமக்குக் காட்டும் பரிவு
என்றும் மறக் கொணாத பணிவு கனிவு!
வாழிய கண்ணாயிரம் நற்தொண்டர்
வளர்ந்து வரும் கழகத்தின் வாழ்த்தைப் பெற்று!

(வேலூர் சிறையில் அண்ணா இருந்தபோது சக
தோழர் கண்ணாயிரம் பற்றி அண்ணா எழுதியது)

10. விடுதலை

விடுதலையே!
இருண்ட மொய்குழல் சுருண்டு அழகுதரும்
கொடி போன்றாள்
இளமங்கை என்று உன்னைக் கூறுகின்றார்
உண்மை அல்ல அது
கவிஞர் கனவில் உருவானது
வாளொடு கரம்
வந்திடு கேடு தடுத்திடும்
கேடயமறுகரம், படைக்கலன் பலவள
போரிடும் வீரன் நீ
களம்பல கண்ட கட்டுடலோன் நீ
நெறித்த புருவம் நேர்த்தி அளித்திடும்
முகமெலாம் வடுக்கள் போர்புகழ்க் குறிகள்

இடிதனை ஏவினர் உனை வீழ்த்திட

உரைபல தனிலே உருக்கி வடித்தனர்
உனைப் பிணைத்திட தளை பலப்பல
கட்டி அடக்கினோம் என்றவர் களித்தனர்
பட்டுத் தெறித்திட பலமதை ஏவினாய்
உனை அடைத்திட அமைத்தனர் ஆழ்சிறை
உதத்து எழுந்தனன் சிறை பொடியாகிட
கொழுந்து விட்டெறி தீயென நீயென நீயுமே!

எழுந்தனை! எழுப்பினை! எங்குள பேரையும்
உன்குரல் கேட்டதும் பற்பல நாட்டவர்
இங்குளோம்! இங்குளோம் என்று உடன் முழங்கினர்
அடக்கிடும் சமுக்கர்கள் அரண்டு ஓடிட

— **காஞ்சி பொங்கல் மலர் : 1946**

11. மலர் மணம்

இரவுக்கு ஆயிரம் கண்கள்
ஆனால் பகலுக்கு ஒன்றே
ஆயினும் சூரியன் மறைந்தால்
உலகத்தில் ஒளி இல்லையே
அறிவுக்கு ஆயிரம் கண்கள்
ஆனால் நெஞ்சுக்கு ஒன்றே
ஆயினும் அன்பு மறைந்தால்
வாழ்வில் ஒளி இல்லையே

— **காஞ்சி, 11.9.1966**

12. நடைச்சித்திரம்

கற்கின்றேன், நான்
கற்பவை கசடறக் கற்றுக்
கருத்தூன்றித் தெளிகின்றேன்

கேள்விச் செல்வம்
பெரும் விருந்தெனக்கு
கேட்பன யாவையும்
ஏற்றுப் போற்றி
எதிரொளிக் கதிர்கள்
வீசிப் பாய்ச்சிடும்
நிலைக் கண்ணாடி யாவேன்
நான் போற்றிடும்
அத்துணை
அறிவும் செறிவும்
உருவும்
திறனும் மிக்க புதுக்கருத்தொன்று
என்னுள் பூத்து
மலர்ந்திட
வழிவகை செய்திடுவேன்
நல்லறி வனைத்தும்
மெத்தவும் பொதிந்த
கருத்தாம் அது
எந்தன்
புதுவாழ்வுகத்தும்
அதுவுமே

- அண்ணாமலைப் பேருரை (1968)

❖❖❖

13. பொங்கல் வாழ்த்து

உழைப்பின் உயர்வைப் போற்றிடும் பண்பு
உலகெலாம் பரவிடல் வேண்டு மென்றே
விழைமிகக் கொண்டோம் அதனால்
காய்கதிர்ச் செல்வனைப் போற்றினர், ஏனாம்?
உயிர்கட்கு ஊட்டம் அளிப்பவனதனால்,
உழவர்கள் உயர்வினைப் போற்றிடல் எதனால்?
உண்டிக் கொடுத்தோர் உயில் கொடுத்தார் அதனால்!
ஆவினம் போற்றினோம், அஃது எதனால்?
பரிந்து தீஞ்சுவைப் பால் அளிப்பதனால்!
எனவே இவ்விழா
நன்றி கூறிடும் நல்விழா வாடும்

- பொங்கல் வாழ்த்து, 1963

அமெரிக்க பல்கலைக் கழகத்தில் அண்ணா!

யேல் பல்கலைக் கழகத்தில்
அண்ணாவின் சிந்தனை விருந்து

– உயர்திரு எம்.எஸ்.உதயமூர்த்தி

அறிஞர் அண்ணா யேல் பல்கலைக் கழக அழைப்பின் பேரில் (1968) அங்கு சென்றார். அப்பல்கலைக் கழகத்தில் “சப்பெல்லோஷிஃப்” விருது பெற்ற முதல் இந்தியர் இவர்தான். அதை இப்படி சொல்லலாம். அமெரிக்கர் அல்லாத முதல் தலைவர் அண்ணாதான். எத்தகைய பெருமைக்குரிய

| சிவரஞ்சன் (வ.இளங்கோ) | கிளாசிக் 372 |

செய்தி இது. ஒவ்வொரு தமிழனும் போற்றி மகிழ வேண்டிய விஷயம் இது.

அண்ணாவின் அறிவாற்றலை போற்றி பிறகு இந்திய பல்கலைக் கழகங்கள் கண்டு கொள்ளாதது பல்கலைக் கழகங்கள் கண்டுகொள்ளாதது பல்கலைக் கழகங்களுக்கு தான் கௌரவக் குறைச்சல்.

அண்ணா அவர்கள் யேல் பல்கலைக் கழகத்தில் கலந்து கொண்ட நிகழ்வை நேரிலேயே கண்டு மகிழும் பெருமைக்குரியவர் (மறைந்த) எம்.எஸ்.உதயமூர்த்தி அவர்கள். மிகவும் அற்புதமான தன்னம்பிக்கை நூல்களை எழுதியவர். சிறந்த சிந்தனையாளர். அவர் அண்ணாவுடன் யேல் பல்கலைக் கழகத்தில் பயணித்த நிகழ்வை காண்போம்.

திங்கட் கிழமை மாலை, இரண்டு மணிக்கு யேல் பல்கலைக் கழகத்தின் தகவல் இலாகாவின் மாடியில் அண்ணாதுரை நிருபர்களைச் சந்திப்பார் என்று தகவல் வருகிறது. அமெரிக்காவில் அண்ணாதுரை முதன்முறையாக நிருபர்களை சந்திப்பது இதுதான்.

நியூயார்க்கிலிருந்து பி.டி.ஐ. ஹிந்துஸ்தான் ஸ்டாண்டர்டு, ஏ.பி.யு.பி.ஐ., இந்தியன் எக்ஸ்பிரஸ், ஆனந்த விகடன், நியூஹேவன் ரிஜிஸ்தர், ஜர்னல், கூரியர், ஏர்டெய்லி நியூஸ் ஆகியவற்றின் நிருபர்கள் போட்டோ கிராபர்கள் என ஏககூட்டம்.

ஏன் இவரை அழைத்திருக்கிறார்கள்? என்பதி லிருந்து நமது வெளிநாட்டுக் கொள்கை பற்றி இவர் என்ன சொல்வார் என்ற கவலை வரை, பல எண்ணங்கள்.

| கிளாசிக் 373 | சிவரஞ்சன் (வ.இளங்கோ) |  |  |

அமெரிக்க நிருபர்கள் உள்ளங்களிலோ வியட் நாமுக்கு என்ன பதில் என்று கேள்வி.

அதோ சற்றுத் தாமதமாக வருகிறார் அண்ணா.

தமிழக முதல்வர்.

கம்பீரமான தோற்றம்.

முறுவலிக்கும் பற்கள்.

கை கூப்புகிறார், "எப்போது வந்தீர்கள்?" என்ற அன்பு மொழி.

மாணவர் பற்றியும், இந்திரா காந்தி பற்றியும், மொழி பற்றியும், தமிழ் நாட்டில் மூலை முடுக்கு களிலெல்லாம் நாளை எதிரொலிக்கப் போகும் அவர் கருத்துகள் இதோ இன்று இங்கிருந்து புறப்பட்டுக் கொண்டிருக்கின்றன.

அவரது ஒவ்வொரு சொல்லிலும் செயலிலும் பண்புகளும் குணங்களும் பரிமளிக்கின்றன.

"ஏன் காங்கிரஸ் தோற்றது?" என்ற கேள்விக்கு அவர் பதிலளிக்கையில், "நீண்ட நாட்களாகப் பதவியில் இருந்தால்" என்று கூறிவிட்டு, உடனே, "எந்தக் கட்சியும் அதிகம் போனால் பத்தாண்டு களுக்கு மேல் பதவியிலிருக்கக் கூடாது, அமெரிக்கா வில் நீங்கள் வைத்திருக்கிறீர்களே, ஜனாதிபதி இரண்டு தடவைக்கு மேல் பதவிக்கு நிற்கக்கூடாது என்று அது நல்ல திட்டம், பதவியில் இருக்க இருக்க அதிகார போதை ஏறிவிடுகிறது. நான் அதைத்தான் வேண்டிக் கொள்கிறேன். அதிகாரபோதை என் மண்டையில் ஏறாமல் இருக்க வேண்டும் என்று" என்கிறார்.

இதற்கெல்லாம் சிகரம் வைத்தாற்போல் புதன்கிழமை ஒரு நிகழ்ச்சி நடந்தது.

பேராசிரியர் லின்பிளாம், அண்ணாவைடாக்டர் பட்டத்திற்குப் படிக்கும் இருபத்திரண்டு மாணவர்கள் கொண்ட வகுப்பிற்கு அழைத்துச் செல்கிறார்.

யேல் பல்கலைக் கழகம் அமெரிக்காவிலேயே

புகழ்பெற்ற பல்கலைக்கழகம். அதன் மாணவர்கள், அதிலும் டாக்டர் பட்டத்திற்குப் படிப்பவர்கள் என்றால் மணியான மாணவர்கள். இந்தியப் பிரச்சினைகளைச் சிறப்பாகப் படித்து அலசி வைத்திருப்பவர்கள்.

அண்ணாவோ அப்போதுதான் மூன்றாம் ஆண்டு கல்லூரி மாணவர்களுடன் மதிய உணவு அருந்திவிட்டு விவாதம் நடத்திவிட்டுச் செல்கிறார்.

பேராசிரியர் லின்பிளாம், அண்ணாவை நோக்கி, “ஒரு பத்து நிமிடம் பேசுங்களேன், பின் விவாதம் தொடங்கலாம்” என்றார்.

அண்ணாவோ, “விவாதம் தொடங்கலாம் ஏன் வீண் பேச்சு?” என்றார்.

அடுத்து பேராசிரியர் லின் பிளாம், “ஒன்றும் லேசாக எடுத்துக் கொள்ளாதீர்கள்” என எச்சரிப்பது போலவும், அறிவிப்பது போலவும் “மாணவர்கள் எல்லாம் நன்கு விஷயம் தெரிந்தவர்கள்” என்கிறார்.

“அப்படியென்றால் ரொம்ப நல்லதாய் போயிற்று கேள்விகள் குறைவாக இருக்கும்” என்று கூறுகிறார் அண்ணா.

பேராசிரியர் முகத்தில் ஈயாடவில்லை.

திரு.அண்ணாதுரை வரும் முன்னரே யேல் பல்கலைக்கழகம் பத்திரிகைக்கு ஓர் அறிக்கை வெளியிட்டிருந்தது.

அதில் அவர் மூன்றரைக் கோடி மக்களின் தலைவர் என்பது பற்றியும், தி.மு.கவின் அசாதாரண

சிவரஞ்சன் (வ.இளங்கோ)

கிளாசிக் 376

வெற்றி பற்றியும், தி.மு.க.வின் அசாதாரண வெற்றி பற்றியும், அண்ணா பத்திரிகையாளராக வாழ்வைத் தொடங்கினார் என்றும் தமிழ் தேசிய உணர்வின் மூலம் அரசியலில் புகுந்தார் எனவும், பச்சையப்பன் கல்லூரியில் படித்தது பற்றியும் குறிப்பிடப் பட்டிருந்தது.

யேல் பல்கலைக் கழகத்தின் ஒரு பகுதியான டிமோதிடுவைட் கல்லூரி அவருக்கு "சப்பெல்லோஷிப்" என்ற கௌரவத்தை அளித்தது. இது ஒரு தனி கௌரவம்.

இதன்படி 'சப்' உறுப்பினர் ஐந்து நாட்கள் கல்லூரியில் தங்கி, மாணவர்களுடனும், ஆசிரியர் களுடனும் பேசவும் விவாதிக்கவும் செய்வார்கள்.

யேலில் தங்கியபோது, பி.ஏ. படிக்கும் மாணவர் கள், டாக்டருக்குப் படிக்கும் மாணவர்கள் அரசியல் பேராசிரியர்கள், இந்தியா சென்று வந்த அமெரிக்கர்

| கிளாசிக் | சிவரஞ்சன் |
| 377 | (வ.இளங்கோ) |

கள்; ஆசிரியர்கள், மாணவர்கள், மாணவிகள் என்று வெவ்வேறு கூட்டங்களில், வெவ்வேறு சமயங்களில் அண்ணாதுரை பேசினார்.

இரவில் தினந்தோறும் எங்காவது விருந்து.

யேலில் செவ்வாய்க்கிழமை காலை அவர் மருத்துவமனைக்கு உடல் சோதனைக்குச் சென்றார்.

சென்னையில் அண்ணாவின் டாக்டர் ரத்தின வேலு சுப்பிரமணியம், சோதனை பற்றிய தகவல்களை யேல் டாக்டர்களிடம் கொடுத்து கவனிக்குமாறு சொல்லியிருந்தார். புகழ்பெற்ற யேல் டாக்டர்கள் ஒரு அரைநாள் பொழுது அண்ணாவின் உடலைச் சோதனை செய்துவிட்டு, "உடலும் உள்ளமும் சிறப்பாக இருக்கின்றன" என்று சான்றிதழ் வழங்கினார்கள்.

செவ்வாய் மாலையிலிருந்து வியாழன் மாலை வரை மாணவர்கள் பேராசிரியர்கள் என்று பேச்சும் விவாதமுமாக நாட்கள் சென்றன. மாணவர்கள் திரும்பத் திரும்ப, மொழிப் பிரச்னையைப் பற்றிக் கேட்டார்கள். இஸ்ரேல் பற்றிக் கேட்டார்கள். இந்தியாவின் பஞ்சம் பற்றிக் கேட்டார்கள். மக்கள் பெருக்கம் பற்றிக் கேட்டார்கள் சாதி பற்றிக் கேட்டார்கள்.

பஸ் தொழிலாளர்களுக்கும் - மாணவர்களுக்கும் ஏற்பட்ட சமீப மோதல் பற்றிக் கேட்டார்கள்.

ஒவ்வொரு கேள்விக்கும் அண்ணாதுரை மிக அழகாக, எதிரியும் ஏற்றுக் கொள்ளும்படி பதில் கூறினார். அவரது ஆங்கிலப் பேச்சு வன்மை - தமிழ் நாவன்மையை மிஞ்சும்படியாக இருந்தது.

“அண்ணாதுரை எங்கு ஆங்கிலம் பேசக் கற்றுக் கொண்டார்?” என்று ஓர் ஆங்கில நிருபர் வந்து கேட்கிறார்.

“அண்ணாதுரை எம்.ஏ. பட்டதாரி” என்றேன். எனினும் அமெரிக்கர்களுக்கு வியப்பு அடங்கவில்லை.

“டில்லியில் தி.மு.க. சேர்ந்த கூட்டு மந்திரி சபை அமைக்கும் நாளை நீங்கள் எதிர்பார்க்கவில்லையா?”

“ஆசையூட்டும் எண்ணம்; அடைவதோ நெடுந்தொலைவில்” என்கிறார்.

“நீங்கள் திராவிட நாடு பிரிவினை வேண்டுமெனக் காங்கிரசை எதிர்க்கவில்லையா?”

“ஏன்! செயின்ட் பால்கூடத்தான் ஒரு சமயம் ஏசு கிறிஸ்துவை எதிர்த்தார்!”

“உங்கள் ஊரில் மாணவர் போராட்டம் அதிகமாகிக் கொண்டு வருகிறதே!”

“எங்கள் நாட்டில் மட்டுமா மாணவர் போராட்டம் நடைபெறுகிறது. உலகம் பூராவிலும் தான் நடைபெறுகிறது. நேற்றிரவு உங்கள் பத்திரிகை ஒன்றைப் படித்துக் கொண்டிருந்தேன். கொலம்பிய பல்கலைக் கழக மாணவர்கள், நீரோவுக்குச் சம உரிமை தரவேண்டுமெனக் கல்லூரியில் மறியல் செய்து, கல்லூரித் தலைவரை அறையில் வெளியே வராதபடி அடைத்து விட்டார்கள்.”

ஒவ்வொரு பதிலும் பலத்த சிரிப்பைக் கொண்டு வந்தது.

அமெரிக்க மாணவர் ஒருவர் கூறினார். "அவர் மிகவும் வெட்கப்படுபவர் போலத் தோன்றுகிறார். ஹி இஸ் எ ஷை டைப்; நாட் எ புஷிங் டைப்"

கள் குடிப்பதைப் பற்றிக் கேட்டார்கள். "கள் எங்களைப் போன்ற வெப்ப நாட்டிற்கு வேண்டாம்" என்பதை விவரமாக விளக்கிவிட்டு, எதிரே அமர்ந்திருந்த என்னிடம் தமிழில் கூறுகிறார்; "நம்ம ஊரிலே காலையில் தயிர் போட்டுச் சாப்பிட்டு விட்டுப் போனாலே, ஒரு மாதிரியா போதையும் தூக்கமும் வரும்."

பல விவாதங்களுக்கு நிருபர்கள் அனுமதிக்கப் படவில்லை. ஆனால் பேராசிரியர் என்ற பெயரில் என்னை அழைத்திருந்தார்கள்.

அவை அனைத்திலும் யேலில் டாக்டர் பட்டம் படிக்கும் மாணவர்கள் அவருடன் நடத்திய

இரண்டரை மணி நேர விவாதம்தான் மிகச் சிறப்பானதாக இருந்தது. அண்ணா அதை மிகவும் அனுபவித்தார். மாணவர்களும் மாணவிகளும் அவரை 'விடேன், தொடேன்' என்று கேள்வி கேட்டு நெருக்கிய விஷயம்.

"ஏன் பிரிவினைக் கொள்கையை கை விட்டீர்கள்?" என்பதுதான்.

"சீனாவுடனும் பாகிஸ்தானுடனும் போர் மூண்டபோது வாழ்வது அபாயம் எனக் கை விட்டோம்" என்கிறார்.

"அபாயம் காரணமாகத்தானே கைவிட்டீர்கள், அந்த அபாயம் இல்லாவிட்டால் உங்கள் நிலை என்ன? நல்லதல்ல என்ற கொள்கை அல்லாமல், சேர்ந்திருப்பது எந்த விதத்தில் நல்லது என்று கூறுங்கள். சமயோசிதமாகக் கைவிட்டீர்களா?

கிளாசிக் 381 — சிவரஞ்சன் (வ.இளங்கோ)

நிரந்தரமா? கொள்கையைக் கைவிட்டதால்தான் உங்களுக்குப் பதவி கிடைத்தது என்று கருது கிறீர்களா?" என்று சரமாரியான கேள்விகள்.

கேள்விகளில் சூடு ஏற்பட ஏற்பட எல்லாரும் காதை நீட்டிக் கேட்கிறார்கள். முடிவில் பெருத்த சிரிப்புக்கிடையே அண்ணா கூறுகிறார்; என் பழைய ஆசைகளைக் கிளப்பாதீர்கள். நான் அவற்றால் இழுத்துச் செல்லப்பட மறுக்கிறேன்."

கேள்விகள் சில சமயம் அண்ணாவின் காதிற்கு எட்டாமற் போய்விடுவதுண்டு. அந்தச் சமயங்களில் அருகில் இருப்போர் அதை மீண்டும் எடுத்துக் கூறுவார்கள்.

இப்படியொரு கேள்வி; "சிலோனின் தமிழ் பகுதிகளை எடுத்துக் கொண்டு அகண்ட தமிழ் சாம்ராஜ்யம் அமைக்க வேண்டுமென்று ஏன் சிலர் சொல்கிறார்கள்? அதுபற்றி உங்கள் கருத்தென்ன?"

"ஆதித்தன் பற்றிக் கேட்கிறார்கள்" என்று

தமிழில் கூறி முறுவலிக்கிறார் அண்ணா; "அவர் அந்தக் கொள்கையை விட்டுவிட்டு, இன்று அசெம்பிளியில் சபாநாயகராக இருக்கிறார். அவர் இன்று ஒரு தி.மு.க. மெம்பர்" பெருஞ்சிரிப்பொலி.

"காங்கிரஸ் உங்களை ஆட்சி பீடத்திலிருந்து வெளியேற்ற முயல்கிறது என்று கூறுகிறார்கள்."

"நான் அதை நம்பவில்லை. ஏன் அவர்கள் அப்படிச் செய்ய வேண்டும்? நான் உள்ளே இருப்பதை விட்டு வெளியே இருந்தால், அவர்களுக்குத்தான் தலைவலி அதிகம்."

யேலில் முழுக்க முழுக்க அண்ணாவின் சிந்தனை விருந்துதான், "அண்ணா எங்கே பொடிபோடவே காணோமே" என்று விஷயம் தெரிந்தவர்கள்கூட ஆச்சர்யப்படுகிறார்கள்.

யேலில் அண்ணா தங்கியிருந்தபோது அவர் பற்றிய கட்டுரைகள் காலை, மாலை தின இதழ்களில்

கிளாசிக்	சிவரஞ்சன்
383	(வ.இளங்கோ)

வெளிவந்தன. டெலிவிஷனில் அவர் பேட்டியை காட்டினார்கள். ரேடியோவிலும், வாய்ஸ் ஆப் அமெரிக்காவிலும் அவர் பேட்டி ஒலிப்பதிவாயின. 150 ஆயிரம் மக்கள் கொண்ட அந்நகரில் எங்கு சென்றாலும் அண்ணாவின் விஜயம் பற்றி அறிந்தவர்களாக இருந்தார்கள்.

டிமோதி டுவைட் கல்லூரியின் தலைவர் 'பர்க்கின்ஸ்' வீட்டில்தான் அண்ணா விருந்தினராகத் தங்கியிருந்தார். டாக்டர் பர்க்கின்ஸ் இத்தாலிய இலக்கியத்தில் நிபுணர். வெள்ளிக் கம்பியிலான அவரது தலைமயிரும், தொங்கிய கன்னங்களும், ஆழ்ந்த கண்களும் அவரை ஒரு தத்துவஞானி போல காட்டின.

"அண்ணாதுரையை என்ன காரணத்திற்காக நீங்கள் அழைத்தீர்கள்?" என்று கேட்டேன்.

"யேல் பல்கலைக் கழகத்தில், இந்தியா பற்றிய பேராசிரியர் லின் பிளாம் எனக்கு அண்ணாதுரையை அழைக்கலாம் என யோசனை கூறினார். நான் அவர் பற்றிய விவரங்களை அறிந்தபோது பெரிதும் மகிழ்ந்தேன்.

யேல் பல்கலைக்கழகத்து அரசியல் பேராசிரியர் கூட்டத்தில் அண்ணாவின் மேடைப் பேச்சைக் கேட்க முடிந்தது.

இந்திய ஜனநாயக அமைப்பில் தனக்குள்ள ஈடுபாட்டைப் பற்றியும், இந்திரா காந்தி பற்றியும் கூறினார்; திரு.சுப்பிரமணியத்தை தாராளமாக பாராட்டினார்;" என்றார் கூட்டத்திலிருந்த ஒரு பேராசிரியர்.

அண்ணா துரைக்கும் யேல் பல்கலைக்கழகத் திற்கும் ஓர் அசாதாரணப் பிணைப்பு இருந்தது.

மேலே யேல் பல்கலைக்கழகத்தைத் தொடங்கிய யேல் துரையின் படம் மாட்டியிருந்தது. யேல்

பொது வாழ்வு புனிதமான பூமி. அந்தப் பூமியில் உலவுபவர்கள், புகழுக்காகப் புளுகு மொழி பேசும் புலவர்களாக இருக்கக் கூடாது. ஊர் முழுதும் எதிர்த்தாலும் உண்மையையே உரைத்திடும் அஞ்சா நெஞ்சர்களாக இருக்க வேண்டும். ஆற்றல் வீரர்களாக திகழ வேண்டும்.

விவசாயிகளின் நலன்கள் கவனிக்கப்படாத வரை ஒரு நாளைக்கு ஒருவேளை உணவு என்பதே திண்டாட்டமாகிவிடும்.

கருத்து வேறுபாடு இருந்தாலும் பாராட்ட வேண்டியதைப் பாராட்டுவதுதான் தமிழ்ப் பண்பாடாகும்.

அழகிய ரோஜாவிற்கு அற்புதமான வண்ணம் தீட்டிப் பார்க்க வேண்டாம் அல்லவா? நம்மைச் சொக்க வைக்கும் மயிலின் தோகைக்குப் பட்டாடை போர்த்த தேவையில்லை அல்லவா? முல்லைக்கு மணமும் தேனுக்கு இனிப்பும் நாம் கூட்டத் தேவையில்லை அல்லவா? அதே போலத்தான் நம் தாய் மொழி தமிழுக்குப் பிறமொழிச் சேர்க்கையும் தேவையற்ற ஒன்று.

ஆளப்பிறந்தவன் ஆண்மகன்! அவன் விருப்பத்திற்கு
ஆடிப்பிழைக்க வேண்டியவள் பெண்மகள்.
இப்படி பேசிடும் பண்பு இருக்கும் வரை
நம் நாடு உருப்படுமா?

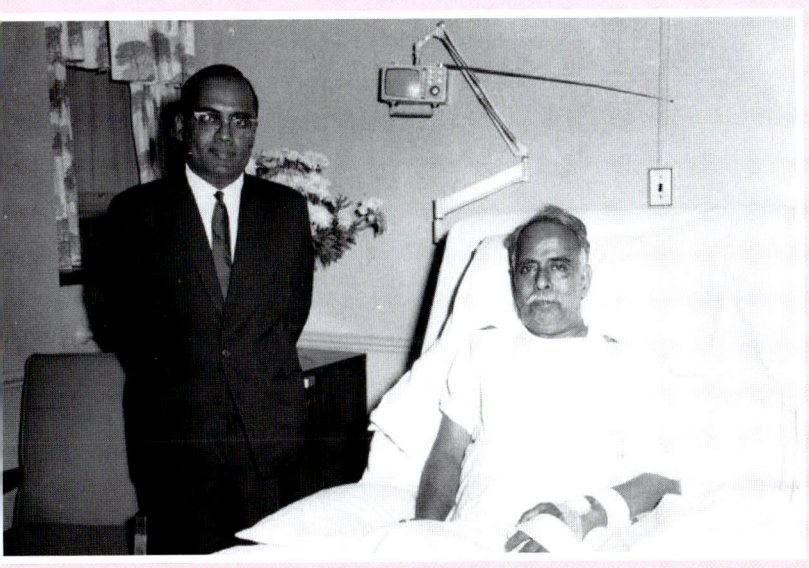

சாமானியர்களின் ஏழை எளியவர்களின்
எண்ணங்கள் ஈடேற்றப்பட்டுத் தீரவேண்டிய நேரமிது
என்பதனை மறந்திட முடியாது!
இப்படிப்பட்ட சாமானியர்கள் - அவர்கள் எத்துணை
ஏழ்மையிலும், அறியாமையிலும் உழன்று
உருக்குலைந்து காணப்படினும் அவர்தம்
கருத்தோட்டத்தை மதிப்பிட வேண்டும்.

இளைஞர்கள் சமுதாயத்தில் படிந்துள்ள சிலந்திக் கூடுகளை நீக்க வேண்டும். துணிச்சலுடன் சலிப்பில்லாமல் உழைத்துப் பகுத்தறிவினைத் தலையாய நிலையில் நீங்கள் அரசோச்சச் செய்ய வேண்டும்.

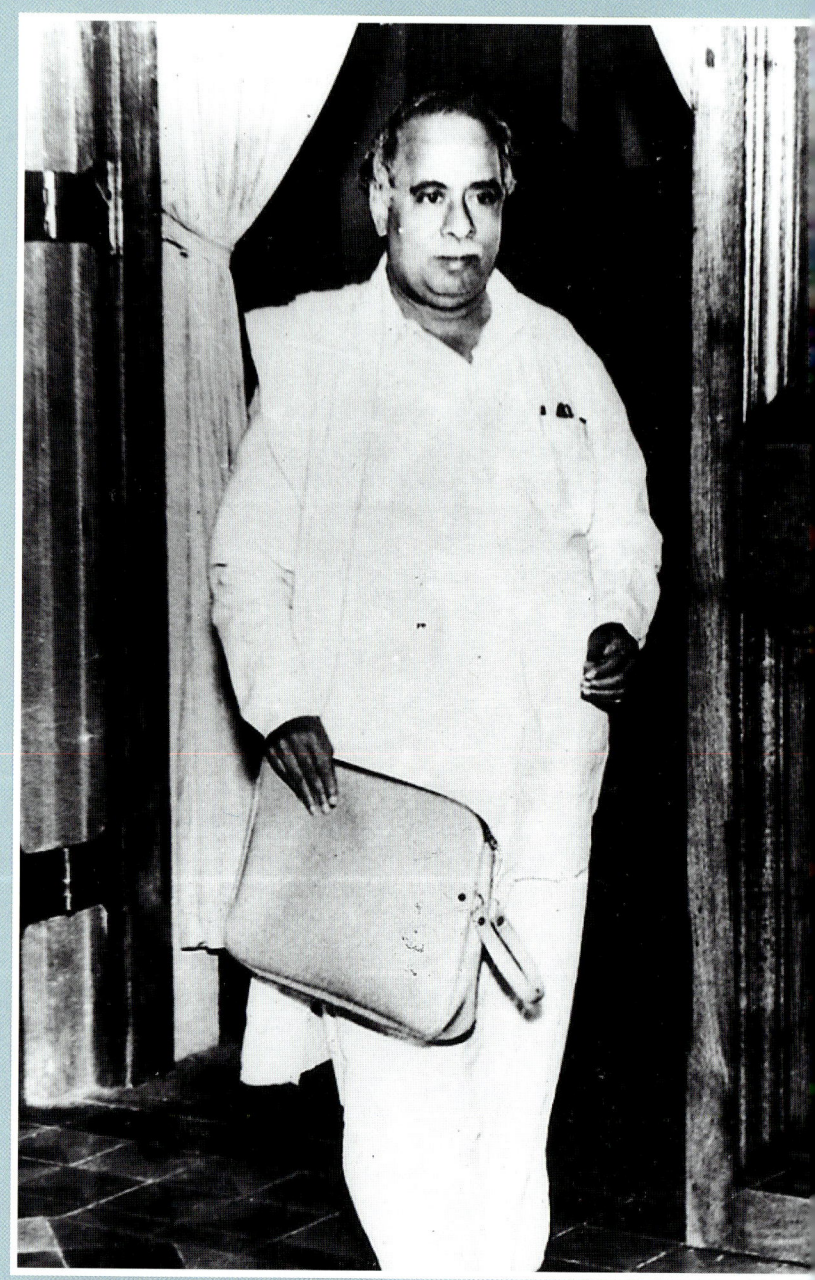

உன் பேச்சு உன் புத்திக் கூர்மையை பிரதிபலிக்கும்;
உன் வார்த்தை உன் அறிவுத் திறனை
எடுத்துக்காட்டும்.

கிளாசிக்	சிவரஞ்சன்
385	(வ.இளங்கோ)

துரைமகன் சென்னையில் முன்னாளில் கவர்னராக இருந்தார். தான் அங்கு சம்பாதித்த பொருள்களை விற்று யேல் பல்கலைக் கழகம் கால் ஊன்றக் கஷ்டப்பட்டுக் கொண்டிருந்தபோது உதவினார். ஆகவே பல்கலைக் கழகத்திற்கு அவர் பெயரை இட்டு அவரை கௌரவித்தார்கள்.

இன்றும் அதே போன்ற மற்றொரு காட்சி. சென்னை அரசின் ஆட்சி பீடத்தில் இருக்கும் ஒரு 'துரை' மகனை விருந்தோம்பி, கௌரவிக்கிறது. இருவருக்கும் இடையே ஒரு நூற்றாண்டு நிற்கிறது. பலருக்கு கிட்டாத பேறு அண்ணாதுரைக்கு கிட்டியது.

| சிவரஞ்சன் (வ.இளங்கோ) | கிளாசிக் 386 |

அண்ணாவின் சிறை வாழ்க்கை!

அறிஞர் அறிஞர் அண்ணா தீவிர அரசியலில் இருக்கையில் ஒருமுறை சிறைக்கு சென்றிருக்கிறார்.

1938 - இந்தி எதிர்ப்பு போராட்டம் 6 மாதம் சிறைத்தண்டனை

1949 - ஆரிய மாயை என்னும் நூல் எழுதியதற்காக 6 மாதம் சிறைத்தண்டனை

1953 - மும்முனைப் போராட்டம் 3 மாதம் சிறைத்தண்டனை

1958 - நேருவுக்குக் கருப்புக் கொடி 10 நாட்கள் சிறைத்தண்டனை

1962 - விலைவாசி உயர்வு; போராட்டம் 3மாதம் சிறைத்தண்டனை

1964 - சட்ட எரிப்புப் போராட்டம் 6 மாதம் சிறைத்தண்டனை.

அண்ணா சென்ற அயல்நாடுகள்

1965 - சிங்கப்பூர், மலேசியா, கம்போடியா, தாய்லாந்து, ஹாங்காங்

1968 - ஐரோப்பா நாடுகள், அமெரிக்கா, ஜப்பான் முதலிய நாடுகள்

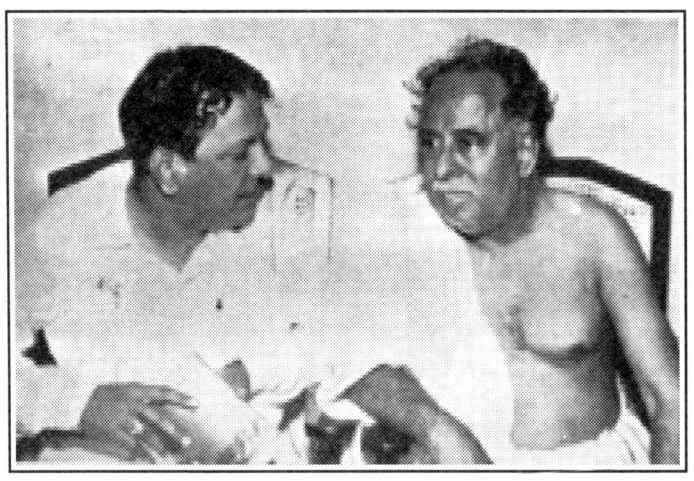

காஞ்சித் தலைவனுக்கு கலைஞரின் கவிதாஞ்சலி!

ரோம் மாவீரன் ஜூலியஸ் சீசர் கி.மு.40-ல் தன் சக வீரர்களால் (புரூட்டஸ், காசியஸ்) கொல்லப் பட்டார். அவரின் சிதைக்குமுன் அவரின் நண்பர் மார்க் ஆண்டனி சொற்பொழிவாற்றியதை நாடக வேந்தன் 'ஷேக்ஸ்பியர்' அற்புதமான சொற்களால் யாத்திருப்பான். இன்றும்கூட சுமார் 2000 ஆண்டு களுக்கு பின்னர், ஆண்டனியின் சொற்பொழிவே மிக சிறந்ததாக உலகோர் சொல்லுகிறார்கள். ஆண்டனி,

தன் நெருங்கிய நண்பர் சீசரின் மறைவுக்கு இதயம் பொங்க, கண்ணீர் மல்க, ஆற்றிய சொற் பொழிவுக்கு இணையானதாக ஏன் அதைவிட பல மடங்கு அற்புதமான கவிதாஞ்சலியை வழங்கியவர் கலைஞர் மு.கருணாநிதி அவர்கள் என்பதை எவருமே ஏற்றுக் கொள்வார்கள்.

இவரின் கவிதாஞ்சலியில் உலக மொழிகளில் மொழி பெயர்த்தால், இக்கவிதாஞ்சலியே எக்காலத் திலும் முதன்மையானதாக இருக்கும்.

பேரறிஞர் அண்ணாவோடு சுமார் 30 ஆண்டுகள் இதயம் கலந்து செயல்பட்டவர் கலைஞர் அவர்கள். இக்கவிதாஞ்சலி ஓர் தனி இலக்கியம். அவரின் கவிதாஞ்சலியை படிக்கும் ஒவ்வொருவருக்கும், தங்கள் மரணத்துக்கு இவ்வாறான கவிதாஞ்சலியை படைக்க ஆள் இல்லையே என ஏங்க வைக்கும்.

1969ஆம் ஆண்டு பிப்ரவரி 3ஆம் நாள் தமிழக மக்களின் இதயம் கவர்ந்த மக்கள் நாயகர் பேரறிஞர் அண்ணா காலமானார். தமிழக மக்கள் கண்ணீர் கடலில் மூழ்கினார்; அவர் காலமானதையொட்டி 9.2.1969 அன்று சென்னை வானொலியில் கலைஞர் மு.கருணாநிதி அளித்த கண்ணீர் கவிதாஞ்சலி.

எம் அண்ணா! இதய மன்னா!

பூவிதழின் மென்மையிலும் மென்மையான
புனித உள்ளம் - அன்பு உள்ளம்
அரவணைக்கும் அன்னை உள்ளம்! அவர்
மலர் இதழ்கள் தமிழ் பேசும்
மா, பலா, வாழையெனும் முக்கனியும் தோற்றுவிடும்.

விழிமலர்கள் வேலாகும், வாளாகும்
தீங்கொன்று தமிழ் தாய்க்கு வருகுதென்றால்,
கால்மலர்கள் வாடினும் அவர் கடும்பயணம் நிற்காது
கைமலர்கள் பிணைத்து நிற்கும், தம்பியரை, கழகத்தை!

அம்மலரே எதிரிகளை மன்னித்து நெற்கதிர் போல தலை
நாணச் செய்துவிடும்
மக்களாட்சி மலர் குலுங்க
சமதர்மப்பூ மணக்க
நாடிவரும் பூமுடியே! புகழ் முடியே! உமைத்
தேடி வரும் வாழ்த்துக் குவியலிலே - தினம்
பாடிவரும் வண்டாக நான் பறப்பேன்
உனக்காக எனைத் துறப்பேன் என
ஒரு கோடித் தமிழ் இளைஞர்
பாடி நின்ற பாட்டுக்குத் தலைவன்

முருகிற் செறிந்த தலைவன்
முதிரா இளைஞர் ஆராயிராய்ப்
பெருகச் செய்த செயல் மறவர்
சிறப்பைப் படைக் கோன்மினோ
தங்கு சனிவேல் செய்த புண்களை
அன்பெனும் வேறு கொண்டாற்றியும்
செங்கனிவாய் மருத்தூட்டுவார்!

சீரமையைப் பாடக் கேண்மினோ!
பொருதடக்கை வாளெங்கே! மணி மார்பெங்கே!
போர் முகத்தில் எவர்வரினும் புறங்கொடாத
பருவயிரத் தோளெங்கே எங்கே யென்று
தம்பியரைக் கேட்டதனைக் கேண்மின்!
கேண்மின்!
காஞ்சியிருக்கக் கலிங்கம் குலைந்த
கலவி மடவீர் கழற்சென்னி
காஞ்சியிருக்கக் கலிங்கம் தொலைந்த
களப்போர் படை திறமினோ என்று
மயல் கொண்ட மாதர் தமைத்தியில் எழுப்பச்
செயங்கொண்டன் பாடினார்
களப்பரணி... கலிங்கத்துப்பரணி!
அளப்பரிய வீரத்தின் புகழ்ப்பரணி-யான்
கவிப்பரணியேறி காஞ்சிபுரப்பரணி
பாடி நின்றேன் இன்று
அவலப் பரணி பாடுகின்றேன்...

கவியினில் பொருளெனக் கரும்பினில் சுவையெனக்
கதிரினில் ஒளியெனக் காவினில் மலரென
நிலவினில் குளிரென நிலமிசை வளமென
குலவிடும் அருவி குமுறிடும் மொழியென
உலவிடும் காற்றில் ஏறிடும் இசையென
அலையெழுங் கடலில் ஆடிடும் நுரையெனக்
கலைமணங் கமழக் கூடிய கவிஞர்
தலைமகன் அண்ணா திருப்புகழ் பாடிட
நிலமகள் வடிக்கும் கண்ணீர் அந்தோ
வெள்ளம்
வெள்ளம்
மாபெரும் வெள்ளம்

கிளாசிக்
சிவரஞ்சன்
(வ. இளங்கோ)

ஆயிரத்துத் தொள்ளாயிரத்து முப்பது எட்டாம் ஆண்டு
தாயகத்தில் மொழிப்புரட்சி தோன்றுதற்கு
வித்திட்டார்; சிலபேர் என்றால்; ஈரோட்டு
நாயகத்தின் இணையில்லாத் தலைமை வீரர்
எங்களண்ணன் களம் புகுந்தார் காஞ்சி பூண்டு
இருமூன்று திங்கள் வரை சிறையில் வாடி
தரும் ஊன்றுகோலாகத் தமிழைத்தந்து
அருமூன்று எழுத்தாலே அண்ணாவானார்.
அன்றொரு நாள் ஐம்பத்திரண்டு தனில்
சென்னையிலே சொன்னேன் நினைவுண்டா
உங்களுக்கு?

மூன்றெழுத்திலே ஒரு சிறப்புண்டு
முத்தமிழ் மணமுண்டு...
மூவேந்தர் முக்கொடி முக்கனியென
மும்முரசார்ந்தவர் தமிழர்! அவர் வாழ்ந்த
தமிழ் வாழ்வுக்கு மூன்றெழுத்து - அந்த
வாழ்வுக்கு அடிப்படையாம் அன்புக்கு மூன்றெழுத்து
அன்புக்குத் துணை நிற்கும் அறிவுக்கு மூன்றெழுத்து
காதலர் போன்றி நின்ற கடும் வீரமோ மூன்றெழுத்தி
வீரம் விளைகின்ற களம் மூன்றெழுத்து
களம் சென்று காணுகின்ற வெற்றி மூன்றெழுத்து
அந்த வெற்றிக்கு நமையெலாம் ஊக்குவிக்கும்
அமைதிமிகு 'அண்ணா' மூன்றெழுத்து அறிந்திடுவீர்
எனச் சொன்னேன்.

திக்கெட்டும் தமிழ் முழக்கம்
திசையெங்கும் சொன்மாரி
வக்கற்றோர் வகையற்றோர்
வாழ்வதற்குத் திட்டம் கோரி

அகிலம் போற்றும் அறிஞர் அண்ணா
சிவரஞ்சன் (வ.இளங்கோ)

வண்டாகச் சுற்றுகின்றார் மேடையேறி
எழுதுகின்றார் அண்ணா எனில்
ஏடெல்லாம் வீடெல்லாம் தமிழ்
நாடெல்லாம்... புதுமை மணக்குதங்கே
ஏடா தம்பி எடடா பேனா
கத்தியைத் தீட்டாதே; புத்தியைத் தீட்டு
கருத்துப்பேழை கற்பூரப் பெட்டகம்
'மரக்கிளையிலே பிணம்
வெந்தப்புண்ணிலே வேல்!'
மறந்திடப் போமோ! மனங்கவர் வாசகம்?
சாலையோரத்திலே வேலையற்றதுகள்
வேலையற்றதுகளின் உள்ளத்தில் விபரீத எண்ணங்கள்
வேந்தே அதுதான் கலைக்குறி
அண்ணனுக்கன்றி யாருக்கு வரும் இந்த அழகு நடை,
அறிவு நடை
கோடு உயர்ந்தது; குன்றம் தாழ்ந்தது
தமிழகம் மறவாத் தலையங்க மன்றோ!
இப்படைத் தோற்கின் எப்படை ஜெயிக்கும்!
தம்பியுடையான் படைக்கஞ்சான்
ஒப்பில்லா வரிகள் உரைத்திடும் பனுவல்
மனோன்மணீயம் எனினும் - நம்
மனத்தில் பதித்தவர் அண்ணாவன்றோ!
மாற்றான் தோட்டத்து மல்லிகையும் மணக்கும்
அரசியல் பண்பினைப் போதிக்கும் அழகே!
மறப்போம் மன்னிப்போம்
மாற்றார் ஏசல் தாங்கிடும் மாண்பே!
எவர்கற்றுத் தந்தார் இதனை
சுவர் வைத்துச் சித்திரம் எழுதுதல்போல்
நயமிகு பண்புடன் அரசியல் நடத்தல்

நன்றென்றார் அண்ணா!
அதனை மறுத்து
நாலைந்து பேர் குதித்திட்டார் என்றால்
அவர் கண்டு சிரித்திட்டார் அண்ணா
அனைவரையும் ஓர் அன்னை பெற்றெடுக்க
வயிறு தாங்காக் காரணத்தால்
தனித்தனித் தாய் ஈன்றெடுத்த தம்பிகளே! என
அழைத்துக் கனிச்சுவையாய் கற்கண்டாய்த் தேன்
பாகாய் அன்பு காட்டிப்
பனிமலர் வீழ் தும்பியதாய்த் தழுவிக் கொண்டார்
சொலல்வல்லார் சேதுப்பிள்ளைதனைத்
சோமசுந்தர பாரதியைச் சொற்போரில்
சொக்கவைத்தார் - பாவம் சிக்க வைத்தார்
நீதிகட்சியென்று நெடிய மதில் சுவருக்குள்ளே பணச்
சாதிக்குக் கட்டியாய் இருத்தலாகாதெனும்
கொள்கையாலே அதனை
வீதிக்குக் கொண்டு வந்தார்

வீசிமுக வெள்ளையர்கள் பட்டத்தையென
சேலத்து மாநாட்டில் தீர்மானம் போட்டு விட்டார்
அண்ணாவின் போர்க்
கோலத்தை எதிர்க்கமாட்டாமல்
கோலற்ற குருடர் போலக் கொள்கையற்றோர் வீழ்ந்துப்
போனார்
தீரர் அண்ணா திராவிடர் கழமெனும் பெயர் மாற்றத்
தீர்மானம்
வீரர் கூடிய மாநாட்டில் கொண்டு வந்தார்
அண்ணல் காந்தியார் அறவழி கண்டு
ஆங்கில ஆட்சியை அகற்றிபோது
துன்ப நாளென்னும் பெரியார் அறிக்கையை மறுத்துத்

தொடங்கினார் போரை!
இன்ப நாளிது! இன்ப நாளிது!
என்பு தோலாய் ஆன இந்தியர்
அன்புறுகாந்தியின் அருளால் இன்று
எழுந்தனர் அடிமைதளையினை அறுத்து!
முழங்குவோம் விடுதலை முரசினை எடுத்து
என்றே அண்ணா! அன்றே சொன்னார்
அன்று முதல் அண்ணன் - அய்யா - உறவில் கீறல் விழ
அது நாற்பத்தொன்பதாம் ஆண்டினிலே பிரிவாய் மாறி
முகில் கிழித்து வெளிக்கிளம்பும் முழுமதியாய்
முன்னேற்றக் கழகத்தை மகிழ்க்கச் செய்தார்
தலைவருடன் கூடிவாழ முடியாமல்
பெரும்பான்மைத் தோழருடன்
வெளியே வந்தவுடன்
நிலைகுலையா நம் அண்ணன் அன்று சொன்னார்
அது
நேற்றுச் சொன்னதுபோல் இருக்குதம்மா!
தலைவரில்லை முன்னேற்றக் கழகத்துக்கு - என்
தலைவர் அவர் என்றேனும் வந்தமர்வார்
அதுவரையில் காத்திருப்பேன் என்றார்
பூத்திருக்கும் மலர்த்தோட்டம்
காலைப் பனிநீர் வடிப்பது போல்
காத்திருந்து கூட்டம் கேட்டார்? கண்ணீர் வடித்தார்
கண்ணீர்த் துளிகளே! நாட்டின் கண்மணிகளே - என
அழைத்துச்
செந்நீர் சிந்துதற்கு அணி வகுத்தார்
யாரேனும் கேட்டதுண்டா?
பாரேனும் பகர்ந்ததுண்டா?
பதினெட்டு ஆண்டுக்குள் ஓர் இயக்கம்

பதுங்கிப் பாயும் வேங்கையெனப் பாராள வந்த கதை?
ஈராண்டு முடியவில்லை என் அண்ணா ஆட்சியேற்று
சீரார்ந்த செயல் பலவும் செய்தலுற்றார்!
ஏரார்ந்த உழவர்க்கெல்லாம் ஏற்றம் தந்து
எழில் வாழ்வு குவிப்பதற்கு எடுத்தார் முயற்சி
உலகத் தமிழ் மாநாடு தொடங்க வந்த
ஓங்கு புகழக் குடியரசுத் தலைவரவர்
இணையற்ற காட்சி கண்டேன் மாட்சி கண்டேன்
இதுபோல வாழ்வில் என்றும் கண்டதில்லையென
ஊர்மெச்சப் புகழ்ந்துரைத்தார் அண்ணன் கீர்த்தி
ஆந்திரத்துப் பிரம்மானந்த ரெட்டிகாரும்
ஆசன நீர் தாமே அசல் காந்தியவாதியென்று
ஆராதனை செய்திட்டார் - ஆண்டொன்று
கழியவில்லை
மதுவிலக்கைத் தீவிரமாய் ஆக்குகின்றீர் பல
மாநிலத்தில் கைகழுவிக் கலயம் கட்டிவிட்டார்
மரங்களிலே
மகாத்மாவின் தோன்றல் நீர்தாம் - என்று
கிரியென்றால் மலையன்றோ - அந்த
மலைதழுவும் முகிலானார் அண்ணா
வி.வி.கிரி தந்த வாழ்த்துக்கு விளக்கமிது!
பன்னாட்டுப் பேரறிஞர் வாழ்த்தி நின்றார் - அன்று
தென்னாட்டுச் சிகரமாக இருந்திட்டோர்
அண்ணன் பற்றி
என்ன சொன்னார்...?
பழந்தமிழ் வித்தகர் பல்லாவரத்தார் - அண்ணா
பழந்தமிழ்ப் பேச்சால் மயங்கி நின்றார் - அம்
மறைமலை தந்த புகழ்மொழி ஆயிரம்
பசுமலை பாரதி - பாண்டியன் தோற்றம் - அவரை

நாவலர் என்றே நாடே அழைக்கும் - அவர்
சழக்கரால் வீழ்ந்த தமிழ் நிலம் காக்க
அழுக்கில்லாத் தலைவன் கிடைத்தான் என்றே
அண்ணன் பெருமை சொன்னார் அன்று!
ஈராயிரம் ஆண்டின் முன்னும் இன்று போல்
இளையவளாய் இருந்திட்ட தமிழாம் அன்னை
நூறாயிரம் கோடி என ஆண்டுபல வாழ்வதற்கு
நூலாயிரம் செய்திட்ட புலவர்களை ஈன்றாள் எனினும்
கலைமகளாம் நம் அன்னை வள்ளுவனைத்
தலைமகனாய் பெற்றெடுத்தாள்

மலர் என்றால் தாமரை தான்
மன்னன் என்றால் கரிகாலன்
நூல் என்றால் திருக்குறளே
எனப் போற்றும் அறப்பனுவல்
அளித்திட்டான்; மாந்தரெல்லாம் களித்திட்டார்.
விண்முட்டும் மலையோரம் - நம்
கண்பட்டும் படாமலும் எழுகின்ற நச்சுமரம் போலப்
பண்பட்ட தமிழர் வாழ்வில் - முதுகில்
புண்பட்ட கொள்கையெல்லாம் மூண்ட தந்தோ!

சாதிகளைக் காணாது குறள் ஒலித்த தமிழ் மண்ணில்
பாதியிலே வந்ததம்மா பலகோடி சாதிகளும்
அறிவு மணங்கமழ்கின்ற ஆலயங்கள் அற்றுப்போய்
ஆயிரம் தெய்வங்கள் உறைகின்ற கோவில்கள் கண்டு
விட்டார்
மொழியுணர்வே இல்லாத வாயுணர்வின் மாக்கள் - தமிழ்
அழியினும் வாழினும் என்னென்று இருந்திட்டார்.
அறநெறியே குறிக்கோளாய்த் திகழ்ந்திட்ட பெரு
நிலத்தில்

பிற நெறிகள் பயிர் செய்தார்; பிழை குவித்தார்
மழையற்றுப் போன வயல் போல மாறிற்று தமிழர் மனம்
அழுக்காறு - அவா - வெகுளி - இன்னா சொல்
நான்குமின்றி
நடக்காது வேலையென்று நடத்திட்டார் சில தமிழர்
பொருளிலார்க்கு இவ்வுல மில்லையென்று
பொருள்குவித்து வளம் செழித்த நாட்டில் - இன்று
இருள் கவிந்து வாட்டம் கொடி போட்டதங்கே
வாடினாள் தமிழன்னை - சோகப்பாட்டுப்
பாடினாள் தமிழன்னை - சுடுநெருப்பில்
ஆடினாள் தமிழன்னை
ஓடினாள்... ஓடினாள் ஒருவழியும் கிடைக்கவில்லை
புவியூர் விட்டு புகமூரில் வாழுகின்றான்
கவியூரின் பெருவேந்தன் குறளாசான்
ஆண்டு சென்று - அருமை மகனே
வேண்டுகோள் ஒன்று விடுத்தேன் - என்றாள்
என்னம்மா? என்றான் குறளோன்
தோன்றுகின்ற இடமெலாம் தங்கம் வரும் தமிழகத்தில்
மீண்டும் நீ பிறந்திட வேண்டுமென்றான்
தங்கம் எடுக்கவா? என்றான்
தமிழர் மனம் வாழ்வெல்லாம்
தங்கமாக 'ஆக்க' என்றாள்
'இன்றென்ன ஆயிற்' றென்றான்
குன்றனைய மொழிக்கு ஆபத்தென்றாள்
சென்றமையக் குடில் இல்லை ஏழைக் கென்றாள்
கடிதோச்சி மெல்ல எறியத் தெரியாமல்
கொன்றெறியும் கோல் ஓங்கிற்றென்றாள் அறிவில்
கன்றனையோர் வீணில் கதைக்கின்ற கதையும்
சொன்னாள்.

அழுத கண்ணைத் துடைத்தவாறு

அமுத மொழி வள்ளுவனும்
அம்மா நான் எங்கே பிறப்பதென்றான்
தொழுத மகன் உச்சி மோந்து ஆல
விழுதனைய கைகளாலே அணைத்துக் கொண்டு

உழுதவயல் நாற்றின்றிக் காயாது
இனிமேல என எண்ணி
மனமகிழும்
உழவன் போல் உள்ளமெல்லாம் பூரிப்புத் துள்ளி எழ
காய்ந்த வயிற்றுக்குக் கஞ்சி வார்த்திடவே
கற்கண்டே! தேன்பாகே! திருக்குறளே!
நீ காஞ்சியிலே பிறந்திடுக! என்றாள்
பிறந்திட்டான் நம் அண்ணனாக
அறிவு மன்னனாக
பொதிகை மலைத் தென்றலாய்ப்
போதாகி மலர்கின்ற
தமிழ் உணர்வின் புதுமணமாய்ப்
பதிகத்துப் பொருளாய்ப்
பழந்தமிழர் புறப்பாட்டாய்
வந்துதித்தான் அண்ணன் - கீழ்
வானுதித்த கதிர்போல -
அவன் புகழைப் பாடுவதற்கு
அவன் வளர்த்த தம்பி நானும்
அவன் தந்த தமிழ் எடுத்து
இவண் வந்தேன் இதுதான் உண்மை
தலைவ ரென்பார், தத்துவ மேதை என்பார்
நடிகர் என்பார், நாடக வேந்தர் என்பார்
சொல்லாற்றல் சுவைமிக்க எழுத்தாற்றல் பெற்றார்
என்பார்
மனிதரென்பார்! மாணிக்கமென்பார், மாநிலத்து

கிளாசிக் 399
சிவரஞ்சன் (வ.இளங்கோ)
அகிலம் போற்றும் அறிஞர் அண்ணா

அமைச்சரென்பார்
அன்னையென்பார், அருமொழிக் காவலர் என்பார்
அரசியல்வாதி என்பார் - அத்தனையும்
தனித்தனியே சொல்வதற்கு நேரமற்றோர் - நெஞ்சத்து
அன்பாலே
'அண்ணா' என்ற ஒரு சொல்லால்
அழைக்கட்டும் என்றே - அவர் அன்னை
பெயரும் தந்தார்
அந்த அன்னைக் குலம் போற்றுதற்கு
ஔவைக்கோர் சிலை
அறம் வளர்த்த கண்ணகிக்கோர் சிலை
வளையாத நெஞ்சப்பாரதிக்கும்
வணங்காமுடிப் பாரதிதாசருக்கும் சிலை
வீரமா முனிவருக்கும் சிலை
கால்டுவெல் போப்புக்கும் சிலை
கம்பர்க்கும் சிலை
தீரமாய்க் கப்பலோட்டிய தமிழர்க்கும் சிலை
திக்கெட்டும் குறள் பரப்பத் திருவள்ளுவர்க்கும் சிலை
பத்து சிலை வைத்ததனால் - அண்ணன் தமிழின்பால்
வைத்துள்ள
பற்றுதலை உலகறிய; அந்த
அண்ணனுக்கோர் சிலை
சென்னையிலே வைத்தபோது
ஆள்காட்டி விரல் மட்டும் காட்டி நின்றார்.
ஆணையிடுகின்றார் எம் அண்ணா என்றிருந்தோம்

அய்யகோ, இன்னும்
ஓராண்டே வாழப் போகின்றேன் என்று அவர்

சிவரஞ்சன் (வ.இளங்கோ) — கிளாசிக் 400

ஒரு விரல் காட்டியது இன்றன்றோ புரிகின்றது!
எம் அண்ணா... இதய மன்னா
படைக்கஞ்சாத் தம்பியுண்டென்று
பகர்ந்தாயே...
எமை விடுத்துப் பெரும் பயணம் ஏன் தொடர்ந்தாய்?
உன் கண்ணொளியின் கதகதப்பில் வளர்ந்தோமே!
எம் கண்ணெல்லாம் குளமாக ஏன் மாற்றிவிட்டாய்?
நிழல் நீதான் என்றிருந்தோம்; நீ கடல்
நிலத்துக்குள் நிழல் தேடப்போய் விட்டாய், நியாயம்
தானா?
கடலடியில் இருக்கின்ற முத்தெல்லாம் முத்தல்ல
நான்தானடா நன்முத்து எனச் சொல்லிக்
கடற்கரையில் உறங்குதியோ?
நாத இசை கொட்டுகின்ற
நாவை ஏன் சுருட்டிக் கொண்டாய்?
விரல் அசைத்து எழுத்துலகில்
விந்தைகளைச் செய்தாயே! அந்த
விரலை ஏன் மடக்கிக் கொண்டாய்?
கண்மூடிக் கொண்டு நீ சிந்திக்கும்
பேரழகைப் பார்த்துள்ளேன்... இன்று
மண்மூடிக் கொண்டுன்னைப் பார்க்காமல்
தடுப்பதென்ன கொடுமை
கொடுமைக்கு முடிவு கண்டாய்; எமைக்
கொடுமைக்கு ஆளாக்கி ஏன் சென்றாய்?
எதையும் தாங்கும் இதயம் வேண்டுமென்றாய்
இதையும் தாங்க ஏதண்ணா எமக்கிதயம்?
கடற்கடையில் காற்று
வாங்கியது போதுமண்ணா!
எழுந்துவா எம்மண்ணா!

வரமாட்டாய் வரமாட்டாய்
இயற்கையின் சதி எமக்குத் தெரியும் அண்ணா - நீ
இருக்குமிடந்தேடி யான் வரும் வரையில்
இரவலாக உன் இதயத்தைத் தந்திடண்ணா
நான் வரும்போது கையோடு கொணர்ந்து அஃதை
உன் கால்மலரில் வைப்பேன் அண்ணா!

அண்ணாவை போற்றிய பெருமக்கள்!

தமிழுக்குத் தொண்டு செய்து
சிறைக்குச் சென்றான்
தலைசிறந்த பேச்சு வல்லோன்
தமிழ் வீரன்
தமர் என்னும் தான் என்றும்
நினைப்பதன்றித்
தமிழ்நாட்டின் நலத்திற்கே
உயிர் உடல்கள்
அமைகவென இரவு பகல்
உழைக்கும் மேலோன்

- புரட்சிக் கவிஞர் பாரதிதாசன்

சிவரஞ்சன்
(வ.இளங்கோ)

அண்ணாதுரை யென்றும்
    அண்ணல் தென்னாட்டு
வண்ணான் அழுக்கெடுப்பில்
    வாய்மொழியில் - பண்ணாவான்
சிற்பன் எழுத் தோவியத்தில்
    செவ்வரசு நாவாயின்
அற்புதஞ் சூழ் மாலுமரியன்(று)
    ஆடு

              - தமிழ்த் தென்றல் திரு.வி.க.

தண்ணார் தமிழ்தழைக்க சாந்தமிகும் பேரறிஞர்
அண்ணா அறநினைவுஆழ்ந்தோங்க - மண்கணாரும்
விண்ணோரும் போற்றி வியந்திடவே தொண்டியற்றி
எந்நாளும் வாழ்க இசைந்து

              - திருமுருக கிருபானந்த வாரியார்

என்றைக்கும் மறையாதவன்!

அண்ணா என உலகில் பேரானவன் எனின்
ஆகாயம் பேர்ந்தாலும் பேராதவன்
வண்ணக் குறளென்ற மறையானவன் - எது
மறைந்தாலும் என்றைக்கும் மறையாதவன்

— கவிக்கோ அப்துல் ரகுமான்

அண்ணா... அண்ணா...

அண்ணா... அண்ணா என்றால்
அறிவும் அன்பு என்போம்
உண்மை கொண்ட வண்மை
உலகிற் குதவும் நன்மை

அண்ணா அறிவிற் பூத்தே
அழகிய பொதுநல மாகும்
வெண்மதி நிலவினில் ஆடும்
விரிமணத் தென்றல் வாழ்க

— கவியோகி சுத்தானந்த பாரதி

காஞ்சி தந்த கலைமணி

காஞ்சி ஈன்ற கலைமணி அண்ணா
ஆன்றோர் புகழும் அறிவால் உழைப்பால்,
ஆற்றல் மிக்க அருஞ்சொல் வளத்தால்
ஏழைமக்கள்பால் ஏங்கிய உளத்தால்
தமிழர்தம் தலைவராய்த் தழைத்திட காண்போம்

- டாக்டர் மு.வரதராசனார்

கொள்கைகளை பரப்புவோம்

நன்றுழைத்து மக்களிடம் நல்லெழுச்சி செய்து விட்டாய்
இன்றெமக்கோ அண்ணாநீ எட்டாத பொருளானாய்
என்றிடினும் எம்முளத்தில் நிலையாக இருக்கின்றாய்
நன்றுனது கொள்கைகளை நாட்டினிலே பரப்பிடுவோம்

- தமிழறிஞர் அ.மு.பரமானந்தம்

அருமை அண்ணா!

மங்கையர் சிரிப்பினுள்ளே
வாலிபக் கவர்ச்சி தேங்கும்
வாணிகர் சிரிப்பி னூடே
வாணிபத் திறமை தேங்கும்
பொங்குமென் அருமை அண்ணாப்
புலவனின் சிரிப்பினுளளே
சங்கமுத் தமிழும் நாட்டுச்
சனத்திரள் யாவும் தேங்கும்
கண்படு தூரம் மட்டும்
காளையர் கூட்டம் - என்றும்
மண்படு கடலோரத்தில்
வளர்தலைப் பெருக்கம் - அங்கு
பண்படு மொழியான் எங்கள்
பைந்தமிழ் அமுதச் சொல்லான்
தன்படைப் பெருக்கத்தால்இத்
தாரணி சிறுக்கக் கண்டான்
வீசுமென் தென்றல்போதும்
வெண்ணில் லொளியே போலும்
காசறு மலரின் மேலும்
கவின்மலை மணமே போலும்
பாசமும் அறிவும் சேர்க்கும்
பனிமொழி அடுக்கை வாரி
வீசினான் பலபேர் அஃது
பாட்டென விளம்பிப் போனார்

- கவிஞர் கண்ணதாசன்

❖❖❖

அறிஞர் எனும் சிறப்பு

பூ எனப் படுவது பொறிவாழ் பூனைப்
புலவர் யாவரும் புகலுமாப் போல்
அண்ணா என்றால் அறிஞர் அண்ணா
அன்றிவே றெவரையும் அறியவும் படுமோ?
அவர்க்கமை அறிஞர் என்னும் சிறப்பு
மோனை கருதி மொழிந்த தன்றே!
உண்மை அறிவை உணர்ந்தபின் அன்றோ
மன்பதை உலகம் மதித்துப் புகன்றது!

– **வித்துவான் பாலூர் கண்ணப்பனார்**

❖❖❖

அண்ணா

நீ தோன்ற வில்லை யெனில் எங்கள் கண்ணில்
நீங்காத மருள்; மருளே! பரிதியாக
நீ தோன்றவில்லை யெனில் எங்கள் நெஞ்சில்
நிரந்தரமாய் இருள்; இருளே! குன்ற மாக
நீ தோன்றவில்லை யெனில் எங்கள் தோளில்
நிலையான சுமை; சுமையே! மைந்த னாக
நீ தோன்ற வில்லை யெனில் தமிழன் னைக்கு
நிச்சயமாகத் தலைகுனிவே! அடிமை வாழ்வே!

– **மீரா**

❖❖❖

முத்தமிழ்க்கும் துணையிழப்பு

அன்புடையான் பண்புடையான் ஆற்றல் மிக்கான்
அறிஞர் எனப் புகழ்படைத்த அண்ணா வானேன்
தன்படை யாம் தொண்டர்களின் ஊக்கத்தாலே
தமிழகத்தை அரசாளும் தலைவனாகித்
துன்புடையார் ஏழைகளின் துயரைப் போக்கத்
துடிதுடித்துச் செயல்புரியத் தொடங்குதற்கு
முன்பவனை எமதூதர் மொய்ம்பில் கொண்டார்

— வெ.இராமலிங்கம் பிள்ளை

நம் அண்ணா

- கலைவாணர் என்.எஸ்.கே

அண்ணா என்ற சாதாரண வார்த்தைக்கு ஒரு மந்திர சக்தி, கவர்ச்சி, தனிஅழகு, இன்பம் அன்பு, ஒழுக்கம் எல்லாம் ஏற்பட்டு விடும். வயதில் குறைந்தவர்களும், மிகுந்தவர்களும், அண்ணா வென்றே நமது 'அண்ணா'வை அழைக்கிறார்கள். திராவிடர்களிடையே அண்ணா என்றால் அண்ணாதுரை அவர்கள்தான். எல்லாருக்கும் அண்ணாவாகும் தகுதி அவருக்குண்டு, சிலர் தலைவர்களாகப் பிறக்கிறார்கள். சிலர் தலைவர்களாக ஆக்கப்படுகிறார்கள் என்று ஓர் அறிஞர் கூறியிருக்கிறார். இதையே சிலர் அண்ணாவாகப் பிறக்கிறார்கள். பலர் அண்ணாவாக ஆக்கப்படுகிறார்கள் என்று மாற்றி சொல்லாமே! இந்த முறையில் தோழர் அண்ணாதுரை அண்ணாவாகவே நம்மிடம் பிறந்துவிட்டார்.

உருவத்தில் தமிழன்; உயர் குணத்தில் தமிழன்; அன்பு எனும் பண்பில் தமிழன்; அடக்கத்தில் தமிழன்; ஆண்மையில் தமிழன் நம் அண்ணா. பரந்த நெற்றி முறுக்கான மெல்லிய மீசை! விசாலமான முகம். கட்டு உடற்கட்டு, பந்தய குதிரைப் போன்ற விறுவிறுப்பான நடை, பணிவான நடவடிக்கை, வீர உள்ளம் எல்லாம் ஒருங்கே அமையப் பெற்றவர் தோழர் அண்ணாதுரை.

தமிழர் சமூகத்தில் இடையே வந்து புகுந்து அல்லற்படுத்தும் மூடபழக்கவழக்கங்களை வேரோடு கிள்ளியெறியும் பாதையில் அண்ணாவின் எழுத்தும் பேச்சும் நிரம்ப உதவி புரிந்து வந்திருக்கின்றன. அண்ணாவைப்பற்றி எவ்வளவோ சொல்லலாம். ஒரே வார்த்தையில் சொல்லுவதாயிருந்தால் தோழர் அண்ணாதுரையை நாம் அடைந்ததே தனி பாக்கியம் தான்.

முதன்முதலாக சந்தித்ததை... அண்ணாவைப் பற்றி எம்.ஜி.ஆர்

இருபத்தைந்து ஆண்டுகளுக்கு முன்பு முதன் முதலாக அண்ணாவை நான் சந்தித்தேன். நான் தூய கதராடை அணிந்து, காங்கிரஸ் இயக்கத்தில் அங்கத் தினராக இருந்தேன். அண்ணா அவர்களோ, திராவிடர் கழகத்தின் முக்கிய தலைவர். ஆனாலும், ஓர் அரசியல் தலைவர் என்ற முறையில் நான் அவரைச் சந்திக்கவில்லை. ஒரு நடிகர், ஒரு நாடகாசிரியரைச் சந்திக்கும் முறையில்தான் எனது முதல் சந்திப்பு அமைந்தது.

சென்னையில் நடைபெறவிருந்த, அண்ணாவின் சிவாஜி கண்ட இந்து ராஜ்யம் என்ற நாடகத்தில் சிவாஜியாக நடிக்க வைப்பதற்காகத்தான் அந்த முதல் சந்திப்பு நிகழ்ந்தது.

இன்றைக்கு இருபத்தைந்து ஆண்டுகள் உருண்டோடி விட்டன. இன்று அண்ணா அவர்கள் தமிழகத்தின் முதலமைச்சர். திராவிட முன்னேற்றக் கழகத்தை தோற்றுவித்து, சுமார் 20 ஆண்டுகளிலே மாபெரும் இயக்கமாக வளர்த்து, 70 ஆண்டுகளுக்கு மேலான வரலாற்றையும், 20 ஆண்டுகளுக்கு மேலாக ஆட்சிப்பொறுப்பையும் ஏற்றிருந்த காங்கிரஸை வீழ்த்தி, இந்தியத் துணைக்கண்டத்திலேயே, ஒரே எதிர்க்கட்சி ஆட்சியை ஏற்படுத்தும் அளவிற்கு மக்களின் பேராதரவைப் பெற்ற மகத்தான அரசியல் தலைவர்.

| சிவரஞ்சன் | கிளாசிக் |
| (வ.இளங்கோ) | 412 |

எந்த ஆயுதத்தையாவது பயன்படுத்தி, எந்த முறையைக் கையாண்டாவது அரசியல் லாபம் பெறுவது என்பது அவருடைய லட்சியமல்ல; அவருக்கு தன்னுடைய சக்தியில் முழு நம்பிக்கை உண்டு. எழுத்திலோ, பேச்சிலோ இயக்கத்தை நடத்திச் செல்வதிலோ யாருக்கேனும் இடம் அளித்து விட்டால் அவர்கள் தன்னை அழித்துவிடுவார்கள். தன் செல்வாக்கைப் பறித்து விடுவார்கள் என்ற எண்ணமே இல்லாதவர் அண்ணா! மாற்றாரின் திறமைக்கு மதிப்பளிப்பதிலே ஈடற்றவர். இந்தப் பண்புதான் அவரை பெரியாரிடத்திலே பதினைந்து ஆண்டுகளுக்கு மேலாக பணியாற்ற வைத்தது. இந்தப் பண்புதான் பெரியாரையே எதிர்த்து வெற்றிக் காண வைத்தது.

அண்ணா அவர்களின் பாசமிகு குடும்பத்திலே ஓர் உறுப்பினராக வாழும் பேறு பெற்றதை எண்ணி எண்ணி மகிழும் நேரத்திலே அண்ணனுக்கு 60ஆவது பிறந்த நாள். குடும்பத் தலைவனுக்கு 60ஆவது பிறந்த நாள். நாட்டின் முதல்வருக்கு 60ஆவது பிறந்த நாள்.

ஆம்... அன்புள்ளத்திற்கு, பண்புள்ளத்திற்கு 60ஆவது பிறந்த நாள். இந்த நாளிலே நம்முடைய பாச உள்ளங்களை அவருடைய பாதங்களிலே படைத்து மகிழ்வோம்.

நன்றி : ஆனந்த விகடனுக்கு
எம்.ஜி.ஆர். எழுதியது (15.9.1968)

அண்ணா மறைவுக்கான அஞ்சலியில் – எம்.ஜி.ஆர்.

எங்கள் அண்ணா அரசியலோடு நாகரிகத்தை - அரசியலோடு நாணயத்தை அரசியலோடு நல்ல நோக்கத்தை அரசியலோடு ஜனநாயகத்தை அரசியலோடு உயர்ந்த பண்பாட்டை இணைத்துத் தந்த ஜனநாயகவாதி அண்ணா அவர்கள் நல்ல உள்ளத்தால் அரசியல்வாதி ஆவது இயற்கை! ஆனால் அண்ணா அவர்கள் கடவுள் தன்மை படைத்த வராகவே விளங்கினார். அன்பு, அரவணைப்பு, பாசத்தினால், தம்மோடு இணைந்தவர்களை எல்லாம் உடன் பிறப்புகளாக மாற்றிய தலைவர், அண்ணா அவர்கள் தான் என்பதை மறைக்கவோ, மறக்கவோ முடியாது. அண்ணா அவர்கள் புறத்தில்தான் மறைந்தாரே தவிர அகத்தில் மறையவில்லை. நாங்கள் சாகும்வரை அவர் எங்களை விட்டு அகலமாட்டார். எங்கள் அண்ணா எங்களை எப்படி வளர்த்தார் என்பதை நாங்கள் ஒற்றுமையாய் இருப்பதன் மூலம் நல்ல முறையில் செயலாற்றுவதன் மூலம், எதிர்காலத் தில் மெய்ப்பித்துக் காட்டுவோம்.

சிவரஞ்சன் (வ.இளங்கோ) கிளாசிக் 414

அண்ணா பற்றி பட்டுக்கோட்டை அழகிரிசாமியின் பேச்சு

1937-ல் தஞ்சை நகரை அடுத்த பள்ளி அக்ர காரத்தில் சுயமரியாதை மாநாடு நடந்தது. அந்த மாநாட்டில் அண்ணா பற்றி அஞ்சா நெஞ்சன் பட்டுக்கோட்டை அழகிரிசாமி பேசியபோது,

"பத்தாயிரம் ப.ஜீவானந்தங்கள் நமது இயக்கத்தை விட்டுப் போனாலும், முப்பதினாயிரம் முத்துச்சாமி வல்லத்தரசுகள் நம்மைவிட்டு விலகினாலும், பல்லாயிரம் நீலாவதி இராம சுப்பிரமணியன்கள் நீங்கினாலும் நமது இயக்கத்தைக் கட்டிக் காத்து வளர்க்க, அறிவாற்றல் மிக்க பெரும் படிப்பு படித்த ஈடும் எடுப்பும் அற்ற ஒரு பெரும் பேச்சாளரும், சிந்தனையாளரும், செயல் வீரருமாகிய அண்ணா துரை நமக்குக் கிடைத்திருக்கிறார். அவர் ஒருவரே போதும், எதிரிகள் நம்மீது ஏசல் ஈட்டிகளை வீசுகிறார்கள்; அந்த ஈட்டிகள் எட்டின மட்டுந்தான் பாயும். பணபலத்தை வைத்து நம்மை மிரட்டுகிறார்கள்; அவர்களின் பணம் பாதாளம் வரையில்தான் செல்லும். எங்கள் அண்ணாதுரையின் அறிவுச்சுடர், எதிரிகளின் அண்ட பிண்ட பகிரண்ட சாரசரங்களை யெல்லாம் துளைத்துச் சென்று, அவற்றையெல்லாம்

கிளாசிக்	சிவரஞ்சன்
415	(வ.இளங்கோ)

சுட்டெரித்து, படு சாம்பலாக்கிவிடும் என்பது திண்ணம். இனி எங்களுடைய வேலையெல்லாம் வெட்டு ஒன்று துண்டு இரண்டுதான். ஓடுகின்ற குருதி ஓடடத்தின் ஊடே ஊடே மூழ்கி எழுபவன் சுய மரியாதைத் தோழன். எந்த புடலங்காயும் எங்களை எதிர்காலத்தில் எதுவும் செய்துவிட முடியாது.

(அழகிரிசாமி அவர்கள் அண்ணாவின் எழுத்தாற்றல் பேச்சாற்றலை பற்றி சொல்லும்போது அவரின் வயது 28வயது மட்டுமே. இந்த வயதிலேயே அண்ணா அவர்கள் தமிழகமே பாராட்டும் ஒப்பற்ற வராக திகழ்ந்தார் என்பது வியப்பை கொடுக்கிறது.)

தமிழ்நாட்டு லிங்கன்

மரவீட்டிலிருந்து குடியரசுத் தலைவர் பதவிக்கு உயர்ந்து வெள்ளை மாளிகைக்குக் குடியேறியவர் என்று லிங்கனைப் பற்றிக் கூறுவார்கள். அதைப்போல அண்ணா அவர்களும் சாமான்ய நிலையிலிருந்து மிக உயர்ந்த நிலைக்கு உயர்ந்தார். அவர் மக்களின் தெய்வமாக விளங்கினார்.

சமூகத்தில் அறிவாளிகளுக்கும், சாதாரண மக்களுக்கும் இடையிலே இருந்த இடைவெளியை நீக்க முடியுமா என்று ஐயப்பட்ட காலத்தில் அந்த இடைவெளியை நீக்க முடியும் என்று நிரூபித்துக் காட்டியவர் அவர்.

அவருக்கு இணையாக யாரையும் கூற இயலாது அவர் ஈடற்றவர். அவருடைய எளிமையும், விசுவாசமும் உண்மையும், யாருக்கும் இரங்கும் உள்ளமும் பாராட்டத்தக்க தன்மைகளாகும்.

நான் தமிழக மேலவையில் இருபத்தைந்து ஆண்டுகளாக எதிர்க்கட்சித் தலைவராக இருந்து வருகிறேன். அண்ணாவைக் காட்டிலும் கவர்ச்சி மிக்க வகையில் விவாதிக்கும் ஒருவரை நான் கண்டதில்லை. நகைச்சுவை உணர்ச்சியுடன் கருத்துகளை எடுத்து வைக்கும் போது அவரை கடுமையாக எதிர்த்த எதிரிகள்கூட சிரித்து விடுவார்கள்.

| கிளாசிக் 417 | சிவரஞ்சன் (வ.இளங்கோ) |  அறிஞர் அண்ணா |  |

அவர் தன்னுடைய சொந்த வாழ்வில் கடைப் பிடித்து வந்த கொள்கைகளை இனி மற்றவர்கள் கையாள்வது கடினம் என்றாலும் தமிழ்நாட்டுக்காக நாடு முழுவதற்குமாக அண்ணா காட்டிய வழியில் நாம் நடத்த வேண்டும்.

அறிஞர் அண்ணா அவர்கள் பல்கலைக் கழகத்தை நேசித்தவர். தமிழிலும் ஆங்கிலத்திலும் அவர் புலமை பெற்றவர். ஆற்றல்மிக்க பேச்சாளர் அறிவுத்துறையில் மகிமைமிக்க இடத்தை அடைந்தவர். வருகின்ற நாட்கள் கடினமான நாட்கள் நடுங்காமலும், சலனத்துக்கு ஆட்படாமலும் நியாயமான வழியில் நடந்து அவர் புகழைக் காப்போம்

— டாக்டர் ஏ.இலட்சுமணசாமி முதலியார்

சிவரஞ்சன்
(வ.இளங்கோ)

கிளாசிக்
418

அரசியல் கட்சிக்கு அப்பாற்பட்டவர்

அண்ணா அவர்கள் ஓர் அரசியல் கட்சிக்கு அப்பாற்பட்டவர். இந்தி திணிப்பை எதிர்த்து நான்தான் ஜெயிலுக்கு போயிருக்க வேண்டும்.

ஆனால் விருத்தாப்பியம் என்னைத் தடுத்து விட்டது. நம் எல்லாருக்குமாகச் சேர்த்து அண்ணா ஜெயிலுக்கு போயிருக்கிறார்.

அண்ணா அவர்கள் கலைத்துறையிலே புதிய பரணி கண்டார். அதனால் கலை உள்ளவரை அவர் வாழ்வார்.

அண்ணா அவர்கள் அரசியலில் கடமை - கண்ணியம் - கட்டுப்பாடு ஆகியவற்றைப் புகுத்தினார். எனவே அவை உள்ளவரை அவரும் வாழ்வார்.

– மூதறிஞர் ராஜாஜி

எல்லாக் கட்சிகளைச் சேர்ந்தவர்களின் அன்பையும், நம்பிக்கையையும் பாராட்டையும் பெற்ற தலைவர்கள் உலகில் மிகச் சிலரே உள்ளார்கள். அவர்களில் அண்ணாதுரையும் ஒருவர். அவர் ஓர் அறிஞர், தமிழ் மறுமலர்ச்சி இயக்கத்தில் முக்கிய பங்காற்றினார்; அரசியல் தலைவர் என்ற முறையில் தன்னம்பிக்கையும் யதார்த்த உணர்வும் மிக்கவர்.

– முன்னாள் பிரதமர் மொரார்ஜி தேசாய்

| கிளாசிக் 419 | சிவரஞ்சன் (வ.இளங்கோ) |

அகிலம் போற்றும் அறிஞர் அண்ணா

திரு. அண்ணாதுரை ஒரு மக்கள் தலைவர். தி.மு. கழகத்தை நிறுவியவர் அவர். அதன் சிற்பியானவர் அவர். அவர் தமிழகத்து முதல்வராக பதவி ஏற்றிருப்பது சாலச் சிறந்ததாகும். அவர் பல ஆண்டுகளாக அரசியல் கட்சி, ஊழியராக, அமைப்பாளராக இருந்துள்ளார். நாட்டின் தொண்டிற்காக பயன்மிக்க நீண்ட ஆயுளை அவர் பெறவேண்டுமென்று நான் வேண்டி விரும்பி வாழ்த்துகிறேன்.

— முன்னாள் மத்திய மந்திரி பாபு ஜெகஜீவன்ராம்

❖❖❖

பலருக்கு அதிகாரம் மமதையை உருவாக்கி விடுகிறது. திரு.அண்ணாதுரை அவர்களுக்குக் கிடைத்த பதவி அதை ஏற்படுத்தவில்லை. இறுதிவரை அதிகாரத்தால் பாதிக்கப்படாமல் எளியவராகவும், அன்புள்ளம் கொண்டவராகவும், பலதரப்பட்ட மக்களின் நன்றி உணர்வைப் பெற்றவராகவும் இருந்த அவர் குணச் சிறப்பின் இந்த அம்சத்தை பதவியில் உள்ள நாம் எப்போதும் நினைவில் வைத்துக் கொள்ள வேண்டும். தனது லட்சியத்துக்காக இடையறாது போராடும் நெஞ்சுரம் பெற்றவர். நிதானமிழக் காதவர். எதிரிகளின் அன்பையும் நன்மதிப்பையும்கூட பெற்ற கனவான் அவர்.

— முன்னாள் நீதிபதி முகமது இஸ்மாயில்

❖❖❖

காந்திக் கொள்கைகளைக் கடைப்பிடிப்பதில் அவன் என்னைவிட உண்மையான காங்கிரசுக்காரராகத் திகழ்கிறார். அவரின் அடக்கம், எளிமை, அன்போடு பழகும் தன்மை எனக்கு மிகவும் பிடித்த ஒன்று - நேர்மையான மனிதர்

— ஆந்திர முன்னாள் முதல்வர் பிருமானந்த ரெட்டி

இந்தியாவில் தோன்றிய புதிய தலைவர்களில் தமிழகத்தைச் சேர்ந்த அண்ணாதுரை அவர்கள் மிகச்சிறப்பான பல நற்குணங்களை கொண்டிருக்கிறார். நாட்டின் ஏழ்மையை போக்க பாடுபட்டு வருகிறார். அவர் தனது நற்குணங்களாலும், திறமைகளாலுமே வாழ்வின் உயர்ந்த இடத்தைப் பிடித்தார்.

— லோக்நாயக் ஜெயபிரகாஷ் நாராயணன்

திரு.அண்ணாதுரை அவர்களின் ஆங்கிலப் பேச்சில் என்னை மறந்தேன். அற்புதமான பேச்சு. அமெரிக்காவில் இவர் பிறந்திருந்தால் உலகப் புகழ் பெற்றிருப்பார். இவர் ஆங்கிலப் பேச்சில் எனது வழித் தோன்றலாக, வாரிசாகவே கருதுகிறேன்.

— சர் ஏ.இராமசாமி முதலியார் (ஆங்கிலத்தில் மிகச் சிறந்த பேச்சாளர்களில் ஒருவர் - தமிழர்)

கிளாசிக்	சிவரஞ்சன்
421	(வ.இளங்கோ)

உயர்ந்த தலைவர் என்பவர் யார்? ஏழை எளிய மக்களின் இதயங்களை கவர்ந்தவரே. அத்தகைய குணத்தை பெற்றவர் அண்ணா. அவரின் எளிமை. நாட்டுப்பற்று என்னை மிகவும் கவர்ந்தது.

- எஸ்.கே.பட்டீல்

தமிழகம் எண்ணற்ற பேச்சாளர்களை கொண்டது; மேடைத் தமிழை ஓர் அரிய கலையாக்கி தமிழகத்தில் எண்ணற்ற புதிய சிறந்த பேச்சாளர்களை உருவாக்கியவர் அண்ணா. ஒருவரே இதை யாரும் மறக்க மாட்டார்கள்.

- கவியரசு கண்ணதாசன்

அண்ணா அவர்களது பிறந்த நாளும், தந்தை பெரியார் அவர்களது பிறந்த நாளும் நம் தலைவர்களுக்கு நாம் வணக்கம் செலுத்துகின்ற நாட்கள் மட்டுமல்ல. அவை நமது பாரம்பரியம் மிக்க வரலாற்றுப் பாதையில் நாம் சரியாக நடக்கிறோமா என்பதைச் சரி பார்க்கும் நாட்களும் ஆகும் என்பதை நாம் மறந்துவிடக்கூடாது; அண்ணா நமக்கு அனைத்திலும் வழிகாட்டியாக இருந்தவர். தனிப்பட்ட முறையில் அவருக்கு அவமானம் இழைக்கப்பட்டப் போதுகூட அவர் அமைதியாக இருந்தார். ஆனால் தனது மொழிக்கும், இனத்திற்கும், பண்பாட்டிற்கும் இன்னல் வந்தபோதெல்லாம் அவர் நெருப்பாய் திகழ்ந்தார்.

அண்ணா நிதானமானவர்

அண்ணா பொறுமையானவர்

அண்ணா பண்பானவர் என்பது அவரின் ஒரு பக்கம்...

தமிழக மக்களின் உரிமை சுயமரியாதை பாதிக்கப் பட்ட பொழுதும், தனது தாய்மொழியைச் சிதைக்க முயற்சிக்கப்பட்ட பொழுதும் கொதித்தெழுந்தவர் அண்ணா என்பது அவரின் மறுபக்கம்.

– புரட்சித் தலைவி அம்மா ஜெ.ஜெயலலிதா

'கடமை, கண்ணியம், கட்டுப்பாடு' என்ற மூன்று உயர்ந்த வார்த்தைகளை தன் வாழ்க்கையில் தொடர்ந்து கடைப்பிடித்து வரும் அண்ணா அவர்கள் என்றும் போற்றத்தக்கவர்.

– கம்யூனிஸ்டு தலைவர் எம்.கல்யாணசுந்தரம்

இந்த இளைஞன் எதிர்காலத்தில் மிகச்சிறந்த சாதனையாளனாக திகழ்வான். (தந்தை பெரியாரிடம் சொன்னவர்).

– பாகிஸ்தானின் முதல் பிரதமர் முகமது அலி ஜின்னா

தாய்மொழி தமிழுக்கும், தாய் நாட்டிற்கும்

| கிளாசிக் | சிவரஞ்சன் |   |
| 423 | [வ.இளங்கோ] | |

அண்ணாவின் சேவை என்றென்றும் சூரியனாய் நின்று பிரகாசிக்கும்.

- தமிழறிஞர் கி.ஆ.பெ.விசுவநாதம்

அண்ணா மக்களோடு மக்களாய் ஒன்று கலந்து வாழ்ந்தார்; அதனால்தான் மக்களின் தலைவராக தேர்ந்தெடுக்கப்பட்டார். மக்கள் சேவையே மகேசன் என்று மனம் ஒன்றி செய்தார். அதனால்தான் மக்களின் இதயங்களில் வாழ்கிறார்.

- நடிகர் சிவகுமார்

அண்ணாவின் இதயம் மென்மையானது; அதன் துடிப்பு மக்கள் வாழ்வையே மட்டுமே நினைத்து துடித்துக் கொண்டிருக்கும். அவரின் சிந்தனை முழுவதுமே மக்கள் நல்வாழ்வே!

- இளமுருகு பொற்செல்வி

அண்ணாவின் எழுத்தும், பேச்சும், நினைப்பும் தமிழக மக்களின் முன்னேற்றத்தை பற்றியே சுழலும். அவரின் பாதங்கள் வீட்டில் இருந்ததைவிட நாட்டிலேயே அதுவும் ஏழை மக்கள் மத்தியிலேயே

சுழன்று வந்தது; அண்ணா மிக சிறந்த மக்கள் நாயகர். அவர் புகழ் ஓங்குக.

❖❖❖

அறிஞர் அண்ணாவிற்கும் கழக தோழர்களுக்கும் இடையே உறவு குடும்ப உறவைப்போல வலிமை யானது; அவர் தம்பி என்று அழைக்கும்போது நாங்கள் உருகிவிடுவோம். அது பாசப் பிணைப் பானதாகும். அவர் கழகத் தோழர்கள் ஒவ்வொரு வரையும் தன் குடும்ப உறுப்பினராகவே எண்ணி எங்களை வளர்த்தார். அதனால்தான் நாங்கள் அவருக்காக உயிரை கொடுக்கக்கூட தயாராக இருந் தோம். மக்கள் நல்வாழ்வை தவிர வேறொன்றயையும் நினைக்காத உயர்ந்த மக்கள் தலைவர், குடும்பத் தலைவர்.

- பத்திரிகையாளர் டி.எம்.பார்த்தசாரதி

❖❖❖

கிளாசிக் 425 | சிவரஞ்சன் (வ.இளங்கோ)

உயர்ந்த மனிதர் அறிஞர் அண்ணா!
– நடிகர் திலகம் சிவாஜி கணேசன்

இந்த இருபதாம் நூற்றாண்டு கண்ட இணையற்ற தலைவர்களில் ஒருவர் பேரறிஞர் அண்ணா அவர்கள்.

தமிழ் கூறும் நல்லுலக மக்கள் நமது அருமை அண்ணாவை, பகுத்தறிவுப் பகலவன், இந்நாட்டு இங்கர்சால், காஞ்சி கரிபால்டி, தமிழ்நாட்டு பெர்னார்ட்ஷா, அறிவுலக மாமேதை என்றெல்லாம் வாயார வாழ்த்தி அழைக்கும் பெயர்களாகும்.

அண்ணா அவர்களுடன் அல்லும் பகலும் உடன் இருந்து பழகவும், பேசவும் பேறு பெற்றவர்கள் ஒரு சிலர்தான் இருக்க முடியும். அந்த பெரும்பேறு எனக்குக் கிடைத்ததை எண்ணி எண்ணிப் பெருமித மடைகிறேன்.

தந்தை பெரியாரின் சீடனாக இருந்த சமயத்தில் தான் அண்ணாவிடம் அறிமுகமானேன்.

'உருவு கண்டு எள்ளாமை வேண்டும்' என்று கூறினாரே வள்ளுவப் பெருந்தகை அதற்கோர் சான்று அண்ணா.

குள்ள உருவம்

நகை தவழும் முகம்

விரிந்த நெற்றி,

வெற்றிலை கறைப்படிந்த உதடு... பற்கள்

கவலையில்லாத தோற்றம்

| சிவரஞ்சன் | கிளாசிக் |
| (வ.இளங்கோ) | 426 |

சதுர மீசை - இவைகளே அண்ணாவின் தோற்றம்.

மேடையிலே அவர் தோன்றிவிட்டால் மக்கள் பரவசப்பட்டுக் கொண்டு அண்ணா பேச்சை மணிக்கணக்கில் கேட்டுக் கொண்டிருப்பதை நானே மேடையில் அமர்ந்திருப்பது பார்த்த நாட்கள் பல உண்டு.

திருக்குற்றாலச் சாரலில் அருவி நீர் கொட்டு வதுபோல் அண்ணாவின் சொற்பொழிவில் தமிழ் குதித்தோடி வரும்.

இலக்கியச் சொற்பொழிவானாலும் சரி! அரசியல் சொற்பொழிவானாலும் சரி; பொது நிகழ்ச்சியொன்றின் சொற்பொழிவில் தனிப்பட்டவர்களைத் தரக்குறைவாகத் தாக்கமாட்டார். கொள்கையை எதிர்த்துப் பேசுவாரே தவிர, கொள்கையைப் பற்றிய வனைப் பற்றிப் பேசமாட்டார். நையாண்டியில்கூட நயத்தக்க நாகரிகம் இடம் பெற்றிருக்கும்.

மாற்றுக் கட்சிக்காரர்களின் கருத்தை மதிக்க கற்றுக் கொள்ளும்படி கூறிய போதனைதான் 'மாற்றான் தோட்டத்து மல்லிகையும் மணக்கும்' என்ற அமுத வாசகம்.

அண்ணா மேடையிலே முழக்கமிட்ட 'கடமை, கண்ணியம், கட்டுப்பாடு' அவர் உரையில் அவர்தம் வாழ்விலும் ஒன்றி இருந்ததை நான் அறிவேன்.

அற்புதமாகப் பேசவும் எழுதவும் தெரிந்த அண்ணா, இந்த இரண்டு சக்திகளை ஆக்க வழியிலே செலுத்தினார் என்பதை இந்நாடே அறியும்.

| கிளாசிக் | சிவரஞ்சன் |  கிலம் போற்றும் நிகழ் அண்ணா |  |
| 427 | (வ.இளங்கோ) | | |

அண்ணாவுக்குப் பரந்த கடல் போன்ற உள்ளம் எதிரியானாலும் அவரை ஒழித்துக்கட்ட அவர் எப்போதும் எண்ணியதில்லை. பழிவாங்கும் கொடூர நெஞ்சம் அண்ணாவிடம் கிடையவே கிடையாது.

அண்ணாமலை மன்றத்தில் கட்டபொம்மன் நாடகத்திற்குத் தலைமை தாங்கிப் பேசினார். அப்போது நான் தீவிர தேசியவாதியாக இருந்தேன்.

அதனால் என்ன? அண்ணா, கட்டபொம்மன் நாட்டின் விடுதலைக்கு முதல் முழக்கம் செய்த மாவீரன் கதையை நாடகத்தை கண்டுகளித்தனர். அப்போதுதான் "கணேச! எங்கிருந்தாலும் வாழ்க!" என்று வாழ்த்துரை வழங்கினார்.

ஒரு காலத்தில் நான் அவரது கட்சித் தலைமையின் கீழ் தம்பியாக இருந்தவன்தான். அதையெல்லாம் மறந்து பிறந்த வாழ்த்தொலிதான் கட்டபொம்மன் நாடகத்தின் தலைமை உரையில் ஒலித்தது.

இன்னொரு மறக்க முடியாத நிகழ்ச்சி.

மறைந்த கலையுலக மாமேதை மதிப்பிற்குரிய திரு.ஏ.வி.மெய்யப்ப செட்டியார் தயாரித்த எனது 125 படம் உயர்ந்த மனிதன் இந்த விழா மயிலை இராஜேஸ்வரி மண்டபத்தில் நடைபெற்றது விழாவுக்காக அன்றைய உள்துறை அமைச்சராக இருந்த திரு.சவான் தலைமை தாங்கினார்.

விழாவைத் துவக்கி வைத்தவர் அண்ணா. அன்று அண்ணா கூறிய வார்த்தைகள் இன்றும் என் செவியில் எதிரொலித்துக் கொண்டு இருக்கிறது.

சூரியனின் ஒளியை யாரும் கையால் மறைத்து இருட்டடிப்பு செய்துவிட முடியாது. நொடி பொழுது - மேக மூட்டத்தில் மறைந்திருந்தால் - சூரிய ஒளி மங்கிப் போகும் அவ்வளவுதான், அதேபோல ஒரு திறமைசாலியை, அவனது வெற்றியை யாரும் தடுத்து நிறுத்திவிட முடியாது.

சிவாஜி கணேசனை அறிமுகப்படுத்தியது பராசக்தி படம்தான். வேறு யாருமில்லை. பராசக்தி படம் தயாராகாமல் இருந்தாலும், சிவாஜி கணேசன் தன் திறமையான நடிப்பால் இன்னொரு படத்தின் மூலம் நிச்சயம் ஒளிவிட்டு பிரகாசித்து இருப்பார்.

நூர்ஜஹான் வேடத்தில் பெண்ணின் பாவங்களை, பெண்களே வெட்கிப் போகும்படி நடித்துக் காட்டிய நாடகத்தை நான் என்னையே மறந்து வியந்து பார்த்திருக்கிறேன்.

இப்படி ஒரு கலைஞன் - மாற்றுக் கட்சிக்காரனை அவர் பாராட்டிப் பேசியது அவர் உயர்ந்த மனிதர் என்பதை அன்றே உலகம் புரிந்து கொண்டது.

இன்னும் அவரைப் பற்றி எத்தனையோ சிறப்புகளைக் கூறிக் கொண்டே இருக்கலாம். கலை உலகத்தைப் பற்றி அவர் கூறிய பல கருத்துரைகள் பட்டை தீட்டிய வைரம்போல ஜ்வலித்துக் கொண்டே இருக்கின்றன.

அண்ணாவின் நினைவு நாளில், என் இதயத்திலிருந்து பொங்கும் நன்றியை என் குடும்பத்தோடு பணிவுடன் அஞ்சலியாக்குகிறேன்.

அறிவுக்கடல் அண்ணா

உயர்திரு. அண்ணாதுரையவர்கள் என் அரிய நண்பர், அறிவுக்கடல், கற்பனைக் களஞ்சியம், கலா வல்லுநர், ஒப்புயர்வற்ற எழுத்தோவியர். இதுமட்டுமா? நல்ல நடிகரும்கூட, தமிழ்நாட்டின் முன்னேற்றங் கருதிப் பெரிதும் பாடுபட்டு வருகிறார் திரு.அண்ணா. உள்ளதை உள்ளவாறே எடுத்துரைக்கும் உள்ளம் படைத்தவர். கேட்பாரை பிணிக்க வைக்கும் சொற்செல்வர் எப்பொருளையும் அமைதியாக ஆனால் ஆணித்தரமாக வாதமிடுவதில் இவரை மேல் நாட்டு புரூடஸுக்கு ஒப்பிடலாம். அத்தகைய அறிஞருக்கு தமிழ்நாடு என்றும் கடமைப்பட்டுள்ளது.

– ஏழிசை மன்னர் எம்.கே.தியாகராஜ பாகவதர்
(தமிழின் முதல் சூப்பர் ஸ்டார்)

❖❖❖

தந்தை (பெரியார்)
போற்றிய தனயர் (அண்ணா)

நான் பொதுத்தொண்டில் ஈடுபட்டு நாற்பது ஆண்டுகளுக்கு மேலாகிவிட்டன. எனக்கோ வயது எழுபதுக்கு மேலாகின்றது. எத்தனை நாட்களுக்குக் தான் இனியும் என்னால் உழைக்க முடியும்? நமது இயக்கத்தில் பலர் இருக்கிறார்கள் கட்சியின் நலன் நாடி உழைக்க!

ஏன், இன்றைய மாநாட்டின் தலைவர் அண்ணா துரை ஒருவர் போதும் நமது கழகத்தை நடத்திச் செல்ல! அவர் படித்தவர். பகுத்தறிவுவாதி; நல்ல எழுத்தாளர்; பேச்சாளர். அத்துடன் உங்கள் அபிமானத்தைப் பூரணமாகப் பெற்ற வாலிபர்! அவர் ஒருவரே போதும். நம்மை நடத்திச் செல்ல. என்னைப் பொறுத்த வரையில் நான் கூறுகிறேன். எனக்கு வயதாகிவிட்டது. வயதாகிய தந்தை தன் பொறுப்பைத் தன்னுடைய மகனிடம் ஒப்படைத்து விடுவதுதான் நியாயம்! உலக நடைமுறையும்கூட.

ஆகவே நான் இன்று எனது பெட்டிச் சாவியை அண்ணாவிடம் உங்கள் முன்னிலையில் கொடுத்து விடுகிறேன். எனவே தந்தை தன் கடமையைச் செய்துவிட்டான்; இனி தனயன் தன் கடமை பொறுப்புணர்ச்சி ஆகியவற்றை உணர்ந்து நடக்க வேண்டும்.

- தந்தை பெரியார்

கிளாசிக் 431 — சிவரஞ்சன் [வ.இளங்கோ]

அண்ணாவிற்கு அஞ்சலி

– தந்தை பெரியார்

தமிழ்நாடும், தமிழர் சமுதாயமும் அண்ணா ஆட்சியில் எவ்வளவோ அதிசயமான முன்னேற்ற மடைய காத்திருந்தது. அவரும் பகுத்தறிவுக் கொள்கைகளைப் பரப்பி அதை உருவாக்குவதே தனது கடமை எனக் கருதி இருந்தார். அதற்கு எடுத்துக் காட்டாக "நான் இந்த (என்னுடைய) மந்திரி சபையை பெரியாருக்குக் காணிக்கையாக வைத்துவிட்டேன்" என்று கூறி இருக்கிறார்.

அப்படியென்றால் பெரியார் கொள்கைப்படி தான் நடப்பேன் என்று சொன்னதாகநான் கருதினேன்.

அதற்கேற்ப அவர் செய்த அரும்பெரும் காரியங்களில் முக்கியமானது, சுயமரியாதைத் திருமண செல்லுபடி சட்டமாகும். அதில் கடவுளுக்கோ, மதத்திற்கோ, சாஸ்திரத்திற்கோ இடமில்லை என்பதாகும். இது தமிழ்நாட்டிற்கு மாத்திரமல்லாமல் உலகத்திற்கே மாபெரும் துணிச்சலான காரியம் என்று கருதப்பட்டது.

மற்றும் இந்தி மொழி தமிழ்நாட்டிற்குக் கட்டாயம் என்பது ஒப்புக் கொள்ள முடியாது என்று சட்டசபை மூலமே தீர்மானம் செய்தானது. தனது பதவியே போனாலும் சரியென்ற துணிவு கொண்ட காரியமாகும். இவை தவிர உத்யோகங்களில், பதவிகளில் தமிழர்களின் உரிமையை பாதுகாத்ததாகும்.

இதில் உள்ள ஒரு குறிப்பிடத்தக்க அதிசயம் என்னவென்றால் இவை செய்யப்பட்ட பிறகும் நாட்டில் எல்லாக் கட்சியாருடனும் மிக்க நேசமாகவும், அன்புக்குரியவராகவும் இருந்து வந்ததாகும்.

அண்ணாவின் குணம் மிகமிக தாட்சண்ய சுபாவமுடையது என்றுதான் சொல்லவேண்டும். யாரையும் கடிந்து பேசமாட்டார். தன்னால் முடியாத காரியமாய் இருந்தாலும் முடியாது என்று சொல்ல மிகவும் தயங்குவார். நல்ல ஆராய்ச்சி நிபுணர் என்றுதான் சொல்ல வேண்டும்.

தேர்தலில் வெற்றி பெறும் வரை அக்கழகத்திற்கு நான் படு எதிரியாக இருந்தவன், தேர்தலுக்குப் பிறகு அண்ணா என் எதிர்ப்பை மறந்து, அடியோடு மறந்து மிக்கப் பெருந்தன்மையோடு நட்புக் கொள்ள ஆசைப்பட்டு என்னை அவர் பிரிவதற்குமுன் இருந்த மரியாதையுடன் நண்பராகவே நடத்தினார். அதன் பயனாக எனக்கும் மக்களிடையே அதிக மதிப்பு ஏற்பட்டதுடன், என் அந்தஸ்தும் அதிகமாயிற்று என்றுகூடச் சொல்லலாம். அதற்கு நான் கடமைப் பட்டவனாக இருக்க வேண்டியது என் கடமையாகி விட்டது.

இப்படிப்பட்ட ஒரு அற்புத குணம் படைத்த அண்ணாவின் முடிவானது தமிழருக்கும், தமிழ் நாட்டிற்கும் பரிகாரம் செய்ய முடியாத நட்டமாகும்.

இப்படிப்பட்ட ஒரு நிலையில் ஏற்பட்ட அண்ணாவின் இந்த முடிவு இந்த நாட்டின் மற்ற

| கிளாசிக் | சிவரஞ்சன் |  |  |
| 433 | (வ.இளங்கோ) | | |

எவருக்கும் எளிதில் கிடைக்க முடியாத உயர் தர முடிவேயாகும்.

நடக்கக் கூடாதது நடந்து விட்டது. நாலரைக் கோடி தமிழர்களின் எதிர்காலம் இருட்டாக இருக்கிறது.

- தந்தை பெரியார்

அண்ணாவின் மறைவு துக்கத்தை வார்த்தை களால் வெளியிட இயலவில்லை.

- மூதறிஞர் இராஜாஜி

தமிழகத்துக்கேபெரியநட்டமாகும்திரு அண்ணா துரையின் மறைவு.

- பெருந்தலைவர் காமராஜர்

அண்ணா என்று தமிழ்நாடு முழுவதும் உள்ள மக்களால் போற்றப்பட்டவர். உயர் பண்புகளின் உறைவிடம் அவர் அண்ணாதுரையின் மறைவு நிரப்ப முடியாத சூன்யத்தை ஏற்படுத்தி விட்டது.

- முன்னாள் ஜனாதிபதி வி.வி.கிரி

அண்ணாதுரை ஒரு சிறந்த இந்தியர். அவருடைய சேவைகள் மிகவும் தேவையாயிருக்கும் தருணத்தில் அவரை இழந்துள்ளோம்; மத்திய - மாநிலங்களுக் கிடையே நல்லுறவு ஏற்படுவதற்கு குறிப்பிடத்தக்க பங்கினை ஆற்றியிருக்கிறார். சிறந்த கடமை உணர் வினால் நாடு முழுவதிலும் பெருமதிப்பு பெற்றிருந்த ஓர் அறிஞரை இழந்தது குறித்து நாடே துக்கத்தில் ஆழ்ந்துள்ளது.

- முன்னாள் பிரதமர் இந்திரா காந்தி

அண்ணாவின் மறைவு - தமிழகம் கண்ணீரில் தத்தளிக்கிறது; கலைமகளின் எழுதுகோல் நழுவி விட்டது; அவள் வீணையின் நாதமும் ஓய்ந்து விட்டது.

- தமிழரசு கட்சித்தலைவர் ம.பொ.சி.

ஒருவர் உலகில் எதையும் பெற்று விடலாம். ஆனால் ஒருவர் இதயத்தில் இடம் பெறுவது என்பது எளிதான காரியமல்ல. கோடானு கோடி மக்கள் இதயத்தில் இடம் கொண்டிருந்த அவர் நினைவாக, சென்னை மீனம்பாக்கம் - அண்ணா விமான நிலையம் என்று பெயரிட வேண்டும்.

- நாவலர் நெடுஞ்செழியன்

கிளாசிக் சிவரஞ்சன் (வ.இளங்கோ)

மக்களைத் தன் பேச்சாலும் எழுத்தாலும் தட்டி எழுப்பியவர் அண்ணா. எப்பொருள் யார் யார்வாய்க் கேட்பினும் அப்பொருள் மெய்ப்பொருள் காண்ப தறிவு என்ற குறளுக்கு இலக்கணமாய் வாழ்ந்தவர் அண்ணா. அப்படிப்பட்ட நல்லவர், பேச்சாளர், எழுத்தாளர், முதல்வர் இன்று நம்மிடமில்லை. அவரை நாம் இழந்துவிட்டோம். அவர் ஆத்மா சாந்தியடைய நாம் பிரார்த்திப்போமாக.

– எஸ்.எஸ்.வாசன்

சிவரஞ்சன்	கிளாசிக்
(வ.இளங்கோ)	436

அறிவுப் பெருங்-கடல் அண்ணாவின் வாழ்க்கை நிகழ்வுகள்

பெயர் : சி.என்.அண்ணாதுரை

1909 : செப்டம்பர் 15 செங்கல்பட்டு மாவட்டம், காஞ்சிபுரம் நகரில் பிறப்பு (நெசவாளர் குடும்பம்)

பெற்றோர் : நடராசன் - பங்காரு அம்மாள்

வளர்ப்புத்தாய் : இராசாமணி அம்மையார் (சிற்றன்னை - தொத்தா)

1914 : பச்சையப்பன் தொடக்கப் பள்ளி மற்றும் பச்சையப்பன் உயர்நிலைப்பள்ளி (எஸ்.எஸ்.எல்.சி. வரை)

1927 : காஞ்சி நகராட்சியில் சில மாதங்கள் எழுத்தராகப் பணி

1928 : சென்னை பச்சையப்பன் கல்லூரியில் இடைநிலை (அக்காலப் படிப்பு இண்டர்மீடியட்) வகுப்பில் சேரல்

1929 : பிப்ரவரி 17, 18 முதல் மாநில சுயமரியாதை மாநாடு (செங்கல்பட்டு) பெரியார் தலைமை - அண்ணா பார்வையாளர் மட்டுமே.

1930 : பி.ஏ. ஆனர்சு சேரல் (சென்னை பச்சையப்பன் கல்லூரி முதல்வர் உதவியால் சம்பளச் சலுகை

பெற்று படிக்க செல்லல்)

1930 : இராணி அம்மையாருடன் திருமணம் அப்போது அவரின் வயது 21.

1931 : மருத்துவர் மாசிலாமணி முதலியார் நடத்திய 'தமிழரசு' என்ற பத்திரிகையில் 'மகளிர் கோட்டம்' என்ற முதல் கட்டுரையை எழுதல் - அப்போது வயது 22.

1932 : தொழிலாளர் தலைவரும் நீதி கட்சியின் முக்கிய பிரமுகரான சி.பாசுதேவ் அவர்களின் ஆங்கில உரை களைத் தமிழில் அருமையாக மொழிபெயர்த்தார். பல கூட்டங்களில் இவர் பேசியதால் பிரபலமானார். சி.பாசுதேவ் நடத்திய 'நவயுகம்' இதழில் கட்டுரை-களையும் எழுதி வந்தார்.

: இதே ஆண்டு அன்றைய சென்னை மாகாண முதல்வர் பொப்பிலிராஜா அவர்களோடு தொடர்பு ஏற்பட்டது.

1934 : 'கொக்கரக்கோ' என்ற அவரின் முதல் சிறுகதை 'ஆனந்த விகடன்' இதழில் வெளிவந்து பாராட்டுப் பெற்றது.

: இதே ஆண்டு கல்லூரி கல்வி முடிந்ததும் நீதிக் கட்சியின் கூட்டங்களில் சொற்பொழிவாற்ற துவங் கினார். அவரின் அற்புதமான உரையாற்றலின் மூலம் பெரும் பெயர் பெற்றார்.

1935 : அரசியல் வாழ்வில் பெரும் திருப்பம். திருப்பூரில் நடந்த செங்குந்தர் வாலிபர் மாநாட்டில் கலந்து கொண்ட சமூக சீர்திருத்தவாதி பெரியார் அவர் களை அம்மாநாட்டில் சந்தித்து பேசினார். பெரியார் எளிய சமூக சீர்திருத்த கருத்துக்களில் மனதை பறிகொடுத்த அண்ணா அவர்கள் 'இவரே தனது ஒப்பற்ற தலைவர்' என்ற முடிவுக்கு வந்தார்.

1935 : சட்டக் கல்லூரியில் சேர்ந்தார். பொருளாதார பிரச்னையால் மூன்று மாதங்களில் படிப்புக்கு முழுக்கு போட்டார்.

: இதே ஆண்டு சென்னை 'தொண்டை மண்டலத்து வேளாளர் உயர் நிலைப் பள்ளியில் ஆங்கில ஆசிரியராக சில மாதங்கள் பணிபுரிந்தார்.

: நீதிக் கட்சித் தலைவர்களில் ஒருவரான சி.பாசுதேவ் அவர்கள் தொடங்கிய 'பாலபாரதி' கிழமை ஏட்டின் ஆசிரியரானார்.

: பெத்த நாயக்கன் பேட்டைத் தொகுதியில் நீதிக்கட்சியின் சார்பில் மாநாகராட்சித் தேர்தலில் போட்டியிட்டுத் தோல்வியடைந்தார்.

: காரல் மார்க்சின் பொதுவுடைமைத் தத்துவத்தை விளக்கித் தொழிலாளர் எழுச்சிக் கட்டுரை எழுதினார்.

: ஒய்.எம்.சி.ஏ.வில் சார்பில் நடைபெற்ற 'வார்-தா' கல்வித் திட்டத்தைப் பற்றிய விவாதத்தில் மூதறிஞரின் முன்னிலையில் அண்ணா உரை யாற்றினார்.

1937 : காஞ்சி மணிமொழியார் தொடங்கிய 'நவயுகம்' பத்திரிகையின் ஆசிரியர் ஆனார். பொப்பிலிராஜா அவர்களுக்காக தேர்தலில் பணியாற்றினார்.

1937 : டிசம்பர் 9 'விடுதலை' நாளிதழில் அண்ணாவின் முதல் கவிதை வெளிவந்தது.

: தந்தை பெரியாரின் 'விடுதலை' பத்திரிகையில் சேர்ந்து ஆசிரியராகப் பணிபுரிந்தார்.

1938 : 'ஜஸ்டிஸ்' ஆங்கில ஏட்டிற்கும் துணையாசிரியர் பொறுப்பேற்றார்.

: பள்ளிகளில் இந்தியை கட்டாயப் பாடமாக ஆக்கு வதை எதிர்த்து அறப்போரில் ஈடுபட்டார். நான்கு

மாதம் சிறைத் தண்டனை அனுபவித்தார்.

1939 : நீதிக் கட்சியின் பொதுச் செயலாளர் ஆனார்.

: 'தமிழ்நாடு தமிழருக்காக' என்ற முழக்கத்தை அறிமுகம் செய்தார்.

: சூலை - குடியரசு இதழில் 'கோமளத்தின் குறும்பு' என்னும் முதல் சிறு புதினம் (குறுநாவல்) வெளிவரத் தொடங்கியது.

1940 : மும்பையில் பெரியார், டாக்டர் அம்பேத்கர் சந்திப்பின்போது இருவரது உரையாடல்களையும் மொழி பெயர்த்தார் ஜனவரி 1.

1942 : திராவிட நாடு வார இதழை காஞ்சியில் தொடங்கினார் - மார்ச் 7.

1943 : அண்ணா தம் முதல் நாடகமான 'சந்திரோதயம்' என்னும் நாடகத்தை அரங்கேற்றித் தானும் அதில் நடித்தார்; புரட்சி கவிஞர் பாரதிதாசன் தலைமை தாங்கினார். பெரியார் நாடகத்தைக் கண்டு மகிழ்ந்து பாராட்டினார்.

1943 : சேலத்தில் நாவலர் சோமசுந்தர பாரதியார் சர்.ஆர். கே. சண்முகம் செட்டியார் ஆகியோருடன் கம்பராமாயணம் பற்றிச் சொற்போர் நிகழ்த்தினார்.

1944 : சேலத்தில் (ஆகஸ்டு மாதம்) நடைபெற்ற நீதிக்கட்சி மாநாடு, 'அண்ணாதுரை தீர்மானம்' என்று பெரியாரால் பெயர் சூட்டப் பெற்றது; இம்மாநாட்டின் போதுதான் 'நீதிக்கட்சி' 'திராவிடர் கழகம்' என்ற பெயர் பெற்றது;

1945 : திருச்சி திராவிடர் கழக முதல் மாநாடு கருஞ்சட்டைப் படை தீர்மானம் (அண்ணா - பெரியார் கருத்து மாறுபாடு)

: டிசம்பர் 15. சென்னையில் 'சந்திர மோகன் அல்லது

சிவாஜி கண்ட இந்து ராஜ்ஜியம்' என்ற நாடகம் அரங்கேற்றம் அண்ணா 'காக்கப்பட்டர்' பாத்திரம்.

1946 : கழகச் செயற்குழு கூட்டம். அண்ணா கருஞ் சட்டையோடு கலந்து கொண்டார்.

: ஜூலை 26 நாவலர் சோமசுந்தர பாரதியார் தலைமையில் புரட்சிக் கவிஞர் பாரதிதாசனுக்கு ரூ.25,000 வழங்கினார்.

: 'ஓர் இரவு' மேடை நாடகம் ஒரே இரவில் இவரால் எழுதப்பெற்று, நடிப்பிசைப் புலவர் கே.ஆர்.இராமசாமி குழுவினரால் நடிக்கப்பெற்றது (இடம் : தஞ்சை)

1947 : நீதி தேவன் மயக்கம் மேடை ஏற்றம் (ஜூன் - 1)

1948 : ஈரோடு திராவிட கழக மாநில மாநாட்டிற்கு அண்ணா தலைமை.

1948 : அண்ணா கதை - வசனம் தீட்டிய 'நல்ல தம்பி' திரைப்படம் வெளியீடு.

: இந்தி எதிர்ப்பு போர் - அண்ணா கைது சிறை தண்டனை (ஜூலை - 17).

1949 : சூலை 9 பெரியார் - மணியம்மை திருமணம் - திராவிடர் கழகம் பிளவு - அண்ணா விலகல்.

: ஆகஸ்ட் 10 மாலைமணி ஆசிரியராதல்

: செப்டம்பர் 17. திராவிட முன்னேற்ற கழகம் துவக்கல். அண்ணா பொதுச் செயலாளர். அப்போது வயது 40. (இடம் : இராயபுரம் - இராபின்சன் பூங்கா).

: செப்டம்பர் 18. திராவிட நாடு இதல் அண்ணா எழுதிய கட்டுரைக்காக கைது பொது மக்கள் எதிர்ப்பு 10 நாளில் விடுதலை.

1950 : 'ஆரிய மாயை' நூல் வெளியீடு. நூலுக்கு தடை! எழுதியமைக்காக ஆறு மாத சிறை.

: மே, சென்னையில் இந்தி எதிர்ப்பு மறியல்.

| கிளாசிக் 441 | சிவரஞ்சன் [வ.இளங்கோ] | அகிலம் போற்றும் அறிஞர் அண்ணா |

	:	வகுப்பு நீதி (கம்யூனல் ஜி ஓ) முறையை ஆதரித்து அறப்போராட்டம் (மாதம் : அக்டோபர்)
1951	:	தி.மு.கழக முதல் மாநாடு (டிசம்பர் 13)
1953	:	'காதல் ஜோதி' அண்ணா நாடகம் அரங்கேற்றம்.
	:	'நம் நாடு' நாளிதழுக்கு ஆசிரியராதல் (கழக அதிகார நிலை நாளேடு)
1953	:	மும்முறை போராட்டம் 1. குலக்கல்வி எதிர்ப்பு, 2. இந்தி எதிர்ப்பு, 3. டால்மியாபுரம் பெயர் அழிப்பு. சூலையில் கைது - மூன்று மாதம் ஜெயில்.
1955	:	அண்ணா - கதை - வசனம் - சொர்க்கவாசல் திரைப்படம் வெளியீடு.
1956	:	திருச்சி மாநில மாநாடு (மே 17-20) (தேர்தலில் நிற்க பொது மக்கள் ஆதரவு)
1957	:	பொதுத் தேர்தலில் - காஞ்சியிலிருந்து அண்ணா சட்டமன்றத்திற்கு தேர்வு.
	:	சூன் 9. நியூலேண்ட் ஆங்கில ஏட்டின் ஆசிரியர்.
1958	:	சனவரி 6. நேருவுக்கு கருப்பு கொடி 5 நாட்கள் சிறை.
	:	காவல் துறை தடை மீறல். ஏப்ரல் 23-ல் அண்ணா கைது.
1959	:	சென்னை மாநகராட்சி தேர்தலில் தி.மு.க. வெற்றி.
1961	:	மதுரையில் 3 ஆவது மாநில மாநாடு அண்ணா தலைமை (மாதம் சூலை)
	:	இந்தி எதிர்ப்புப் போர் அறிவிப்பு (ஆகஸ்டு)
1962	:	பிப்ரவரி பொதுத் தேர்தல் தி.மு.க. 50 சட்டமன்ற இடங்களில் வெற்றி காஞ்சியில் அண்ணா தோல்வி அவர் நாடாளுமன்றத்திற்கு செல்லல் (மே - 1 முதல் முழக்கம்)

1963 : விலைவாசி உயர்வு போராட்டம் அண்ணா கைது. 10 வாரங்கள் சிறை.

: சீன படையெடுப்பு, இந்திய அரசுக்கு உதவ அறிக்கை.

: நவம்பர் 17. இந்தி எதிர்ப்புப் போராட்டம், 6 மாத சிறை.

1964 : ‘காஞ்சி’ கிழமை இதழை ஆரம்பித்தார் (ஜூலை - 26)

1965 : சனவரி 26 இந்தி ஆதிக்கத்தை எதிர்த்துக் குடியரசு நாளை துக்க நாளாக கொண்டாடுமாறு அண்ணா கூறியதால் சிறை.

1965 : ஜூலை மாதம் மலேசியா, சிங்கப்பூர், ஜப்பான், தாய்லாந்து, ஹாங்காங், கம்போடியா நாடுகளில் சுற்றுப்பயணம்.

1967 : நான்காவது பொதுத் தேர்தல் - தென்சென்னை நாடாளுமன்றத் தொகுதியில் வெற்றி. தி.மு.க. 138 சட்டமன்ற இடங்களைக் கைப்பற்றி அண்ணா முதல்வரானார்.

: மார்ச் 6 தமிழக முதல்வராக பொறுப்பேற்பு. தாய் மொழியாம் தமிழில் பதவி ஏற்பு உறுதிமொழி.

: ஏப்ரல் 15 படியரிசித் திட்டம் நடைமுறைப் படுத்தல்; அதே நாளில் புனித ஜார்ஜ் கோட்டை முகப்பில் ‘தமிழ்நாடு அரசு தலைமைச் செயலகம்’ எனும் பெயர் பலகையை திறந்து வைத்தல்.

: கோட்டை தலைமைச் செயலகத்தில் திரு வள்ளுவர் படத்தை இவர் திறந்து வைத்தார்.

: பெரியாரின் சுயமரியாதைத் திருமணத்தை செல்லும்-படியாக மசோதா தாக்கல் செய்தார்.

: ஜூலை 18, சென்னை ராஜ்ஜியம் என்ற மாநிலத்தின் பெயரைத் ‘தமிழ்நாடு’ என திருத்தம் செய்ய சட்டப்

கிளாசிக் — சிவரஞ்சன் (வ.இளங்கோ)

பேரவையில் ஒருமனதாக ஏற்கச் செய்தார்.

: செப்டம்பர் 7 மதுரைப் பல்கலைக்கழக முதல் பட்டமளிப்பு விழாவில் முதல்வராக சிறப்பு பேருரை நிகழ்த்தல்.

1968 : சென்னையில் இரண்டாம் உலகத் தமிழ் மாநாட்டை சிறப்பாக நடத்தினார் (ஜனவரி 8)

: ஜனவரி 2, தமிழறிஞர்களின் சிலைகள், கண்ணகி சிலை கடற்கரை சாலையில் அண்ணாவின் ஆலோசனைப்படி எழுப்பப்பட்டன.

: ஜனவரி 3, திருக்குறள் ஆய்வுக்காக சென்னை, மதுரை, அண்ணாமலை பல்கலைக்கழகங்களுக்கு ரூ.3 லட்சம் வீதம் ஒதுக்கப்பட்டன.

: ஜனவரி 4-11 ஆய்வுக் கருத்தரங்குகள் சென்னை பல்கலைக்கழக நூற்றாண்டு விழா மண்டபத்திலும், பல இடங்களில் சிறப்புரைகளும் நிகழ்ந்தன.

: ஜனவரி 23. 'இருமொழிக் கொள்கை' தீர்மானம் சட்டமன்றத்தில் நிறைவேற்றம்.

: ஏப்ரல் 15, அமெரிக்கா, ஜப்பான், சிங்கப்பூர் பயண புறப்பாடு.

: ஏப்ரல் 17, ரோம் நகர் - வாட்டிகன் சென்று போப்பாண்டவரை சந்தித்து கோவா விடுதலை வீரர் 'ராணமே'வை விடுவிக்க கேட்டுக் கொண்டார்; அவரும் விடுதலை ஆனார்.

: ஏப்ரல் 22, அமெரிக்க 'யேல்' பல்கலைக் கழகத்தில் சப்ஃபெலாஷிப் (CHUBB.FELLOWSHIP) எனும் சிறப்பு விருதைப் பெற்றார்.

: ஏப்ரல் 23 : 'யேல்' பல்கலைக் கழக மாணவர்களுக்கு 'திருக்குறள்' வகுப்பை நடத்தினார்.

: மே 12, சுற்றுப் பயணங்களை முடித்துக் கொண்டு

| சிவரஞ்சன் (வ.இளங்கோ) | கிளாசிக் 444 |

சென்னை திரும்பல்.

: செப்டம்பர் 8, அண்ணாவுக்கு 'டாக்டர்' பட்டம் வழங்கி சிறப்பித்தது அண்ணாமலை பல்கலைக் கழகம்.

: செப்டம்பர் 16, புற்றுநோய்க்காக அமெரிக்கா நியூயார்க் நகரிலுள்ள மெமோரியல் மருத்துவ மனையில் டாக்டர் மில்லரிடம் சிகிச்சைப் பெற்றார்.

: நவம்பர் 6, சிகிச்சை முடிந்து சென்னை திரும்பினார்.

: டிசம்பர் 1, 'தமிழ்நாடு' பெயர் மாற்று விழாவில் 'உடல்நலனை' மீறி கலந்து கொண்டார்.

: நீதிக் கட்சியின் பொன்விழாவில் கலந்து கொண்டு ஆங்கிலத்தில் அவர் பேசியதே கடைசி சொற் பொழிவு.

1969 : ஜனவரி 14, பொங்கல் நாளில் சென்னை தியாகராய நகரில் கலைவாணர் என்.எஸ்.கிருஷ்ணன் சிலையை திறந்து வைத்தார். அண்ணா பங்கேற்ற இறுதி நிகழ்வு.

: ஜனவரி 20, புற்று நோயின் தீவிரத்தால் பொறுக்க முடியாத வலியோடு அடையாறு மருத்துவமனை யில் சேர்க்கப்பட்டார்.

: ஜனவரி 25, புகழ்பெற்ற புற்றுநோய் மருத்துவ நிபுணர் மில்லர் சென்னை வந்து சிகிச்சை மேற்கொண்டார்.

: பிப்ரவரி 2, நள்ளிரவு 12.22 மணிக்கு மாமேதை அண்ணா காலமானார்; 12 மணியளவில் கவர்னர் உஜ்ஜைல்சிங். தந்தை பெரியார் ஆகியோர் அங்கே இருந்தனர்.

: பிப்ரவரி 3, ராஜாஜி மண்டபத்தில் பொது மக்கள் முன்னிலையில் 'அண்ணா உடல்' பார்வைக்கு வைக்கப்பட்டது.

: பிப்ரவரி 4, அண்ணா சென்னை மெரினா கடற்கரையில்

பல்கலைக் கழகம் எதிரில் அடக்கம் செய்யப்பட்டார்.

உலகிலேயே வேறு எந்த ஒரு தலைவருக்கும் பல லட்சம் மக்கள் கூடியது இல்லை என்று 'கின்னஸ்' ரெக்கார்டு பதிவு செய்துள்ளது.

1970 : 3.2.1970ஆம் ஆண்டு இந்திய அரசு 'அண்ணா அஞ்சல் தலை' வெளியிட்டு கௌரவித்தது.

'எதையும் தாங்கும் இதயம் இங்கே உறங்குகிறது' என்ற வாசகங்களோடு உறங்கும் அண்ணாவை தினமும் ஆயிரக்கணக்கான மக்கள் சென்று அஞ்சலி செலுத்தி வருகின்றனர்.

  சிவரஞ்சன் (வ.இளங்கோ) | கிளாசிக் 446

நூலாசிரியர் பற்றி...

பெயர்	:	வ.இளங்கோ
பெற்றோர்	:	மறைதிரு.அ.வயிரவன், வ.ருக்குமணி
பிறந்த ஆண்டு	:	3.4.1959
பிறந்த ஊர்	:	கல்லல் (ராமநாதபுரம் மாவட்டம்)
கல்வி	:	பி.ஏ.பொருளாதாரம்
படித்த பள்ளி ஏ.கஸ்பா	:	நகராட்சி ஆரம்பப் பாடசாலை (1965-1970)
		கன்கார்டியா உயர்நிலைப் பள்ளி (1970 – 1976, 6 முதல் 11 வரை)
		காஞ்சிபுரம் பச்சையப்பன் கல்லூரி, பி.யூ.சி. (1976-1977)

| 447 | (வ.இளங்கோ) | |

குடியாத்தம் அரசினர் திருமகள்
கலைக் கல்லூரி (1978-1981)

முழுநேரப் பணி : எழுத்து (30 ஆண்டுகள்)

பணியாற்றிய
பத்திரிகைகள் : புதிய தென்றல், வளரும்தலைமுறை, மாடர்ன் கிச்சன், உங்கள் தோழன்

உடன் பிறந்தோர் : வ.சித்திரன்
: வ.இராஜேந்திரன்
: வ.கல்யாணி

மனைவி : இ.செல்வி

பிள்ளைகள் : இ.ஜெகதீஸ்
: இ. ஜோதிமணி

புனை பெயர்கள் : சிவரஞ்சன், ஜெகஜோதி, வைரவமணி

நன்றிக்குரியோர் : பத்திரிகைகள், பதிப்பகத்தார்

இதுவரை
வெளிவந்த நூல்கள் : 180

❖❖❖